ഗ്രീൻ ബുക്സ്

പടക്കാറ്റ്

എ.പി. അഹമ്മദ്

ജനനം 1965 ജൂൺ ഒന്നിന് മലപ്പുറം
ജില്ലയിൽ കൊണ്ടോട്ടിക്കടുത്ത് അരിമ്പ്രയിൽ.
വിദ്യാഭ്യാസം: അരിമ്പ്ര ഗവൺമെന്റ്
ഹൈസ്കൂൾ, രാമനാട്ടുകര സേവാമന്ദിരം
ടി.ടി.ഐ, ഫാറൂഖ് കോളേജ്.
തപാൽ വകുപ്പിലും ഗ്രാമവികസന വകുപ്പിലും
ജോലിചെയ്തു. 'ചന്ദ്രിക' ദിനപത്രത്തിൽ
സബ് എഡിറ്ററായിരുന്നു. 10 വർഷത്തോളം
സൗദി അറേബ്യയിൽ പ്രവാസം.
ഇപ്പോൾ നാട്ടിൽ അധ്യാപകൻ.

നോവൽ

പടക്കാറ്റ്

എ.പി. അഹമ്മദ്

ഗ്രീൻ ബുക്സ്

green books private limited
gb building, civil lane road, ayyanthole,
thrissur- 680 003, kerala, ph: +91 487-2381066, 2381039
website: www.greenbooksindia.com
e-mail: info@greenbooksindia.com

malayalam
patakkattu
novel
a.p. ahammed

first published december 2017

cover design : rajesh chalode

branches:
thrissur 0487-2422515
palakkad 0491-2546162
kannur 0497-2763038
thiruvananthapuram 0471-2335301

isbn : 978-93-87331-31-0

GBPL/983/2017

സമർപ്പണം

ബാബു ഭരദ്വാജിന്

ആമുഖം

കണ്ടതൊന്നുമായിരുന്നില്ല അറബ് നാട്! കേട്ടതൊന്നുമായിരുന്നില്ല അറബിക്കഥ!! അറിഞ്ഞതൊന്നുമായിരുന്നില്ല അറബ് മനസ്സ്!!! എന്തിനായിരുന്നു നാടുവിട്ടതെന്ന് ഇന്നും എനിക്കറിയില്ല. കാണാനും അറിയാനുമല്ല എന്നുറപ്പ്. നാടുവിട്ടോടാൻമാത്രം ദുരിതങ്ങളൊന്നും എന്നെ വേട്ടയാടിയിട്ടുമില്ല. ഏതോ അജ്ഞാതനിമിത്തങ്ങളാൽ ആകസ്മികതയുടെ കാണാക്കാറ്റിൽ ആടിയുലഞ്ഞ്, അറേബ്യൻ മരുഭൂമിയിൽ ചെന്നുപതിച്ചു എന്നുപറഞ്ഞാൽ മതി. കണ്ടമാത്രയിൽ മരുഭൂമി എന്നെ വാരിപ്പുണർന്നു. കൊതിപ്പിക്കുകയും മദിപ്പിക്കുകയും ചെയ്ത നിത്യവിസ്മയമായി അവൾ എന്റെ കൂടെപ്പോന്നു. ഉദാരമനസ്സിന്റെ ഈന്തപ്പഴങ്ങളുമായി മരുഭൂമിയുടെ മക്കൾ ഞങ്ങൾക്ക് അകമ്പടി വന്നു. മാദകസൗഹൃദത്തിന്റെ മരുപുഷ്പങ്ങൾ ഓരോ വഴിത്തിരിവിലും എനിക്കായിമാത്രം പൂത്തുനിന്നു.

പത്തു വർഷത്തോളം നീണ്ട പ്രവാസം. അങ്ങനെ എനിക്ക് ആഘോഷമായി, അനുഗ്രഹമായി. ഒടുവിൽ നെഞ്ചിനുള്ളിൽ ഒരു മണൽക്കൂന ഏറ്റുവാങ്ങി യാത്രപറയുമ്പോൾ, മരുഭൂമിയുടെ നെടുവീർപ്പുകൾ എന്റെയും വേവായി. കടലൊഴിഞ്ഞുപോയ മണലിടങ്ങളിൽ ചീറിയടിക്കുന്ന മൺകാറ്റുമാത്രമല്ല, തീരം തകർക്കുന്ന അടിയൊഴുക്കുമുണ്ടെന്ന് മറ്റാരെക്കാളും ബോധ്യമായി. വിശ്വാസത്തിന്റെ വിശുദ്ധതീർത്ഥങ്ങളിൽ മതാന്ധതയുടെ മാലിന്യം കലരുമ്പോൾ നിസ്സഹായനാകുന്ന മനുഷ്യന്റെ നൊമ്പരം എന്റേതുമായി. അധികാരത്തിന്റെ രാജഗോപുരങ്ങളിലേക്ക് ദൈവത്തിന്റെ പടകൾ ഇരമ്പിക്കയറുന്ന ചരിത്രദൃശ്യം എന്റെ ബോധതലങ്ങളിൽ അണയാത്ത കനലുകളായി. ഗോത്രപ്പെരുമയുടെ വന്യവികാരങ്ങൾ ഭരണകൂടത്തിന്റെ ഒളിപ്രയോഗങ്ങളായി മാറുന്ന ദുർവിധി അറബ്

സഹോദരങ്ങളുടെ മാത്രം അമർഷമല്ലാതായി. അതോടെ ഇസ്ലാമിക ഭീകരവാദത്തിന്റെ ഉദയാസ്തമയങ്ങൾക്ക് രാഷ്ട്രീയപാഠങ്ങളുടെ ചക്രവാളസീമകൾ തികയാതായി. മരുഭൂമി സമ്മാനിച്ച കാറ്റും കോളും മനസ്സിലടങ്ങാതെ വന്നപ്പോൾ വാർന്നുവീണ വാക്കുകളാണിത്. ഇത് വ്യക്തിയുടെ കഥയല്ല. ഒരു ജനതയുടെ വിധിയാണ്! ഈ കഥ ദുരന്തമേയല്ല. സ്വർഗരാജ്യമെന്ന് പലരും കരുതുന്ന ഒരു നാടിന്റെ അന്തമില്ലാത്ത ദുര്യോഗങ്ങളുടെ സാക്ഷിമൊഴിയാണ്. കള്ളമില്ലാത്ത കാഴ്ചകൾ കഥയില്ലാതെ ചൂണ്ടിത്തരുന്ന വർത്തമാനപുസ്തകം. മറുനാടണയാനും മരുഭൂമിയെ അറിയാനും നിമിത്തമായ എല്ലാ സുമനസ്സുകളോടും ഈ പുസ്തകം കടപ്പെട്ടിരിക്കുന്നു.

ഒരർത്ഥത്തിൽ നമ്മുടെ നാടിന്റെ സ്വപ്നങ്ങൾക്ക് സുവർണ്ണ സായൂജ്യം പകരുന്ന അറബ് മനസ്സിനോടുള്ള കടപ്പാടിന്റെ പുസ്തകം തന്നെയാണിത്.

ആദ്യവായനയിൽ ഊർജ്ജം പകർന്ന സുജാത അച്ചിക്കുളത്ത്, പാകക്കേടുകൾ കാട്ടിത്തന്ന ജമാലുദ്ദീൻ ഫാറൂഖി, ഇ.വി. ഹസീന, മാറ്റുകൂട്ടാൻ പാടുപെട്ട സി.വി. അശോകൻ എന്നീ കൂട്ടുകാരെ ഓർക്കാതെ വയ്യ. കാലവിളംബം വരുത്താതെ ഈ കൃതി വെളിച്ചത്തിറക്കാൻ താത്പര്യം കാട്ടിയ ഗ്രീൻ ബുക്സിന്റെ അക്ഷരസ്നേഹത്തിനും ഞാൻ കടപ്പെട്ടിരിക്കുന്നു.

സ്നേഹപൂർവ്വം

എ.പി. അഹമ്മദ്

പടക്കാറ്റ്

ഒന്ന്

മൗനത്തിന്റെ വാൾമുനകൾ

കൺമുമ്പിൽ നിന്നാണ് ഖുർ ആൻ ശീലുകൾ ഈണത്തിൽ മുഴങ്ങിയത്. മൊബൈൽ ഫോണുകളിൽനിന്ന് പലപ്പോഴും ഉതിരുന്ന റിംഗ് ടോൺ പോലെ...

മുറിയിൽ നിറഞ്ഞിരുന്ന ഊദിന്റെ സുഗന്ധം ഇപ്പോൾ അഭൗമമായ ഒരു പരിസരം തീർക്കുന്നു. ഉറക്കെ മുരണ്ടുകൊണ്ടിരുന്ന എസി പോലും ഒന്നു സ്വരം താഴ്ത്തിയപോലെ.

കണ്ണുകൾ റിംഗ്ടോണിന്റെ ഉറവിടം തേടുമ്പോൾ സൽമാന്റെ ചൂണ്ടു വിരൽ എന്റെ തുടയിൽ മൃദുവായി സ്പർശിച്ചു. കട്ടി കൂടിയ കണ്ണട ച്ചില്ലുകൾക്കപ്പുറം ആ കണ്ണുകളിൽ തിളങ്ങിയ സൂചന ഖുർ-ആൻ സൂക്തം ശ്രദ്ധിക്കാനായിരുന്നു.

"യുഖാതിലൂ... ന ഫീ... സബീലില്ലാ... ഹ്
ഫയഖ്തുലൂ...ന വയുഖ്തലൂ...ൻ"

ഖഹ്വാകപ്പ് താഴെവച്ച് സൽമാൻ പിന്നെയും എന്നെ നോക്കി. ഇപ്പോൾ ആ നോട്ടത്തിന് കോമയും ചോദ്യചിഹ്നവുമുണ്ട്. നിഗൂഢമായ ആ ചിരിയിൽ വിജയമുദ്രയും പൂർണ്ണബിന്ദുവുമുണ്ട്.

"അവർ ദൈവമാർഗ്ഗത്തിൽ യുദ്ധം ചെയ്യുന്നു...
കൊല്ലുകയും കൊല്ലപ്പെടുകയും ചെയ്യുന്നു..."

സുറത്തുത്തൗബ[1] എന്ന അധ്യായം, 111-ാം വാക്യം.

വാരാന്ത്യരാവുകളിൽ ജ്വലിച്ചു കയറുന്ന സൽമാൻ എന്റെ കണ്ണിൽ വിടർന്നു. ഭീകരവാദത്തിന്റെ പ്രത്യയശാസ്ത്രപരിസരം പല രാജ്യക്കാരായ കൂട്ടുകാരുടെ വ്യാഖ്യാനങ്ങൾക്ക് വഴങ്ങാതെ കുതറി.

---

1. പശ്ചാത്താപം

'നിസാഅ്'[2] എന്ന അധ്യായത്തിലെ 95-ാം വചനവും 'സ്വഫ്'[3] സൂറത്തിലെ 11-ാം വാക്യവും സൽമാന്റെ വാദങ്ങളിൽ പതിവായി മുഴങ്ങുന്ന സൂക്തങ്ങളിൽപെടും. എല്ലാം വിശ്വാസത്തിനുവേണ്ടിയുള്ള വീരമരണം... ദൈവത്തിനു വേണ്ടിയുള്ള ധർമ്മസമരം...

മദീനാ മുനവ്വറയുടെ ചിത്രപ്പണി ചെയ്ത കാർപ്പറ്റിൽ പക്ഷേ, ഒരു മൊബൈൽ ഫോണിന്റെ സാന്നിധ്യമേയില്ല. പുകയുന്ന ഹുക്കയും ഖഹ്വയുടെ ജഗ്ഗും കപ്പും നിരന്ന ചില്ലുതാലവും കാരക്ക നിറച്ച ചതുരപ്പാത്രവും അടുക്കിവെച്ചിരിക്കുന്നു. ചുമരിൽ നിറയെ അറബി കയ്യെഴുത്തുകലയുടെ മാസ്മരചിത്രങ്ങൾ.

ഖത്തീഫ് മസ്ജിദിന്റെ മിമ്പറിനോട് ചേർന്ന് പാർശ്വഭാഗത്തെ ആ കൊച്ചുമുറിയിൽ ഞങ്ങൾ മൂന്നുപേർ മാത്രം. ഞാനും സൽമാനും കടുത്ത നിബന്ധനകളോടെ അവിടെ പ്രവേശനം കിട്ടിയ അതിഥികളും.

"മിണ്ടരുത്... കണ്ടതൊന്നും പുറത്തു പറയരുത്... പുകവലിക്കരുത്... വാച്ചോ മൊബൈലോ ക്യാമറയോ കൊണ്ടുവരരുത്..."

എല്ലാ വിലക്കുകളും സൽമാൻ എന്നെയും പഠിപ്പിച്ചിരുന്നു.

ഏതാണ്ട് ഒരു കിലോമീറ്റർ ദൂരെ കാർ നിർത്തി വാച്ചുകളും ഫോണുകളും അഫ്രാസിനെ ഏല്പിച്ച്, എന്റെ തോളിൽ കൈവച്ച് പൊട്ടിപ്പൊളിഞ്ഞ റോഡിലൂടെ നടക്കുമ്പോൾ അവൻ അരുതുകൾ തുരുതുരാ എയ്തുകൊണ്ടിരുന്നു.

അതിരാവിലെ ഇടുങ്ങിയ ഗല്ലികളിൽ ഒരു മരണവീടിന്റെ മൂകത... ബൂഫിയകളും ബഖാലകളും മന്ത്രോച്ചാരണം പോലെ കടമകൾ തീർക്കുന്നു. ലോൺഡ്രികളിലെ അലക്കുയന്ത്രംപോലും അടക്കിപ്പിടിച്ചാണ് ശ്വാസം വിടുന്നത്. ഇടുങ്ങിയ റോഡുകളിൽപോലും ചീറിപ്പായുന്ന സൗദിയിലെ കാറുകൾ ഖത്തീഫിന്റെ തെരുവുകളിൽ എത്ര മര്യാദക്കാരാണ്!

കാരണമറിയാവുന്നതുകൊണ്ട് ഞങ്ങൾക്ക് അദ്ഭുതം തോന്നിയില്ല. എല്ലാ വിലക്കുകളും പാലിച്ചുകൊള്ളാമെന്ന സൽമാന്റെ ഉറപ്പിൽ മാത്രമല്ല ഞങ്ങൾക്ക് അനുമതി കിട്ടിയത്. അവന്റെ ബന്ധുവും കളിക്കൂട്ടുകാരനുമായ ഇസാമിന്റെ പ്രത്യേക ജാമ്യത്തിലാണ്. ഇസാം മുഹമ്മദ് ബർഖാവി എന്ന പേര് ഇന്ന് സൽമാന് മാത്രമേ അറിയൂ. അബൂ മുഹമ്മദ് അൽ മഖ്ദസി എന്ന പേരിലാണ് അവനെ ലോകം അറിയുക. ഭരണകൂടത്തിനു മാത്രമല്ല, സ്വന്തം അനുയായികൾക്കും നാട്ടുകാർക്കും വിദേശികൾക്കുമൊക്കെ ഉള്ളു നടുക്കുന്ന പേരാണത്.

എന്നിട്ടും നാലാമത്തെ ഗല്ലിയിലേക്കുള്ള വളവ് തിരിയുമ്പോൾ തോബുധാരിയായ ഒരു ചെറുപ്പക്കാരൻ സൽമാന്റെ മുമ്പിൽ വഴിതടഞ്ഞു

---

1. സ്ത്രീ
2. അണി

നിന്നു. ഞാൻ നോക്കുമ്പോൾ ആ പയ്യന്റെ കണ്ണുകളിൽ കൂർത്ത സംശയ മുനകൾ. മുഖത്ത് ദയാശൂന്യത വരണ്ടുപരന്നിരിക്കുന്നു...

ഞാൻ തെല്ലൊന്ന് അമ്പരന്നു നിൽക്കേ, ഞൊടിയിടയിൽ അയാൾ സൽമാന്റെ തോബിന്റെ സൈഡ് പോക്കറ്റിൽ കൈയിട്ടു. സൽമാൻ തടയാൻ മുതിരുംമുമ്പേ പേഴ്സും മൾബറോ പാക്കറ്റും ലൈറ്ററും അയാൾ പുറത്തെടുത്തു. ഒരു നിമിഷം സൽമാനെ തുറിച്ചു നോക്കി. എന്തെങ്കിലും പറയാൻ സൽമാൻ ഒരുങ്ങുമ്പോഴേക്കും സിഗററ്റ് പാക്കറ്റ് ഞെരുക്കിയുരുട്ടി ദൂരെയെറിഞ്ഞു. ലൈറ്റർ കാൽചുവട്ടിലിട്ട് ചവിട്ടി പ്പൊട്ടിച്ചു. പേഴ്സ് സൽമാന്റെ കൈയിൽ ബലമായി പിടിപ്പിച്ച് പരുഷ മായി മൊഴിഞ്ഞു: “റൂ...”

ഞങ്ങൾ നിരീക്ഷിക്കപ്പെടുന്നു എന്ന് തുടർന്നുള്ള യാത്രയിലെ മൗനം ഞങ്ങളോട് മന്ത്രിച്ചുകൊണ്ടേയിരുന്നു. പിന്നെ വഴിയിൽ കണ്ട സ്വദേശി കളെയൊക്കെ നേരിയൊരു പേടിയോടെയാണ് ഞാൻ ഇടം കണ്ണിട്ട് നോക്കിയത്. അവരുടെ കഫിയ്യ[1]ക്കും അഗ്ബാൽ[2]നും മറ്റിടങ്ങളിൽ കാണാത്ത ഒരു നിറഭേദം ശ്രദ്ധിച്ചു. നോട്ടത്തിലെ ആ ഭാവഭേദവും.

ആരോടും ചോദിക്കാതെ ഞങ്ങൾ ലക്ഷ്യത്തിലെത്തി. ഷൂസുകൾ അഴിക്കുമ്പോൾ ഒരു ബംഗാളി വന്ന് ചുമരിൽ ഘടിപ്പിച്ച അടപ്പുള്ള റാക്കി ലേക്ക് ചൂണ്ടിക്കാട്ടി: “ഹീന...”

ഒരു അറ തുറന്ന് ഷൂ തിരുകുമ്പോൾ ഷൂറാക്കിന് അസാധാരണമായ ഒരു ആഡംബരം അനുഭവപ്പെട്ടു. അറയുടെ അടപ്പുകൾ അടഞ്ഞു കഴി യുമ്പോൾ ഒരു നേരിയ ‘ബീപ്’ ശബ്ദവും ശ്രദ്ധിച്ചു. നെറ്റി ചുളിച്ച് സൽമാനെ നോക്കിയപ്പോഴാണ് ഓർത്തത്... മിണ്ടരുതല്ലോ. പള്ളിവാതിൽ കടക്കുമ്പോഴും മുഴങ്ങിയ ‘ബീപ്’ ഞാൻ അവഗണിച്ചൊതുക്കി.

ഇസാം പഠിപ്പിച്ചുകൊടുത്ത രൂപരേഖയനുസരിച്ച് സൽമാൻ മിമ്പറിന്റെ വലതുഭാഗത്തെ മുറിയിലേക്ക് കടന്നു. അവനെ നിഴൽപോലെ പിന്തു ടർന്ന ഞാനും മജ്‌ലിസിൽ പ്രവേശിച്ചു. മങ്ങിയ വെളിച്ചം, ഊദിന്റെ കടുത്ത മണം, ഹുക്കയുടെ പുകച്ചുരുളുകൾ, എ.സിയുടെ മർമ്മരം.

ശൈഖ് സാലേ, ഹുക്കയുടെ വാലിൽ കടിച്ച്, പാതി മയങ്ങിയപോലെ, കൈത്താങ്ങിയിൽ ദേഹമർപ്പിച്ച്, ചമ്രം പടിഞ്ഞ് ഇരിപ്പാണ്. തിളക്ക മില്ലാത്ത ഒരു പരുക്കൻ തോബാണ് വേഷം. നീണ്ട താടിരോമങ്ങൾ ഒട്ടു മുക്കാലും നരച്ചിരിക്കുന്നു. മീശരോമങ്ങൾ കുറ്റിയോളം വെട്ടിയിരിക്കുന്നു. ചുളിവ് വീണ മുഖം ഒരു എഴുപതുകാരന്റെ വയസ്സറിയിക്കും. തലയിൽ പഴകിയ ഒരു കോട്ടൺ തൊപ്പിമാത്രം. തൊപ്പിക്കു മീതെ അണിയേണ്ട തലപ്പാവും വട്ടക്കെട്ടും ഹുക്കയുടെ സമീപം അഴിച്ചുവച്ചിരിക്കുന്നു.

വരവറിയിക്കാൻ സലാം ചൊല്ലിയാലോ എന്നോർത്തപ്പോഴും വിലക്ക്

---

1. തലപ്പാവ്
2. വട്ടക്കെട്ട്

ഞങ്ങളെ തടഞ്ഞു. ആ നിമിഷം ശൈഖ് കണ്ണുതുറന്നു. ഇരിക്കാൻ ആംഗ്യം കാട്ടി.

ആ ഇരുത്തവും ആദ്യത്തെ അനുഭവമായിരുന്നു. പത്തു വർഷത്തെ അറേബ്യൻ ജീവിതത്തിൽ, എത്രയോ അറബ് മജ്‌ലിസുകളിൽ, ഊഷ്മള മായ വരവേൽപ്പുകൾ...

"താൽ യാ അഖീ..."

"ഫദ്ദൽ..."

അങ്ങനെ എത്രയെത്ര സ്വാഗതവചനങ്ങൾ... മൂക്കിൻ തുമ്പത്ത് മുത്തം കൊടുക്കാതെ ഒരറബിയും ഇന്നോളം സൽമാനെ സ്വീകരിച്ചി ട്ടില്ല. സാലേ അറബിയല്ലേ എന്നുപോലും മനസ്സ് ചോദിച്ചു. ഞാൻ നിയ ന്ത്രിച്ചു. കിഴക്കൻ പ്രവിശ്യയിൽ ഖത്തീഫിന്റെ ദേശരൂപം ഒരു സമാന്തര ദൈവരാജ്യമാണല്ലോ എന്നും ഓർത്തു.

ഖഹ്‌വയും കാരക്കയും കഴിക്കാൻ ശൈഖിന്റെ ആംഗ്യം. പിന്നെയും കനത്ത മൗനം. ഓരോ കുഞ്ഞിക്കപ്പ് ഖഹ്‌വ തീരുമ്പോഴും സൽമാൻ സിഗരറ്റ് തപ്പുന്നതും ജാള്യതയോടെ എന്നെ നോക്കുന്നതും എന്നെ കൂടുതൽ അസ്വസ്ഥനാക്കി. ഇടമുറിയാതെ സിഗരറ്റ് വലിക്കുന്ന സൽ മാന്റെ സഹനം എന്തിനുവേണ്ടിയാണെന്ന് എനിക്കറിയാം.

കഫിയ്യയുടെ തലപ്പ് കൊണ്ട് നെറ്റിയിൽ പൊടിഞ്ഞ വിയർപ്പുകണ ങ്ങൾ അവൻ തുടച്ചു. ശൈഖ് അപ്പോഴും സമാധിയിലാണ്. ഹുക്കയുടെ കൂട്ടാളിയായ ചില്ലുഭരണിയിലെ വെള്ളത്തിൽ നുരയുന്ന കുമിളകളും ശൈഖിന്റെ മൂക്കിലൂടെ പുറത്തുവരുന്ന പുകച്ചുരുളുകളും പൊങ്ങി ത്താഴുന്ന കവിളുകളും മാത്രമാണ് അയാൾ ജീവിച്ചിരിക്കുന്നു എന്നു തോന്നിച്ചത്.

പുകവലി നിഷിദ്ധമായ ഈ നിഗൂഢദേശത്തെ ഹുക്ക കീഴടക്കിയത് എങ്ങനെ എന്ന ഒരു കുസൃതിച്ചോദ്യവും എന്റെ ചുണ്ടിൽ ഇളംചിരിയായി ഒടുങ്ങി.

ഒരു കപ്പ് ഖഹ്‌വ കഴിച്ച്, ഒന്നുരണ്ട് കാരക്കയും നുണഞ്ഞ്, കനത്തു വരുന്ന മൗനത്തെ തള്ളിനീക്കാൻ ഞാനും പാടുപെടുകയാണ്.

ഒരു മണിക്കൂറോളം കഴിഞ്ഞിരിക്കണം. വാച്ച് പാടില്ല എന്ന നിബന്ധന എന്തായാലും നന്നായി. സമയബോധം ചിലപ്പോൾ മനുഷ്യനെ വല്ലാതെ അക്ഷമനാക്കും. സമയനഷ്ടം ആയുസ്സിന്റെ ചോർച്ചയിലേക്കും മരണ ത്തിന്റെ ഓർമ്മയിലേക്കും നമ്മെ ആനയിക്കും. ഒരു ഹേതുവുമില്ലാത്ത മരണം ആരെയും ഭ്രാന്തനാക്കും.

മരണത്തെക്കുറിച്ചുള്ള ഉന്മാദചിന്തകളിൽ ഞാനെത്തിനിൽക്കുന്ന നിമിഷത്തിലാണ്, കൃത്യം ഈ റിംഗ് ടോൺ. കൊല്ലാനും കൊല്ലപ്പെടാനും ആഹ്വാനം ചെയ്യുന്ന വേദവാക്യം.

പക്ഷേ, ഇവിടെങ്ങനെ മൊബൈൽഫോൺ? ഞാൻ കണ്ണും കാതും കൂർപ്പിച്ചു. റിംഗ്ടോൺ തുടരുകയാണ്. സൽമാൻ കാര്യം പിടികിട്ടിയ മട്ടിൽ ശൈഖിനെ നോക്കി. തൊട്ടുണർത്താൻ തുനിഞ്ഞ എന്റെ കൈ അവൻ തടഞ്ഞു.

വേദവാക്യം മൂന്നാമതും ഉയരാൻ തുടങ്ങിയപ്പോഴേക്കും ഒരു സൂചന കിട്ടി. ശൈഖിന് മുമ്പിൽ കുറെ കടലാസുകൾക്കു മീതെ പേപ്പർ വെയ്റ്റ് പോലെ വെച്ചിരിക്കുന്ന ഒരു കഅ്ബാരൂപം! അതിൽ നിന്നാണോ റിംഗ് ടോൺ മുഴങ്ങുന്നത്? ചോദിക്കാനും വയ്യ. എടുത്തു നോക്കുന്നതും കുറ്റ കരമാകുമോ?

ദൈവാധീനംപോലെ ശൈഖ് സാലേ സമാധിയിൽനിന്ന് ഞെട്ടി യുണർന്നു. കഅ്ബാശില്പം കൈയിലെടുത്തു. അടിയിൽ തപ്പിനോക്കി ഒരു ബട്ടൺ അമർത്തി. കഅ്ബാലയത്തിന് ഒരു രണ്ടാം നിലപോലെ മുകളിലേക്ക് ഒരു ചതുരക്കട്ട പൊങ്ങിവന്നു. അതിന്റെ ഒരു ഭാഗത്ത് സ്ക്രീൻ തെളിഞ്ഞു. എന്റെ കണ്ണുകൾ വിടർന്നു!

ശൈഖ് സാലേ എഴുന്നേൽക്കാനായി മുട്ടുകുത്തി. ഉയരുന്നതിനുമുമ്പ് മൊബൈൽ സ്ക്രീനിൽ തെളിഞ്ഞ ചിത്രം സൽമാന്റെ മുഖത്തിനുനേരെ കാട്ടി. ഒറ്റനോട്ടം ഞാനും കണ്ടു.

ആ മുഖം. ടിവിയിലും പത്രങ്ങളിലും പതിവായി കാണുന്ന ആ താടി ക്കാരൻ. നിഷ്ക്കളങ്കമായ പുഞ്ചിരിയുമായി ലോകത്തെ നടുക്കുന്ന ആ ദീർഘമനോഹരരൂപം. അറേബ്യൻ താടിയും അഫ്ഗാൻ തലപ്പാവും അമേരിക്കൻ വേഷവുമുള്ള ആ രൂപം.

എന്റെ കണ്ണുതള്ളിപ്പോയി. സൽമാൻ നിഗൂഢമായ ചിരിയോടെ എന്റെ നേരെ കണ്ണിറുക്കി.

ചിത്രത്തോടൊപ്പം സ്ക്രീനിൽ തെളിഞ്ഞ അക്ഷരങ്ങൾ പക്ഷേ, ഇംഗ്ലീഷോ അറബിയോ അല്ല. ഉറുദുവോ പേർഷ്യനോ അല്ല. ഇംഗ്ലീഷി നോട് സാമ്യമുള്ള ഫ്രഞ്ച്, ജർമ്മൻ ലിപികൾ ഒന്നുമല്ല. ചൈനീസ് ആണെന്ന് തോന്നിക്കുന്ന ചില ചിത്രലിപികൾ...

റിംഗ്ടോൺ നിലച്ചു. സാലേ കട്ട് ചെയ്തതാണെന്നു തോന്നി. അയാൾ മുറിയുടെ മൂലയിലെ അലമാരയ്ക്കു നേരെ തടിച്ച ദേഹം വലിച്ചുനടന്നു. കഅ്ബാഫോൺ അലമാരയുടെ പൂട്ടിനുനേരെ കാട്ടി. അലമാര കിരുകിരു ശബ്ദത്തോടെ താനേ തുറന്നു.

ഞങ്ങൾക്കു പിന്നെയും തെറ്റി. അത് അലമാരയായിരുന്നില്ല. അകം നിറയെ യന്ത്രസാമഗ്രികൾ നിറഞ്ഞ ഒരു ട്രാൻസ്ഫോർമർ പോലെ. നടുവിൽ വലിയ അക്കങ്ങൾ നിരന്ന ഒരു ഡയൽപാഡും. കഴിഞ്ഞ തവണത്തെ പാരീസ് യാത്രയിൽ കണ്ട കമ്മ്യൂണിക്കേഷൻ എക്സിബിഷ നിൽ സാറ്റലൈറ്റ് ടെലഫോൺ വിഭാഗത്തിൽ ഇതുപോലൊരു യന്ത്രം കണ്ടത് ഓർത്തു. സൽമാനും അത് കാണുന്ന കൗതുകത്തിലായിരുന്നു.

ഷൈഖ് സാലേ കൺബാഫോൺ ഒരിക്കൽകൂടി അമർത്തി. ഉയർന്നു വന്ന സ്ക്രീൻ അലമാരയ്ക്കുള്ളിൽ മുകൾഭാഗത്തായി മിന്നിയിരുന്ന ഒരു ചുവന്ന ലൈറ്റിൽ കാണിച്ചു. ചെറിയ ശബ്ദത്തോടെ ചുവപ്പ് ലൈറ്റ് പച്ച യായി മാറി. പിന്നെ സാലേ അക്കങ്ങൾ അമർത്താൻ തുടങ്ങി. പ്രായവും കാഴ്ച്ചക്കുറവും അയാളെ ബാധിക്കുന്നുണ്ട്. ഓർത്തോർത്ത് നന്നേ പതുക്കെയാണ് ഓരോ അക്കവും ഡയൽ ചെയ്തത്.

8, 7, 3, 6, 8, 2, 5, 0, 5, 3, 3, 1

അതേ നമ്പർ! 2001 സെപ്തംബർ 11-ന് ശേഷമുള്ള ആഗോളവാർത്ത കളിൽ നിറഞ്ഞുതെളിഞ്ഞ അതേ നമ്പർ...

ഞാൻ സൽമാനെ നോക്കി. അവന്റെ കണ്ണുകളിൽ പതിവില്ലാത്ത ഒരുതരം ഉത്ക്കണ്ഠ... ചുവന്നുതുടുത്ത ആ കവിളുകൾ ചോര വാർന്ന് വിളർത്തിരിക്കുന്നു... നെറ്റിയിൽ പൊടിഞ്ഞൊഴുകിയ വിയർപ്പുതുള്ളികൾ ബുൾഗാനിൻ താടിയിൽനിന്ന് നെഞ്ചിലേക്കിറ്റുവീണ്, തിളങ്ങുന്ന തോബ് നനഞ്ഞിരിക്കുന്നു. അവന്റെ നെഞ്ചിടിപ്പ് ഞാൻ കേൾക്കുന്നുണ്ട്.

അങ്ങേ തലയ്ക്കൽ വിളിചെന്ന് മുട്ടിമുട്ടി ഫോൺ എടുക്കുന്ന ശബ്ദം. അത്രയും നേരം മിന്നിക്കൊണ്ടിരുന്ന അലമാരയിലെ പച്ച വെളിച്ചം നീല യായി മാറിയതും ആ നേരത്താണ്. അപ്പുറത്തുനിന്ന് 'അഹ്ലൻ...' എന്ന വാക്കുമാത്രം സൗമ്യമായി മുഴങ്ങുന്നത് ഞങ്ങളും കേട്ടു.

ഷൈഖ് സാലേ നിന്ന നില്പിൽ സംസാരിക്കാൻ തുടങ്ങി. പക്ഷേ, പറയുന്ന ഭാഷ എനിക്കോ സൽമാനോ മനസ്സിലാവുന്നില്ല.

ഡയൽപാഡിനു മുകളിൽ ഇരുവശത്തുമായി വട്ടത്തിൽ രണ്ട് കമ്പി യരിപ്പകൾ. ഇടതുഭാഗത്തേത് സ്പീക്കർ. അതിലൂടെ സൗമ്യ മധുരമായ സംസാരം കേൾക്കുന്നുണ്ട്. ഭാഷയോ അർത്ഥമോ വികാരമോ തിരിച്ചറി യാനാവാത്ത ശബ്ദവീചികൾ. വലതുഭാഗത്തെ വട്ടം മൈക്രോഫോൺ. അതിലാണ് സാലേ സംസാരിക്കുന്നത്. അജ്ഞാതഭാഷയിൽ, ഭാവഭേദ ങ്ങളില്ലാത്ത, പരുപരുത്ത ക്ഷീണസ്വരത്തിൽ വാക്കുകൾ അങ്ങനെ കൈ മാറുന്നുണ്ട്. ചിരിയില്ല, കോപമില്ല, സങ്കടവും സന്തോഷവുമില്ല, ആവേശവും ആഹ്വാനവുമില്ല. നിർവികാരമായി, യാന്ത്രികമായി എന്തൊ ക്കെയോ കൊടുക്കുകയും എടുക്കുകയും ചെയ്യുന്ന ഒരു വിനിമയം.

എനിക്ക് ആകെ മനസ്സിലായത് മൂന്ന് വാക്കുകൾ. സൽമാൻ, ഉമർ, സുൽത്താൻ.

ആ നേരമത്രയും ഞാൻ ആ ഫോണലമാരയെ സൂക്ഷിച്ചുകാണുക യായിരുന്നു. അലമാര മുറിയിലെ കാർപ്പറ്റിൽ വെച്ചിരിക്കുകയല്ല. കന ത്തൊരു ഇരുമ്പുതൂണുപോലെ മുറിയുടെ മൂലയിൽ ആഴത്തിൽ സ്ഥാപി ച്ചിരിക്കുകയാണ്.

വാർത്താവിനിമയം നിലച്ചു. ഷൈഖ് സാലേ അലമാരയടച്ചു. ഭാവ ഭേദമില്ലാതെ നടന്നുവന്ന് ഞങ്ങളോട് എഴുന്നേൽക്കാൻ ആംഗ്യം കാട്ടി.

ഞങ്ങൾ എഴുന്നേറ്റു. എ.സിയുടെ തണുപ്പിലും സൽമാൻ വിയർത്തു കുളിച്ചിരുന്നു. അവന്റെ തൊട്ടുമുമ്പിൽനിന്ന് മരവിച്ച മുഖത്തെ അയാളുടെ ചുണ്ടുകൾ ചെറുതായി ഒന്നനങ്ങി. ഉരയുന്ന ശബ്ദത്തിൽ ഒരു വാക്കു മാത്രം.

"മാലീഷ്..."*

ആ തടിച്ച കൈകൾ അലസമായി വാതിൽക്കലേക്ക് നീണ്ടു.

ഞങ്ങൾ നടന്നു. ഹസ്തദാനമില്ല. ചുംബനമില്ല. സലാം പോലും പാടില്ല.

ഞങ്ങൾക്കു പിറകെ പതിഞ്ഞ ശബ്ദത്തിൽ ആ മുറിയുടെ വാതിലടഞ്ഞു. പള്ളിയിലെ ആളനക്കവും മുറുമുറുപ്പും ഞങ്ങൾ അറിഞ്ഞതേയില്ല.

---

* ക്ഷമിക്കണം

രണ്ട്

കാമനയുടെ കണ്ണേറുകൾ

ഖത്തീഫിലെ പുരാതനമായ മരുപ്പച്ച ഇപ്പോൾ ഞങ്ങൾക്ക് തെല്ലും തണുപ്പ് നൽകുന്നില്ല. കാരക്കാത്തോട്ടങ്ങൾ ചുറ്റിവരുന്ന കാറ്റിന് വിങ്ങുന്ന ചൂട് മാത്രം.

സൽമാന്റെ കാലടികളാണ് എന്നെ നയിച്ചത്. അവനോടൊപ്പം നടക്കാനോ ആ കണ്ണുകളിൽ നോക്കാനോ അപ്പോൾ കരുത്തുണ്ടായിരുന്നില്ല. എങ്കിലും വിയർപ്പുചാലുകൾ അവന്റെ തടിച്ച ദേഹത്ത് ചാലിട്ടൊഴുകുന്നത് ഒട്ടിയ തോബിലെ നനഞ്ഞ ഭൂപടങ്ങൾ എന്നെ അറിയിച്ചുകൊണ്ടിരുന്നു.

ഖത്തീഫ് സൽമാന്റെ ഭാര്യവീടുള്ള നാടാണ്. ഈ തെരുവിൽ നിന്ന് ഇടത്തോട്ട് തിരിഞ്ഞ് ഒരു കിലോമീറ്റർ ചെന്നാൽ, വിശാലമായ മസറയുടെ വേലിക്കെട്ടുകൾ തീരുന്നിടത്ത് കൂറ്റൻ മതിൽക്കെട്ടുള്ള ആ വീടായി. ഒന്നുരണ്ടുതവണ സൽമാനോടൊപ്പം അവിടെ പോയിട്ടുണ്ട്. ആദ്യം പോയത് അഞ്ചെട്ടുകൊല്ലം മുമ്പാണ്. സൽമാൻ ഉമർ അൽഗംദിയെ കൂട്ടുകാരനായി കിട്ടിയിട്ട് ഏതാനും മാസങ്ങളേ ആയിരുന്നുള്ളൂ.

അന്ന് റിയാദിലെ ഒലയ്യയിൽ ആസ്ട്രാ കമ്പനിയിൽ വൈസ് പ്രസിഡണ്ടിന്റെ സെക്രട്ടറിയായി ജോലിക്കു ചേർന്നകാലം. തൊട്ടടുത്ത ചെയർമാന്റെ ഓഫീസിൽ അക്കൗണ്ടന്റായിരുന്ന സൽമാനുമായി വളരെ വേഗം ഞാനടുത്തു. ഞങ്ങൾ സമപ്രായക്കാരുമായിരുന്നു.

ഓക്സ്ഫോർഡ് യൂണിവേഴ്സിറ്റിയിൽ പാർട്ട് ടൈം എം.ബി.എയ്ക്ക് പഠിക്കുന്ന സൽമാന് ആവുന്ന സഹായങ്ങളൊക്കെ ചെയ്തുകൊടുത്തിരുന്നു. വരാത്ത ദിവസങ്ങളിലും ഹാജർ പുസ്തകത്തിൽ ഒപ്പുവെയ്ക്കാൻ സൗകര്യം ചെയ്തുകൊടുത്തത് വലിയൊരു കാര്യമായി എനിക്കു തോന്നിയില്ല. സൗദിയിലെ ഓഫീസുകളിൽ പഞ്ചിംഗ് സമ്പ്രദായം അന്ന് അത്ര വ്യാപകമായിരുന്നില്ല.

പക്ഷേ, ചുമരുകൾക്ക് കണ്ണുകൾ ഉണ്ടായിരുന്നത് ഞാനറിഞ്ഞില്ല. ചെയർമാനും വൈസ് ചെയർമാനും തമ്മിൽ ശീതയുദ്ധം നിലവിലുണ്ടായിരുന്നു. യുദ്ധകാരണം വ്യക്തിപരമായിരുന്നില്ല. വംശീയമായിരുന്നു.

പലസ്തീൻ അഭയാർത്ഥികൾക്ക് മേൽക്കൈ ഉണ്ടായിരുന്ന ഡയറക്ടർ ബോർഡ് സ്വദേശി സൗദിയെ പേരിന് ചെയർമാനാക്കിവെച്ച്, വൈസ് ചെയർമാൻ ഭരിക്കുകയായിരുന്നു.

ഞാൻ പുറത്തായി. സൽമാൻ പൊട്ടിത്തെറിച്ചു. ചെയർമാന്റെ മുമ്പിൽ എനിക്കുവേണ്ടി ശബ്ദം ഉയർത്തി. പക്ഷേ, അദ്ദേഹം നിസ്സഹായനായിരുന്നു.

"തെണ്ടികൾ..." പലസ്തീനികളെയാകെ സൽമാൻ വെറുക്കുന്നത് ഞാൻ അറിഞ്ഞു.

ആറുമാസം കഴിഞ്ഞ് സൗദി ബ്രിട്ടീഷ് ബാങ്കിന്റെ(സാബ്) ഹെഡ്ഡാഫീസിൽ വെച്ചാണ് യാദൃച്ഛികമായി സൽമാനെ കാണുന്നത്. അവൻ അവിടെ മാർക്കറ്റിംഗ് മാനേജരായി ചേർന്നിരുന്നു. ഞാനാകട്ടെ, സാബിന് പരസ്യങ്ങൾ തയ്യാറാക്കുന്ന ഫ്രഞ്ച് കമ്പനിയിലും കയറിപ്പറ്റിയിരുന്നു.

"പലസ്തീനിക്ക് എങ്ങനെ അന്തസ്സുണ്ടാവും? തിരിച്ചുപോകാൻ ഒരു തുണ്ട് മണ്ണ് വേണ്ടേ?" അവന്റെ പലസ്തീൻവിരോധം ഇപ്പോഴും അടങ്ങിയിട്ടില്ല.

പിന്നെ ഞങ്ങൾ കലവറയില്ലാതെ അടുത്തു. ഒരു വിദേശി തൊഴിലാളിയായിട്ടല്ല സൽമാൻ എന്നെ കണക്കാക്കിയത്, സ്വന്തം സഹോദരനായിട്ടാണ്.

മലയാളി സുഹൃത്തുക്കൾക്കൊക്കെ അദ്ഭുതമായിരുന്നു. "ഈ സൽമാനും നീയും തമ്മിൽ എന്താണ് ഇടപാട്?"

ഇടപാടുകൾ ഒന്നും ഇല്ല. അവന്റെ ഭ്രാന്തുകൾ പലതും എന്റെയും ഭ്രാന്താണ്. അഥവാ എനിക്കില്ലാത്ത അവന്റെ ഭ്രാന്തുകൾ അതിവേഗം സ്വായത്തമാക്കി. ഞങ്ങൾക്കിടയിലുള്ള രാജ്യങ്ങളുടെ മതിലുകൾ പൊടുന്നനെ തകർന്നു. കടൽദൂരം കാണെക്കാണെ ചുരുങ്ങി വന്നു.

ഭാഷയുടെ മറകൾ നീങ്ങിയത് എങ്ങനെയെന്ന് എനിക്കുപോലും അറിയില്ല. സൽമാൻ പറയുന്ന അറബി പദങ്ങൾ എനിക്ക് അതിവേഗം പിടികിട്ടി. എന്റെ ഇംഗ്ലീഷ് ഏറെയൊന്നും അവന്റെ മുമ്പിൽ പ്രയോഗിക്കേണ്ടിവന്നിട്ടില്ല. പാക്കിസ്ഥാനികളോടും അഫ്ഗാനികളോടും എന്നെക്കാൾ നന്നായി സൽമാൻ ഉറുദു പറയും.

പുസ്തകവും ഭക്ഷണവുമാണ് ആദ്യം ഞങ്ങളെ അടുപ്പിച്ചത്. യാത്രയും സംഗീതവുമാണ് ക്രമേണ ഞങ്ങളെ ഒട്ടിച്ചുചേർത്തത്. സൽമാന്റെ സിഗരറ്റ് മാത്രം അതേ തീവ്രതയിൽ എന്നെ പിടികൂടിയില്ല.

സൽമാന്റെ വീട്ടിലും ബന്ധുവീടുകളിലും പതിവുകാരനായി. പിതാവും മക്കളും വേലക്കാരും... അങ്ങനെ ഒരറബിവീട്ടിൽ പുറത്തുകാണാവുന്ന എല്ലാവരും എന്റെ പരിചയക്കാരായി.

ബദു സ്ത്രീകൾ പുരുഷൻമാർക്ക് മുഖം കാട്ടുകയില്ലെന്ന് അറബ് നാടോടിക്കഥകളിൽ വായിച്ചിരുന്നു. അപ്രതീക്ഷിതമായി മുമ്പിൽ വന്നു

പെട്ട അപരിചിതനുനേരെ പാവാട പൊക്കി മുഖം മറച്ച അറബിപ്പെൺ കൊടി എന്റെ കൗതുകങ്ങളിൽ എന്നും നിറഞ്ഞുനിന്നു.

സൽമാന്റെ പിതാവ് ഉമർ അൽ ഗംദി റിയാദിലെ മുന്തിയ കാരക്ക കച്ചവടക്കാരനായിരുന്നു. മൂന്ന് ഭാര്യമാരിലായി പതിനൊന്ന് മക്കൾ. പുത്രന്മാർ രണ്ടുപേർ മാത്രം. മൂത്തത് സൽമാൻ.

"അനുജൻ സുൽത്താൻ...?" നീണ്ട മൗനം. സൽമാന്റെ കണ്ണു നനഞ്ഞു. പിന്നെ ഒരു നെടുവീർപ്പ്.

"ഹീസ് മിസ്സിംഗ്..." അത്രമാത്രം ഒരിക്കൽ പറഞ്ഞു. പിന്നെ ആരോടും ഞാൻ സുൽത്താനെപ്പറ്റി ചോദിക്കുകയോ പറയുകയോ ചെയ്തില്ല.

ഹജ്ജിന്റെ അവധിദിനങ്ങൾ അടുക്കുന്തോറും പുതിയ യാത്രകൾ ആലോചിച്ചുതുടങ്ങി. കുടുംബത്തെ ഭാര്യാപിതാവിനൊപ്പം ദുബായിലേക്ക് അയച്ച് ബുധനാഴ്ച വൈകുന്നേരം സൽമാൻ എന്നെ വിളിച്ചു.

"നമുക്ക് സൗദി മുഴുവൻ അരിച്ചു പെറുക്കണം..."

"കണ്ടതുതന്നെ കാണാനോ?..."

"അല്ല. നല്ല അനുഭവങ്ങൾ വീണ്ടും ഏറ്റുവാങ്ങാൻ..." അവൻ ചിരിച്ചു. "നിന്റെയും എന്റെയും കൂട്ടുകാരെ കാണാം. പച്ചകളോടും നീഗ്രോകളോടും സഹവസിക്കാം. ഇടയ്ക്ക് ചില ഡെസേർട്ട് ക്യാമ്പുകളും..."

ഞാൻ സമ്മതിച്ചു. സൽമാന്റെ സൗമ്യസാന്നിധ്യം ഏതു യാത്രയും സാഹസികമാക്കും എന്ന ഉറപ്പോടെ. വൈകുന്നേരം കണ്ടപ്പോൾ പദ്ധതി തയ്യാറായിരിക്കുന്നു.

"നാളെ സുബ്ഹിക്ക് പുറപ്പെടുന്നു. ഖത്തീഫിൽ ആറുമണിക്ക് എത്തണം..."

"നൂറയുടെ വീട്ടിലോ? എന്തുപറ്റി?"

"അല്ല ഹബീബി. ഖത്തീഫ് മസ്ജിദിൽ ഒരു ശൈഖിനെ കാണണം"

ഞാൻ മിഴിച്ചു നിൽക്കുന്നത് കണ്ടപ്പോൾ മാറ്റി നിർത്തി പറഞ്ഞു.

"ഡോണ്ട് വറി. സുൽത്താനെക്കുറിച്ച് ഒരു ഹിന്റ് കിട്ടി. ഒന്നന്വേഷിക്കാൻ."

അങ്ങനെയാണ് ഹജ്ജ് അവധിയുടെ ആദ്യദിനം തന്നെ ഖത്തീഫ് പള്ളിയിലെ മൗനയുദ്ധത്തിന് ഞങ്ങൾ ഇരകളായത്.

ഖത്തീഫിനെക്കുറിച്ചുള്ള വാർത്തകൾ പലതും ഞങ്ങൾ ചർച്ച ചെയ്യാറുണ്ട്. ഷിയാപ്രദേശങ്ങൾ അധികാരം കയ്യിലെടുക്കുന്നു. മുതവ്വ[1], ഷുർത്ത[2] തുടങ്ങിയ ഭരണയന്ത്രങ്ങൾക്കൊന്നും ഖത്തീഫിലേക്ക് ചെന്നു

---

1. മതകാര്യ പൊലീസ്
2. ലോക്കൽ പൊലീസ്

കൂടാ. ഷിയാ സേനകൾ സൗദി ഭരണകൂടത്തെ ആട്ടിയോടിക്കുന്നു. അവരുടെ കൈയിൽ യഥേഷ്ടം പണവും ആയുധങ്ങളുമുണ്ട്. ഭരണ കൂടം കാര്യങ്ങൾ മണത്തറിഞ്ഞ് പ്രതികാരം ചെയ്യുന്നു. സംഘർഷം ദിനേന കനത്തുവരുന്നു. ചെറുതും വലുതുമായ ഏറ്റുമുട്ടലുകളും വെടിവെപ്പും ഇടയ്ക്കിടെ ഉണ്ടാവുന്നുണ്ട്. രാജഭരണത്തിന്റെ താത്പര്യ പ്രകാരം ഈ കലാപങ്ങൾ മാധ്യമങ്ങൾ തമസ്കരിക്കുന്നു. അല്ലെങ്കിൽ ന്യൂനീകരിക്കുന്നു.

ആ പരമ്പരയിലെ ഒടുവിലത്തെ ഏറ്റുമുട്ടലാണ് കഴിഞ്ഞ വെള്ളി യാഴ്ച നടന്നത്. പ്രക്ഷുബ്ധമായ ജനക്കൂട്ടത്തെ പൊലീസ് നേരിട്ടു. ഇരുവശത്തുമുണ്ടായ മരണങ്ങളുടെ എണ്ണം പുറത്തു വിട്ടിട്ടില്ല. മൃതദേഹ ങ്ങൾപോലും വിട്ടുകൊടുത്തിട്ടില്ല. ഖത്തീഫ് ഇപ്പോഴും പുകയുന്നുണ്ടാ വണം.

ഇതിലൊക്കെ എന്താണ് സൽമാന് കാര്യം?

'മിണ്ടരുത്' എന്ന ഫത്‌വ ഒരു ജിന്നു[1]പോലെ ഇവനെ പിടികൂടിയത് എന്തേ?

അവനെ ഒന്ന് കുലുക്കി വിളിക്കാൻ ഞാൻ വെമ്പി.

തൊട്ടടുത്ത ഗെയിറ്റ് കടന്ന് രണ്ട് ഖദ്ദാമ[2]മാർ കറുത്ത പ്ലാസ്റ്റിക് ബാഗു കളുമായി ഇറങ്ങിവന്നു. പൂച്ചക്കുട്ടിയുടെ മുഖവും കണ്ണുകളുമുള്ള ഒരാൾ ഫിലിപ്പൈനിയാണെന്ന് തീർച്ച. ആട്ടിൻകുട്ടിയുടെ മുഖമുള്ള മറ്റേയാൾ ഇന്തോനേഷ്യക്കാരി. കവറുകൾ ബലദിയ[3] പെട്ടിയിൽ എറിഞ്ഞ് തിരിഞ്ഞ് നടക്കുമ്പോൾ രണ്ടുപേരും ഞങ്ങളെ നോക്കി പുഞ്ചിരിച്ചു. സൽമാൻ അത് ശ്രദ്ധിച്ചതേയില്ല.

ഞാൻ ചിരിക്കാൻ ശ്രമിച്ചതേയുള്ളൂ. ആ നാല് കണ്ണുകളിൽ ഒരായിരം നക്ഷത്രങ്ങൾ വിരിഞ്ഞു. ഒരു ഞെട്ടലോടെ കണ്ണുകൾ പിൻവലിച്ചു.

പണ്ട്, പ്രവാസത്തിന്റെ ആദ്യനാളുകളിൽ ഒത്തെയിം മാളിൽ ഏറ്റു മുട്ടിയ രണ്ട് കണ്ണുകൾ ഇപ്പോഴും മുമ്പിൽ കത്തുന്നതുപോലെ. ബുർത്തു ഗാൽ[4] നിരത്തിയ ടേബിളിൽ നല്ലത് തിരഞ്ഞ് കവറിൽ ഇടുമ്പോഴാണ് എതിർവശത്ത് നിന്ന് നീണ്ടുവന്ന ഒരു മൈലാഞ്ചിക്കൈ കണ്ണിൽപെട്ടത്. കറുത്ത കൈയിന്റെ അറ്റത്ത് മുഖം മൂടിയ ഒരു അബായ[5]ക്കാരി ഞാൻ തൊട്ട അതേ ഓറഞ്ച് പിടിച്ചെടുക്കുകയാണ്.

ഞങ്ങളുടെ കണ്ണുകൾ ഇടഞ്ഞു. ആഫ്രിക്കൻ വൻകരയിലെ ഏതോ ദേശക്കാരിയാണെന്ന് തോന്നിച്ചു. കറുപ്പിൽ പൊതിഞ്ഞ ആ കറുത്ത

1. ദിവ്യശക്തിയുള്ള അമാനുഷ ജീവിവർഗം
2. വേലക്കാരി
3. ശുചീകരണവകുപ്പ്
4. ഓറഞ്ച്
5. അറബിപ്പെണ്ണിന്റെ കറുത്ത മേൽവസ്ത്രം

മുഖത്ത് നിന്ന് കത്തിയാളിയ പന്തങ്ങൾ പോലെ രണ്ടു കണ്ണുകൾ... ആ കണ്ണുകളും കൈവിരലുകളും കൈമാറിയ മൗന മുദ്രകൾ എന്നെ പൊള്ളിച്ചു.

നിമിഷങ്ങൾ മാത്രം... ഞാൻ സ്ഥലകാലങ്ങളിലേക്ക് ഉണർന്നു. തക്കാളിയുടെ ടേബിളിലേക്ക് നീങ്ങി. അലസമായി ശ്രദ്ധിക്കുമ്പോൾ അല്പം ദൂരെ അവളോടൊപ്പം വന്ന അറബി യജമാനത്തി ട്രോളിക്കരികെ കാത്തുനിൽക്കുന്നുണ്ട്. അതോടെ ഉള്ളൊന്നു കാളി. പിന്നെ ആരെയും ശ്രദ്ധിച്ചതേയില്ല.

കറങ്ങിത്തിരിഞ്ഞ് വഴുതനയുടെ മൂലയിൽ എത്തിയപ്പോഴുണ്ട് തൊട്ടരികിൽ പെണ്ണിന്റെ മണം. അബായയുടെ തിരയിളക്കവും. അതേ കൈകൾ വഴുതനക്കൂട്ടത്തിൽ ഒരു നിമിഷം വെറുതെ ഒഴുകിനടന്നു. നടന്നു നീങ്ങുമ്പോൾ അവൾ എന്തോ മന്ത്രിച്ചുവെന്ന് തോന്നി. പോയിക്കഴിഞ്ഞപ്പോൾ വഴുതനകൾക്കിടയിൽ ഒരു കൊച്ചു കടലാസുതുണ്ട്! വെറുതെ എടുത്ത് നോക്കിയപ്പോൾ അറബിയിൽ ഒരു ജവാൽത്ത* നമ്പർ. പതുക്കെ കണ്ണയയ്ക്കുമ്പോൾ അകലെനിന്ന് അവൾ മൈലാഞ്ചിക്കൈ വീശി യാത്ര പറയുന്നത് പോലെ.

ഞാൻ വിയർത്തു. സൗദി അറേബ്യയെക്കുറിച്ച് കേട്ട വിവരങ്ങൾ ഓർത്തപ്പോൾ ഉള്ളു കിടുങ്ങി. ആരോടും പറഞ്ഞില്ല. എങ്കിലും ആ കടലാസുതുണ്ടം എത്രയോ രാവുകളിലെ ഉറക്കം കളഞ്ഞു. എത്രയോ പകലുകളിൽ മനസ്സിന്റെ ഏകാഗ്രതയും.

ആ നമ്പറിൽ വിളിച്ചില്ല. അങ്ങനെയൊരു വിളിക്കുള്ള ധൈര്യമുണ്ടായിരുന്നില്ല. അറബിയിൽ മനസ്സു തുറക്കാനുള്ള ഭാഷയും അന്ന് കൈവശമുണ്ടായിരുന്നില്ല.

വർഷങ്ങൾക്കുശേഷമാണ് ഒരു യാത്രയിൽ സൽമാനോട് ഈ സ്വകാര്യം പങ്കിട്ടത്. എനിക്കത് തമാശയായിരുന്നില്ല. സൽമാൻ പക്ഷേ, പൊട്ടിച്ചിരിച്ചു:

"ഞങ്ങളുടെ പയ്യന്മാർ കാർ നമ്പറാണ് കൈമാറുക" അവൻ പറഞ്ഞു.

"കാർ നമ്പറോ?" എനിക്കൊന്നും മനസ്സിലായില്ല.

സൽമാൻ വിശദീകരിച്ചു. "ഷോപ്പിംഗ് മാളുകളാണ് ഞങ്ങളുടെ എല്ലാ വിശപ്പും തീർക്കുന്നത്. സ്വന്തം കാറിൽ ഡ്രൈവറോടൊപ്പം ഷോപ്പിംഗിന് വരുന്ന സ്ത്രീകൾ, അടുത്ത വാതിലിലൂടെ ഇറങ്ങി ഇഷ്ടപ്പെട്ട കാറിൽ പോയി കയറും. ഡ്രൈവർക്കോ ഭർത്താവിനോ തിരിച്ചറിയാനാവാത്ത വേഷം വലിയൊരു സൗകര്യമാണ് മോനേ..."

ഞാൻ കണ്ണുമിഴിച്ചപ്പോൾ, സൽമാൻ മുകളിലേക്ക് കണ്ണുകളുയർത്തി.

"അതേ സഹോദരാ... ഒത്തെമിനും കാരിഫോറിനും സ്തുതി. ജിയാന്തിനും ഹൈപ്പർ പാണ്ടയ്ക്കും സ്തുതി. ഇപ്പോൾ നിങ്ങളുടെ ലുലു

* മൊബൈൽ

മാളിനും ഒരായിരം സ്തുതി." അവൻ ഉറഞ്ഞുറഞ്ഞ് ചിരിച്ചു കൊണ്ടേയിരുന്നു.

ഒരു നീണ്ട മൗനത്തിനുശേഷം അന്നവൻ പറഞ്ഞത് ഇന്നും ഞാനോർക്കുന്നു:

"ബട്ട് വൺ തിംഗ്. വിദേശ തൊഴിലാളികളെ കുറ്റപ്പെടുത്തരുത്. പ്രവാസത്തിന്റെ വിധിയും വ്യവസ്ഥയും വേറെയാണ്. മരുഭൂമിയിൽ വെന്തുരുകുന്ന ഓരോ മണൽത്തരിക്കും വേവിറങ്ങാൻ ഒരു മഞ്ഞു തുള്ളി വേണ്ടിവരും."

ശരിയാവാം. അനുഭവങ്ങളെ പിഴിഞ്ഞും കിനാവുകളെ കറന്നും ഹിമകണങ്ങൾ നേടാൻ എല്ലാവർക്കും കഴിഞ്ഞെന്നു വരില്ല. അവർ ആൾക്കൂട്ടത്തിന്റെ ഏകാന്തതയിലും ആകാശത്തിന്റെ വിശാലതയിലും കണ്ണും കരളുമെറിയും. ദേശഭാഷകൾ കടന്ന് ഒരു മനുഷ്യജീവി ആ ജീവിതത്തിന്റെ ചൂടറിയാൻ വരും. അതാണ് ചരിത്രത്തിന്റെ അനിവാര്യത.

സൽമാൻ ആഞ്ഞു നടക്കുകയാണ്. ഒരു പിൻവിളിക്കുപോലും വാക്കുകൾ എന്നെ തുണച്ചില്ല. ഞങ്ങളെ വട്ടംചുറ്റി പിന്തുടരുന്ന കാറ്റിനുപോലും ഭീതിയുടെ ഗന്ധം!

മൗനത്തിന്റെ ചിറകുകളിൽ എവിടെയോ ജലാലുദ്ദീൻ റൂമിയുടെ മന്ത്രം:

പ്രിയ സ്നേഹിതാ, നിന്റെ നാവ്
ആത്മാവിന്റെ ശത്രുവാകുന്നത് തടയൂ
അധരങ്ങൾ മൗനിയാകുമ്പോൾ
ഹൃദയത്തിനായിരം നാവുണരുന്നു

(ദിവാനീ ഷംസീ തബ്രീസ്)

മൂന്ന്

ആയിരത്തൊന്ന് വർണങ്ങൾ

ഖൈമ[1]യിൽ നിന്ന് ഏറെ ദൂരം പിന്നിട്ടത് ഞാനറിയുന്നുണ്ട്. സൽമാൻ അപ്പോഴും നടന്നുകൊണ്ടേയിരുന്നു. അവന്റെ ഇടതുവശം ചേർന്ന് ഒരടി പിറകിൽ ഞാനും. ഞങ്ങളുടെ നീണ്ട നിഴലുകൾ കൃത്യം പിൻഭാഗത്തായി മണൽമെത്തയിൽ ഇഴഞ്ഞിഴഞ്ഞ് വന്നു കൊണ്ടിരുന്നു.

സൂര്യൻ തൊട്ടുമുമ്പിൽ ഒരു തീഗോളം പോലെ. അടുത്ത മണൽക്കൂന കടന്നാൽ ഒരു മുത്തം കൊടുത്ത് തിരിച്ചുവരാമെന്ന മട്ടിൽ. സൽമാനോടൊത്ത് മരുഭൂമിയിൽ ചിലവിടുന്ന സായാഹ്നങ്ങളിലൊക്കെ എനിക്ക് തോന്നാറുണ്ട്... അവൻ സൂര്യനെ തൊട്ടേ മടങ്ങൂ...

പക്ഷേ അവൻ എപ്പോഴും മറ്റൊരു ലക്ഷ്യം കണ്ടിരിക്കും. അത് അവന്റെ മുമ്പിൽ കൃത്യമായി വന്ന് തലനീട്ടുകയും ചെയ്യും. ഒന്നുകിൽ മിനുമിനുത്ത ഒരു ശിലാശില്പം. അല്ലെങ്കിൽ എന്നോ മണ്ണടിഞ്ഞ ഒരു ഒട്ടകത്തിന്റെ തലയോട്ടി. മറ്റു ചിലപ്പോൾ അന്നുവരെ കണ്ടിട്ടില്ലാത്ത ഒരു മരുപുഷ്പം. അല്ലെങ്കിൽ അത്യപൂർവ്വമായി ഒരു അബാൽപ്പഴം (മരുഭൂമിയിലെ അപൂർവ്വയിനം ഫലം). ഇതൊന്നുമല്ലെങ്കിൽ കാൽച്ചുവട്ടിൽനിന്ന് അസാധാരണ നിറത്തിലുള്ള ഒരു പിടി മണൽ വാരി തോബിന്റെ കീശയിൽ കരുതിയ പ്ലാസ്റ്റിക് ഉറയിൽ നിറയ്ക്കും. കിട്ടിയതെന്തും കൊണ്ടുപോകും. മണ്ണുറ കാറിന്റെ ഡാഷിൽവച്ച് മടങ്ങുമ്പോൾ അന്നൊരിക്കൽ ഞാൻ ചോദിച്ചിട്ടുണ്ട്:

"ലേഷ് ഹാദാ?"[2]

സൽമാൻ ഗൗരവം പൂണ്ടു. സൗമ്യസ്വരത്തിൽ ഒരു ഖുർ-ആൻ വാക്യം:

"മിൻഹാ ഖലഖ്നാകും... വഫീഹാ നുഈദുകും..."[3]

---

1 കൂടാരം

2 എന്തിനാണ് ഇത്?

3. ഇതിൽ (മണ്ണിൽ) നിന്നാണ് നിങ്ങളെ സൃഷ്ടിച്ചത്. ഇതിലേക്കു തന്നെ മടക്കവും

“ഐ...വ്വ” (അതേ - ആഹ്ലാദക സൂചകം) വണ്ടിയോടിച്ചുകൊണ്ടിരുന്ന അഫ്രാസിന് അത് വല്ലാതെ പിടിച്ചു. പിൻസീറ്റിലിരുന്ന സുഡാനികളും അന്ന് അത് ആസ്വദിച്ചു.

എനിക്കുമാത്രം ചിരിക്കാൻ തോന്നിയില്ല. പള്ളിപ്പറമ്പിൽ അന്ത്യോപചാരമായി പിതാവിന്റെ ഖബറിലേക്ക് മൂന്ന് വട്ടം വാരിയിട്ട മൺതരികളാണ് അപ്പോൾ കണ്ണിൽ തെളിഞ്ഞത്.

പുറത്ത് പൊള്ളുന്ന ഇരുട്ട് കനത്തു വരുമ്പോൾ, മണൽക്കുന്നുകൾ ചീറിക്കയറുന്ന ഫോർഡ് എക്സ്പഡിഷൻ കാർ സമർത്ഥമായി ഓടിച്ചുകൊണ്ട് അഫ്രാസ് അകത്തെ മൗനം മുറിച്ചു. കാർ സ്റ്റീരിയോയിൽനിന്ന് പതിഞ്ഞ താളത്തിൽ ഒഴുകിക്കൊണ്ടിരുന്ന മുഹമ്മദ് അബ്ദുവിന്റെ സംഗീതം അവൻ ഓഫ് ചെയ്തു. സൽമാൻ തിരിഞ്ഞുനോക്കുമ്പോൾ അഫ്രാസ് ഒരു ഗസൽ മൂളിത്തുടങ്ങി. ദൈവത്തിന്റെ വിചാരണകൾ അസാധുവാക്കുന്ന മിർസാ ഗാലിബിന്റെ വിഖ്യാതവരികൾ...

“ഭലായി ജോ കി ഹം നേ
കരം തുമാരാ ഹേ...
അജ്റാത്ത് നഹീ മാങ്തേ...
ബുരായി ഭീ ഹോ ജബ് തുംസേ
തോ ഫിർ അയ് ഖുദാ
യേ ശസാ കിസ്‌ലിയേ?...”

“വ്വ... വ്വ... വ്വ...” (അഭിനന്ദന ശബ്ദം) എന്ന് ഞാൻ പറയും മുമ്പേ സൽമാൻ ഏന്തിവലിഞ്ഞ് അഫ്രാസിന്റെ കവിളത്ത് ഒരു മുത്തം കൊടുത്തു.

“മിഅ, മിഅ...”* സുഡാനികളും അഭിനന്ദിച്ചു.

ഹൃദയവികാരങ്ങളുടെ കാവ്യതാളങ്ങൾക്ക് ഭാഷയില്ല എന്നു പഠിക്കാൻ ഏറ്റവും നല്ല വിദ്യാലയമാണ് പ്രവാസം. സംഗീതം പ്രാപഞ്ചിക ഭാഷയാണെന്ന ലോകപാഠം ഓരോ നിമിഷവും അനുഭവിക്കുന്ന വിദ്യാലയം...

ഗാലിബിന്റെ കാവ്യസാരം ഞാൻ മനസാ വിസ്തരിച്ചു നോക്കി. ആത്മവീര്യത്തിന്റെ കനലുകൾ കത്തിയാളുന്ന വാക്കുകൾ... ഗാലിബിനെ മലയാളീകരിച്ച കെ.പി.എ. സമദിന് വിദൂര നമസ്കാരം.

“ഞങ്ങൾ ചെയ്യുന്ന നന്മകൾ
നീ കാരണമാണ്
അതുകൊണ്ട് പ്രതിഫലം ചോദിക്കുന്നില്ല
തിന്മകൾക്കും കാരണം നീയല്ലേ?
പിന്നെ ശിക്ഷിക്കുന്നതെന്തിന്?”

---

* നൂറിൽ നൂറ്

അന്ന് രാത്രി സൽമാന്റെ വില്ലയിലെ പുൽമെത്തയിൽ കൂളറിൽ നിന്ന് ചാറി വീഴുന്ന ജലധാരയുടെ തണുപ്പിൽ നാരങ്ങാനീരു കഴിച്ച് സൊറ പറഞ്ഞിരിക്കുമ്പോൾ മകളെ വിളിച്ച് കാറിന്റെ ഡാഷിലെ പൊതിയെടുക്കാൻ അവൻ നിർദ്ദേശം കൊടുത്തു.

കാറിൽനിന്ന് കിട്ടിയ മണ്ണുമായി പിതാവിനോട് നന്ദി പറയാൻ ഹിന്ദ് വന്നു. സുറുമയെഴുതിയ കണ്ണുകളും മെടഞ്ഞിട്ട മുടിയുമായി ചിരിച്ചു കൊണ്ട് വന്ന പാവാടക്കാരി 'ഹായ് അങ്കിൾ' എന്നു പറഞ്ഞു കൊണ്ട് എന്റെ കവിളത്തും തന്നു ഒരു മുത്തം. അമേരിക്കൻ എംബസി സ്കൂളിലെ ആ ഏഴാംക്ലാസ് വിദ്യാർത്ഥിനിയെ ചേർത്തു പിടിച്ച്, സൽമാൻ പറയാത്ത ഉത്തരം ഞാൻ തേടി.

"കാൻ ഐ നോ, വാട്സിറ്റ് ഫോർ മൈ ഡിയർ?"[1]

"ഓ... യു ഡോൺ നോ? ഇറ്റ്സ് മൈ ഹോബി അങ്ക്ൾ...[2] കമോൺ... ഐ വിൽ ഷോ യു..."[3]

ഹിന്ദ് എന്റെ കൈപിടിച്ച് അകത്തേക്ക് കൊണ്ടുപോകുമ്പോൾ സൽമാന്റെ മുഖത്ത് എരിയുന്ന സിഗററ്റിന്റെ വെട്ടത്തിൽ ഒരു കുസൃതി ച്ചിരി വിരിയുന്നുണ്ടായിരുന്നു...

ഹിന്ദിന്റെ ഷോക്കെയ്സിൽ നിരന്നുനിൽക്കുന്ന ചില്ലളുക്കുകൾ... ഓരോന്നിലും ഓരോ നിറത്തിലുള്ള മണൽത്തരികൾ... ഒന്നുമുതൽ നാൽപത്തിയൊന്ന് വരെ നമ്പറുകൾ ഒട്ടിച്ചുവച്ചിരിക്കുന്നു. ഇനിയും പുതിയ വർണ്ണങ്ങൾ കാത്തു കിടക്കുന്ന ഒഴിഞ്ഞ കുപ്പികൾ... ഇത്രയേറെ നിറങ്ങൾ പെയിന്റ് കമ്പനിയുടെ കാറ്റലോഗിൽ പോലും ഞാൻ കണ്ടി ട്ടില്ല!

ഒരു കുപ്പിയിലേക്ക് അന്നു കിട്ടിയ മണൽ അവൾ പകരുമ്പോൾ ഞാൻ ഒരു സംശയം കൂടി തീർത്തു.

"ആൾ ദീസ് ഫ്രം ദിസ് കൺട്രി?"[4]

"ഷുവർ അങ്കിൾ... അവർ ഓൺ സാന്റ്"[5]

മരുഭൂമിയിലെ മണലിന് ഒരു നിറം മാത്രമേയുള്ളൂ എന്ന ചിത്രപരിജ്ഞാനവുമായി നാടുവിട്ട എന്റെ മുമ്പിൽ ഒരായിരം വർണ്ണങ്ങളിൽ മരുഭൂമി പൂത്തുലഞ്ഞത് അന്നുമുതലാണ്. പിന്നെപ്പിന്നെ എല്ലാ യാത്രകളിലും മരുഭൂമിയുടെ വർണ്ണവൈവിധ്യമാണ് എന്റെ കണ്ണുകൾ ആസ്വദിച്ചുകൊണ്ടിരുന്നത്.

---

1. ഇതെന്തിനാണെന്ന് പറയാമോ മോളേ?
2. അറിഞ്ഞൂടെ? ഇതെന്റെ ഹോബിയാണ് അങ്കിൾ
3. വരൂ ഞാൻ കാണിച്ചുതരാം
4. ഇതെല്ലാം ഈ നാട്ടിലേതുതന്നെയാണോ?
5. തീർച്ചയായും അങ്കിൾ, ഞങ്ങളുടെ സ്വന്തം മണ്ണ്

അറേബ്യയിൽ കണ്ടെത്തിയ എൺപത് ഇനം മരുപുഷ്പങ്ങൾ അബഹയിലെ പുഷ്പമേളയിൽ ഒരിക്കൽ കണ്ടിരുന്നു. പക്ഷേ പൂക്കളേക്കാൾ എത്രയോ അധികമാണ് മണലിൽ തെളിയുന്ന വർണ്ണങ്ങൾ. ഒരുവേള മരുഭൂമി തന്നെയും ആകാശത്തോളം വിസ്തൃതമായ ഒരു മഹോദ്യാനമായി തോന്നിത്തുടങ്ങി...

ഒരിക്കലെങ്കിലും നാടുവിടാത്തവന്റെ ലോകം എത്ര ചെറുതാണെന്ന് എന്നെത്തന്നെ സാക്ഷിയാക്കി ഞാൻ വിസ്തരിച്ചു. അറിഞ്ഞതിനപ്പുറം ആകാശമില്ലെന്നു വിശ്വസിച്ചുറപ്പിച്ച പൊട്ടക്കൂട്ടത്തിൽപെട്ടിരുന്നു ഞാനും.

കാടും കായലുമാണ് പ്രകൃതിസൗന്ദര്യത്തിന്റെ പരമാവധിയെന്ന് ധരിച്ചുനടന്ന കാലം... കേരളാഭിമാനത്തിന്റെ കടുപ്പം അഹന്തയോളം വികസിച്ച ചെറുപ്പം... വനനാശത്തെയും വരണ്ട മനസ്സിനേയും 'മരുഭൂമി' യെന്ന് വിളിച്ച് ആക്ഷേപിച്ചിരുന്ന ഭാഷാരീതി...

ഒരു നടുക്കത്തോടെ ഞാൻ എന്നെത്തന്നെ തിരുത്തട്ടെ:

ഭൂമുഖത്തെ ഏറ്റവും സുന്ദരമായ അനുഭൂതിയാണ് മരുഭൂമി... കണ്ടാൽ മടുക്കാത്ത, അടുക്കുന്തോറും ആത്മാവിലേക്ക് നമ്മെ കാന്തികശക്തിയോടെ വലിച്ചടുപ്പിക്കുന്ന മോഹിനിയാണ് അവൾ... അവളുടെ വന്യതയും രൗദ്രതയും നമ്മെ മടുപ്പിക്കുകയോ പേടിപ്പിക്കുകയോ അല്ല. ഭ്രമിപ്പിക്കുകയും ഉത്തേജിപ്പിക്കുകയുമാണ്.

ബർട്ടനും ലോറൻസും ഫിൽബിയും തെസിഗറും അത് എന്നോ അറിഞ്ഞവരാണ്. ചാൾസ് ഡോട്ടും മുഹമ്മദ് അസദും അത് ആവോളം അനുഭവിച്ചവരാണ്. നമ്മളാണ് അറിയാൻ വൈകിയത്. അനുഭവിക്കാൻ മടിക്കുന്നത്.

റിയാദിലെ റൗളയിൽ സൽമാന്റെ വീട്ടിൽ ആദ്യം ചെല്ലുമ്പോൾ ഞങ്ങളുടെ സഹപ്രവർത്തകൻ മൂസ്സാ അൽ ഖഹ്താനിയും കൂടെയുണ്ട്.

മൂത്ത പുത്രിക്ക് 'ഹിന്ദ്' എന്നു പേരിട്ടത് എന്താണെന്ന് അന്നുതന്നെ ഞാൻ സൽമാനോട് ചോദിച്ചു.

"ഐ ലവ് യുവർ ഇന്ത്യ. ദാറ്റ്സിറ്റ്..."[1] സൽമാൻ ഒറ്റവാക്യത്തിൽ ഒഴിഞ്ഞു. മൂസ്സ പക്ഷെ വാചാലനായി.

"ഇറ്റ്സ് അവർ പ്രസ്റ്റീജ്യസ് കസ്റ്റം..."[2] അവൻ പറഞ്ഞു തുടങ്ങി. "അന്തസ്സുള്ള അറബ് വീടുകളിൽ ഒരു കുട്ടിക്കെങ്കിലും 'ഇന്ത്യ' എന്ന് പേരിട്ടിരുന്നത് പ്രതാപത്തിന്റെ അടയാളമായിരുന്ന കാലം... ഇസ്ലാമിനു മുമ്പ് തന്നെ വ്യാപാരപ്രമുഖരുടെ കുടുംബങ്ങളിൽ മൊട്ടിട്ടുവന്ന ഇന്ത്യകൾ... പ്രവാചകന്റെ പത്നി ഖദീജക്ക് ആദ്യഭർത്താവിൽ പിറന്ന രണ്ടു മക്കൾക്കും ഹിന്ദ് എന്നായിരുന്നുവല്ലോ പേര്."

---

1. ഞാൻ നിങ്ങളുടെ ഇന്ത്യയെ സ്നേഹിക്കുന്നു. അത്രമാത്രം
2. അത് ഞങ്ങളുടെ അന്തസ്സാർന്ന ശീലമാണ്.

മൂസ്സ തുടരുമ്പോൾ ഞാൻ ചിരിച്ചുകൊണ്ട് ഇടപെട്ടു. “അന്ന് നിങ്ങൾക്ക് ഞങ്ങളെ വേണമായിരുന്നു. ഒന്നാം നൂറ്റാണ്ടുമുതൽ ഞങ്ങളുടെ കുരുമുളകും ഇഞ്ചിയും ഏലവുമാണ് നിങ്ങളെ ജീവിപ്പിച്ചിരുന്നത്. ഇന്ന് ഞങ്ങൾ നിങ്ങളുടെ അടിമകൾ...”

“അതും നേരാണ്.” മൂസ്സ അനുകൂലിച്ചു. “അന്ന് മണ്ണിൽ കുരുത്ത പൊന്നുതേടി ഞങ്ങൾ അങ്ങോട്ട്. ഇന്ന് മണ്ണിന്നടിയിലെ പൊന്നു തേടി നിങ്ങൾ ഇങ്ങോട്ടും. ദൈവത്തിന്റെ ഓരോ വികൃതികൾ...”

“ശരിയാണ്, കുരുമുളക് മാത്രമല്ല, ഞങ്ങൾക്ക് ഉടുക്കാൻ തുണിയും പൊരുതാൻ വാളും ഒക്കെ തന്നത് അന്ന് ഇന്ത്യയാണ്. നമ്മുടെ ഹുക്ക പോലും മലബാറിയല്ലേ?” സൽമാനും ചരിത്രം പറഞ്ഞു.

“അങ്ങനെയെങ്കിൽ നമ്മുടെ പിതാക്കളെ ഹഷീഷ്[1] തീറ്റിച്ചതും ഇവരാണ്” മൂസ്സ പറയുമ്പോൾ ഞാനും പൊട്ടിച്ചിരിച്ചു.

“ലാ... ലാ... ഖല്ലി... അൽയൗം കുല്ലു അബ്ദുള്ളാ...”[2] സൽമാൻ സാത്വികനായി. എല്ലാവരും ദൈവത്തിന്റെ അടിമകൾ. മനുഷ്യർക്കിടയിൽ ഉടമയും അടിമയുമില്ല. ഇസ്‌ലാമിന്റെ വേദപ്രമാണം. അറബ് സംസ്കാരത്തിന്റെ വിശ്വാസപ്രമാണം. എല്ലാ വിശ്വാസങ്ങളും പ്രമാണത്തിൽ മാത്രമായിപ്പോകുന്ന പുതിയ കാലത്തും സൽമാൻ പഴയ അറബിയാണ്. നൂതന വിദ്യാഭ്യാസവും സ്വതന്ത്രചിന്തയും പുതിയ ജീവിതവുമുള്ള പഴയ ബദു[3] അറബി!

കാറ്റിന് ഊക്ക് കുറഞ്ഞിട്ടുണ്ട്. എങ്കിലും ചുട്ടുപഴുത്ത മണ്ണിന്റെ ആവി കുറഞ്ഞിട്ടില്ല. സൽമാൻ സൂര്യബിംബത്തോട് അടുക്കുകയാണ്. അവന്റെ ലക്ഷ്യം വരെ ഇടറാതെ തുടരാൻ ഞാനും.

കാറ്റിന്റെ ദിശ മാറുമ്പോൾ അവന്റെ തോബും കഫിയ്യയും പാറിപ്പൊങ്ങുന്നുണ്ട്. വെള്ളക്കാലുറ മുട്ടിനുമീതെയും പലപ്പോഴും വെളിവായി. അഗ്ബാൽ അമർത്തിവെച്ച് എരിയുന്ന സിഗരറ്റുമായി അവൻ മുമ്പോട്ടു തന്നെ. വിയർത്തുകുളിച്ച്...

ബട്ടണുകൾ അഴിച്ചിട്ട എന്റെ നീല ബ്ളെയ്സർ[4] പറന്നുപൊങ്ങുമ്പോൾ ഇരുകൈകളും പോക്കറ്റിലിട്ട് നേരെ നിർത്തി. വരയൻ പുള്ളിയുള്ള ടൈ അപ്പോഴും കഴുത്തിൽകിടന്ന് ആടിക്കളിക്കുന്നുണ്ട്. കൈതോലകൊണ്ട് നെയ്ത ഹാറ്റ് റബ്ബർബാന്റ് കൊണ്ട് താടിയിൽ കുടുക്കി തലയിൽ വെച്ചിട്ടും ചൂടിന് കുറവില്ല. ചൂട് ഇപ്പോൾ തലയ്ക്ക് മുകളിലല്ലല്ലോ. കാൽച്ചുവട്ടിലെ മണലിലും കണ്ണിൽ അടിച്ചുകയറുന്ന ചുടുകാറ്റിലുമാണ്.

---

1. ഒരിനം മയക്കുമരുന്ന്
2. വേണ്ട വേണ്ട വിട്ടേക്കൂ. ഇന്ന് എല്ലാവരും ദൈവത്തിന്റെ അടിമകൾ
3. നാടോടിയായ അപരിഷ്കൃത അറബി
4. ഓവർക്കോട്ട്

ഞങ്ങളുടെ ഷൂസുകൾ മണ്ണിലാഴുന്നുണ്ട്. പൊള്ളുന്ന മണൽ തരികൾ കൊട്ടിക്കളഞ്ഞ് മുന്നോട്ടുതന്നെ. സൽമാന്റെ മരുഭൂയാത്രകൾക്ക് ലക്ഷ്യം മാത്രമേ ഉണ്ടാവൂ. ഉദ്ദേശ്യം ഉണ്ടാവാറില്ല.

മരൂഭൂമി അവന് ഒരു ആസക്തിയാണ്. അമ്മയുടെ വാത്സല്യം തേടി പതിവായി ചെന്നുവീഴുന്ന മടിത്തട്ടുപോലെ... കാമിനിയുടെ സൗരഭ്യം തേടി പാതിരാവുകളിൽ ചെന്നലിയുന്ന വിരിപ്പുപോലെ... ഓരോ തവണയും അവൻ പുതിയ പാതകളും ലക്ഷ്യങ്ങളും കണ്ടെത്തും. പക്ഷേ യാത്ര യുടെ ഉദ്ദേശ്യം ഒന്നുമാത്രം. ഏത് മരുഭൂമിയിലെ മണൽക്കൂനകളിലും അവൻ അനുഭവിക്കുന്നത് പ്രാക്തനമായ ഒരു വികാരം. ആത്മീയമായ ഒരേ സായൂജ്യം. അതെ, ഒരേ അമ്മയുടെ മധുരം... ഒരേ ഹൂറിയുടെ മുത്തം... ആൾക്കൂട്ടത്തിന്റെ ആരവങ്ങളിൽനിന്ന് മണൽപ്പരപ്പിന്റെ നിശ്ശബ്ദത തേടിയാവണം മനുഷ്യൻ മരുഭൂമിയിലേക്കുള്ള വഴി തേടു ന്നത്. പക്ഷേ ഒരിക്കലെങ്കിലും മണൽക്കടലിന്റെ അലകളിൽ ആടിയ ലിഞ്ഞ് ധ്യാനം കൊള്ളുമ്പോൾ നാമറിയുന്നു:

മൗനം ഒരു മരീചികയാണ്. പദാർത്ഥപ്രപഞ്ചത്തിലെ അനന്തകോടി ഗോളങ്ങളുടെ നീക്കവും കറക്കവും ഘർഷണവും വിസ്ഫോടനവുമെല്ലാം ശബ്ദമുഖരിതമാണ്. പദാർത്ഥങ്ങൾക്കുള്ളിൽ പോലും പരമാണുക്കളുടെ പടയോട്ടം, നിലയ്ക്കാത്ത പെരുമ്പറകൾ മുഴക്കുന്നു.

ആപേക്ഷിക നിശ്ശബ്ദതയുടെ വന്യമുദ്രകൾ കാട്ടി മനുഷ്യമക്കളെ ആകർഷിക്കുന്ന മരുഭൂമി ഒടുവിൽ മൗനത്തിന്റെ ഹുങ്കാരത്തിൽ അവരെ ചേതനയറ്റ മണൽത്തരികളാക്കുന്നു.

മരുഭൂമിയിലെ കൂടാരത്തിൽ രാപാർത്ത ആദ്യരാത്രിയിൽ ഞാൻ ഡയറിയിൽ കുറിച്ചു:

മരുഭൂമി മോഹിനിയാണ്. എന്നാൽ മൗനം മിഥ്യയാണ്.

സൽമാനെ മനസ്സിലായിത്തുടങ്ങിയപ്പോൾ ഇതേ ലഹരി എന്നെയും പിടികൂടാൻ തുടങ്ങി. ഞാൻ തന്നെ യാത്രകൾക്ക് നിമിത്തമായി. വഴിയും കൂട്ടാളിയുമായി.

യാത്രയിൽ വിശക്കുന്നവരെയല്ല, യാത്രകൊണ്ട് വിശപ്പടക്കുന്നവരെ യാണ് സൽമാൻ കൂട്ടാളികളായി തിരഞ്ഞെടുക്കുക. അവരുടെ ദേശവും യോഗ്യതയും പദവിയും വരുമാനവും അവന് പ്രശ്നമേയല്ല. എല്ലാവരും തന്നെപ്പോലെ ദൈവത്തിന്റെ അടിമകൾ... മലബാറിയായ ഞാനും പാകി സ്ഥാനിയായ അഫ്രാസും സുഡാനി നീഗ്രോകളായ സാമിയും ഖാലിദു മെല്ലാം അടിമവംശത്തിലെ പോരാളികൾ...

സൗദിയിലെ വിദേശത്തൊഴിലാളികളെ സൂക്ഷ്മമായി അറിയാൻ സൽമാന് കഴിഞ്ഞിട്ടുണ്ട്:

“നിങ്ങൾ അജ്നബി(വിദേശി)കളേക്കാൾ കഷ്ടമാണ് ഈ നാട്ടിലെ ഭൂരിപക്ഷത്തിന്റെ ജീവിതം. ബംഗാളികൾക്കുപോലും നാട്ടിൽ നല്ല

സമ്പാദ്യമുണ്ട്. നല്ല വീടും കുടുംബവുമുണ്ട്. ഞങ്ങളുടെ പയ്യന്മാർക്ക് പെണ്ണു കെട്ടാൻ പോലും ശേഷിയില്ല. അറിയാമോ?" ഒരിക്കൽ അവൻ ചോദിച്ചു.

"എല്ലാ വിദേശികളും ഒരുപോലെയല്ല സൽമാൻ." ഞാൻ പറഞ്ഞു. "ബംഗാളികളുടെ കാര്യം ശരിയാണ്. നമ്മുടെ അഫ്താബ് ഭായി എന്തു പണിയും ചെയ്യും. ഒരുപാട് വീടുകളിൽ വേല ചെയ്ത് നല്ല വരുമാനമുണ്ട്. ഡാക്കയിൽ നല്ല സമ്പാദ്യവുമുണ്ട്. പക്ഷേ അഞ്ച് റിയാല് കൊണ്ട് ഒരു ദിവസം അയാൾ ജീവിക്കും.

ഞങ്ങൾക്ക് പക്ഷേ ബംഗാളികളെപ്പോലെ അദ്ധ്വാനിക്കാനും വയ്യ. അവരെപ്പോലെ ജീവിക്കാനും വയ്യ. നാട്ടിലെത്തിയാൽ ഞങ്ങൾ അറബികളാവും. ബംഗാളികളെക്കൊണ്ട് പണിയെടുപ്പിക്കും. കടം കൊണ്ട് നീറി നീറി ഞങ്ങളുടെ പൊങ്ങച്ചം തീരുകയും ചെയ്യും." സൽമാൻ ചിരിച്ചു തലയാട്ടി.

നാല്

മണലമ്മയുടെ ചുടുമധുരം

ഇന്ന് സൽമാൻ കാര്യമായി സംസാരിച്ചിട്ടില്ല. ഖത്തീഫ് മസ്ജിദിലെ സംഭവങ്ങൾ പോലും അവൻ വിശദീകരിച്ചിട്ടില്ല. അവിടെ പോകുന്നതിന്റെ ഉദ്ദേശ്യം മാത്രം തലേന്ന് രാത്രി ഏതാനും വാക്കുകളിൽ സൂചിപ്പിച്ചു. വർഷങ്ങളായി അവൻ പേറി നടക്കുന്ന വേദനകൾ ആവർത്തിച്ചു പറയിക്കാറില്ല. ചിലരെങ്കിലും അത് ചോദിക്കുമ്പോൾ ആ മനസ്സ് നീറുന്നത് അവന്റെ കണ്ണുകളിൽ വായിക്കാറുമുണ്ട്.

എങ്കിലും ശൈഖ് സാലേ അവനെ വല്ലാതെ നിരാശപ്പെടുത്തിയതു പോലെ... കാര്യമായെന്തോ ആ സന്ദർശനത്തിൽ നിന്ന് അവൻ പ്രതീക്ഷിച്ചിരുന്നതുപോലെ...

"ഐവ്വ..."

പെട്ടെന്നാണ് എന്റെ ചിന്തയും ചലനവും തടഞ്ഞുകൊണ്ട് സൽമാന്റെ ഉന്മാദം.

വലതുകൈയിന്റെ ചെറുവിരൽ ഉയർത്തി അവൻ തെളിഞ്ഞു ചിരിച്ചു.

"ദക്കീക..."*

എന്നോട് കാത്തുനിൽക്കാൻ അപേക്ഷിച്ച് അവൻ വലത്തോട്ടു നടന്നു. ഏതാനും വാരകൾക്കപ്പുറം ഇളംചുവപ്പുനിറമുള്ള കൊച്ചു കുന്നിൻ നെറുകയിലേക്കാണ് അവൻ കയറുന്നത്.

അവന്റെ മുഖം തെളിഞ്ഞുകണ്ടതിന്റെ ആവേശത്തിൽ ഞാനും കയറി. കയറിത്തുടങ്ങിയപ്പോഴാണ് മനസ്സിലായത്... കാലുകൾ ആണ്ടു പോകുന്നവിധം ഇളകിയൊഴുകുന്ന മണലല്ല അത്. കുറച്ചു കൂടി ഉറപ്പും സ്ഥിരതയുമുള്ള ഒരു ചെമ്മൺകുന്നുപോലെ.

കുന്നിനുമുകളിൽ നാട്ടിയ കൊടിപോലെ ഓവൽ ആകൃതിയിൽ ഒരു കള്ളിച്ചെടി സൽമാനെ മാടിവിളിച്ചു. നിറയെ കൂർത്തു കറുത്ത

---

* ഒരു നിമിഷം

മുള്ളുകൾ നിറഞ്ഞ ഒരു പച്ച വിശറി! ചെന്നു നോക്കുമ്പോഴാണ് മനസ്സിലായത്... അതൊരു സാധാരണ കള്ളിയല്ല.

"ഹാദീ ബർഷൂമി..."*

മരുഭൂമിയുടെ ഭാവഭേദം പോലെ കള്ളിച്ചെടിയുടെ വകഭേദങ്ങളും സൽമാന് നന്നായറിയാം. അൽബഹയിൽ നിന്ന് തായിഫിലേക്കുള്ള വഴിയിൽ പലപ്പോഴും കാർ നിർത്തി അവൻ ബർഷൂമി തേടി പോയിട്ടുണ്ട്. ഉയരം കൂടിയ ലാവാപീഠഭൂമികളിലല്ലാതെ വരണ്ടുവിങ്ങുന്ന ഈ സമതല മരുഭൂമിയിൽ ബർഷൂമി വളരുമോ? അറിയില്ല.

ഒന്നറിയാം. മരുഭൂമി ഒരു വ്യവസ്ഥയുടേയും വരുതിയിലല്ല. അതിന്റെ മക്കളായ മനുഷ്യരും ജീവജാലങ്ങളും ദൈവേച്ഛപോലെ എവിടെയും മുളപൊട്ടും. വളരും. വിടരും. മണ്ണടിയും.

ബർഷൂമിയുടെ മുള്ളു നിറഞ്ഞ ചെടി കാണാനല്ല സൽമാൻ മണം പിടിച്ച് ചെല്ലുന്നത്. അതിന്റെ തുമ്പത്തെ ചുവന്നു തുടുത്ത മുള്ളു നിറഞ്ഞ പഴം പോറലേൽക്കാതെ പറിച്ചെടുക്കാനാണ്. മുള്ളും തൊലിയും കളഞ്ഞ് ഉള്ളിലെ കൊഴുത്ത മധുരം ഊറ്റിക്കുടിക്കാനാണ്.

ബർഷൂമിപ്പഴം ശ്രദ്ധയോടെ പൊട്ടിച്ചെടുത്ത് സൽമാൻ എരിഞ്ഞൊടുങ്ങുന്ന സൂര്യനു നേരെ കാണിച്ചു. സൂര്യന്റെ സ്വർണ്ണവർണ്ണവും ആകാശത്തിന്റെ കടുംനീലയും മണൽക്കുന്നുകളുടെ ബഹുവർണ്ണങ്ങളും ചേർന്ന് ആ കൊച്ചുപഴം അനാദിയായ ഒരു ശോഭയോടെ തിളങ്ങി.

സൽമാൻ തിരിച്ചിറങ്ങി. അവനോടൊപ്പം ഞാനും.

അജ്ഞാതമായ ആനന്ദങ്ങൾ ആകാശച്ചുവട്ടിൽ ഒളിപ്പിച്ചുവച്ച് വഴിയില്ലാത്ത മണൽക്കാടുകളിൽ എന്നും തന്നെക്കാത്തിരിക്കുന്ന ആ അമ്മയെ അവൻ മനസ്സാ വണങ്ങുന്നുണ്ടാവണം.

ഖൈമയിലെത്തുമ്പോൾ പണികളൊക്കെ തീർത്ത് സുഡാനികൾ കുളിക്കാൻ തുടങ്ങുന്നു. പുറത്ത് വിറകിന്റെ അട്ടിയും വെള്ളത്തിന്റെ ഡ്രമ്മും ചുരുട്ടിവെച്ച കാർപെറ്റും ഇരുമ്പിന്റെ അടുപ്പും കുറെ പാത്രങ്ങളും ഏതാനും കസേരകളും... കുറച്ചുദൂരെ ഒരു കുറ്റിയിൽ കെട്ടിയിട്ട തടിച്ച മുട്ടനാടിന് അഫ്രാസ് പുല്ല് കൊടുക്കുന്നു. അവനാണ് ഇന്നത്തെ അത്താഴം. ഓരോരോ ആവശ്യങ്ങൾക്കായി കാറ് പല തവണ പോയിവരുന്നത് കണ്ടിരുന്നു.

ഞങ്ങൾ ഖൈമയിൽ കടന്നു. പതിവുപോലെ വെടിപ്പിലും ഭംഗിയിലും അകത്തളം സജ്ജീകരിച്ചിരിക്കുന്നു. കാറ്റിൽ വലിഞ്ഞ് മുറുകുന്ന കയറുകളുടെ മർമ്മരം ഖൈമയുടെ ഉറപ്പും വിളിച്ചു പറയുന്നു. കട്ടികൂടിയ കാർപെറ്റിന് ചുവട്ടിൽ നനഞ്ഞ പുല്ലിട്ട് തണുപ്പ് വരുത്തിയിരിക്കുന്നു.

---

* ഇത് ബർഷൂമി പഴം

ഞാൻ സൽമാനെ നോക്കി. ഇന്നു പുലർന്നിട്ട് ഇതുവരെ കണ്ടിട്ടില്ലാത്ത ഒരു ശാന്തത ആ മുഖത്ത് ഇപ്പോൾ കാണാനുണ്ട്. ഇന്ന് രാത്രിയിലെ സുപ്രധാന കൂടിയാലോചന വീണ്ടും അവന് പ്രതീക്ഷ നൽകുന്നതുകൊണ്ടാവുമോ? അത് പിന്നെയും നിരാശയിലേക്ക് തുറക്കുമോ? ഒന്നുമറിയില്ല.

ഒന്നുമാത്രം എനിക്കറിയാമായിരുന്നു. ഹൃദയം പൊട്ടിത്തെറിക്കാൻ വെമ്പുന്ന നേരത്ത് അവനെ തഴുകിയുറക്കാൻ എവിടെയാണ് എത്തിക്കേണ്ടതെന്ന്.

ഇത്തിരി സാന്ത്വനം കിട്ടാൻ മനസ്സ് കേഴുന്ന നേരത്തൊന്നും ഈ മരുപ്പുത്രൻ ശീതീകരിച്ച വീടിന്റെ സുരക്ഷയിലേക്ക് ഉൾവലിയുന്നത് കണ്ടിട്ടില്ല. വീടുവിട്ട്, നഗരവും ജനപഥങ്ങളും വിട്ട്, മനുഷ്യന്റെ കാറ്റു തട്ടാത്ത അനന്തശൂന്യമായ ഏകാന്തതയിലേക്ക് വന്യമായ ആവേശത്തോടെ വണ്ടിയോടിക്കുന്ന ഈ കൂട്ടുകാരൻ എന്നെ എന്നും വിസ്മയിപ്പിച്ചിട്ടേയുള്ളൂ.

മലയാളിയുടെ ആഘോഷമുറകൾ തിരിച്ചിട്ടപോലെയാണ് ബദുവിയൻ രീതികൾ. ഓണത്തിനും പെരുന്നാളിനുമൊക്കെ വീടുവിട്ടു പോയവർ വീട്ടിലെത്തുകയാണ് നമ്മുടെ പതിവ്. ബന്ധുജനങ്ങളൊക്കെ ആഘോഷനാളുകളിൽ ഒത്തുകൂടുകയും ചെയ്യും. കുടുംബ സദസ്സും സദ്യവട്ടവുമൊക്കെ വീടിനകത്താണ്.

മരുഭൂമിയുടെ മക്കൾ നേരെ തിരിച്ചാണ്. അവർക്ക് രണ്ട് ആഘോഷമേയുള്ളൂ - രണ്ട് പെരുന്നാളുകൾ. റംസാൻ സമാപിക്കുന്ന ഈദുൽ ഫിത്തറും (ചെറിയ പെരുന്നാൾ - റംസാൻ സമാപനം)) ഹജ്ജിന്റെ പാരമ്യത്തിൽ ഈദുൽ അസ്ഹയും (വലിയ പെരുന്നാൾ - ഹജ്ജ് കാലത്തെ ബലിപെരുന്നാൾ). ഈദുകൾക്ക് മുന്നോടിയായി ബന്ധുവീടുകളിൽ സന്ദർശനം പൂർത്തിയാക്കും. മനോഹരമായി പൊതിഞ്ഞ വിലയേറിയ മിഠായികൾ സമ്മാനമായി കൊണ്ടുപോകും. ഈദ് ദിനത്തിൽ പ്രഭാത പ്രാർത്ഥനകൾക്ക് ശേഷം കുടുംബസമേതം വണ്ടികേറും. ചിലരൊക്കെ പാകം ചെയ്ത ഭക്ഷണം കരുതും. ഭൂരിഭാഗം പേരും ഭക്ഷണമുണ്ടാക്കാനുള്ള സാമഗ്രികളുമായി വീടുവിട്ടിറങ്ങും. അരിയും ആടും വിറകും പാത്രങ്ങളുമായി മരുഭൂമിയുടെ ഏതെങ്കിലും കോണിൽ നാടോടികളായി ചെന്നടിഞ്ഞ് പൊയ്പ്പോയ ഗോത്രജീവിതം ആഘോഷപൂർവ്വം തിരിച്ചുപിടിക്കലാണ് അവർക്ക് പെരുന്നാൾ...

'ഇസ്ലാമോ-ഫാസിസം' എന്ന രാഷ്ട്രീയ പ്രതിഭാസത്തിന്റെ മൂലകാരണങ്ങൾ ഗോത്രജീവിതം അട്ടിമറിക്കപ്പെട്ട ഒരു ജനതയുടെ മനോഘടനയിലാണ് അന്വേഷിക്കേണ്ടത് എന്ന് ഇഖ്ബാൽ അഹമ്മദ് നിരീക്ഷിക്കുന്നുണ്ട്:

"പരമ്പരാഗതഗ്രാമങ്ങളിൽ നിന്നും ഗോത്രജീവിതത്തിൽ നിന്നും പറിച്ചെറിയപ്പെട്ട് നഗരവാസികളായിത്തീർന്ന മുസ്ലീം ജനത, ഇരുപതാം

നൂറ്റാണ്ടിന്റെ തുടക്കത്തിൽ യൂറോപ്പിൽ ഫാസിസം പിറന്ന അതേ സാഹചര്യത്തെ നേരിടുന്നു." 'ടെററിസം: ദെയേഴ്സ് ആന്റ് അവേഴ്സ്'[1]

സൽമാന്റെ മനോഘടന അറിഞ്ഞതുകൊണ്ടാണ് ഇന്ന് രാവിലെ ശരിയായ തീരുമാനം എടുക്കാൻ എനിക്ക് കഴിഞ്ഞത്.

ഖത്തീഫിന്റെ ഇടത്തെരുവിൽ വിയർത്തൊലിച്ച് കാറിൽ എത്താറായപ്പോൾ അവൻ സാമിയോട് വിളിച്ചു പറയുന്നുണ്ടായിരുന്നു:

"സിഗറത്ത് യാ അഖീ..."[2]

സാമി ഓടിച്ചെന്ന് സിഗററ്റും ലൈറ്ററും വാങ്ങിവന്നു. പതിവുപോലെ മുൻസീറ്റിൽ ഞാൻ. രണ്ടാമത്തെ വിശാലമായ സീറ്റിൽ സൽമാൻ. പിൻസീറ്റുകളിൽ അഭിമുഖമായി സാമിയും ഖാലിദും.

"യള്ളാ..."[3] സൽമാന്റെ സ്വരം ക്ഷീണിച്ചിരുന്നു. അഫ്രാസ് വണ്ടി സ്റ്റാർട്ടാക്കി, ഏ.സി ശക്തികൂട്ടി എന്റെ നേരെ നോക്കി. ഞാൻ തിരിഞ്ഞു നോക്കുമ്പോൾ സിഗരറ്റ് കത്തിക്കാതെ കൈയിൽവെച്ച് കണ്ണടച്ച് സീറ്റിൽ മലർന്ന് കിടക്കുകയാണ് സൽമാൻ. കാറിന്റെ സൈഡ് പോക്കറ്റിൽനിന്ന് വെള്ളക്കുപ്പിയെടുത്ത് ഞാൻ അവന്റെ കൈയിൽ പിടിപ്പിച്ചു. വണ്ടിനീങ്ങി മെയിൻ റോഡിലെത്തുമ്പോൾ അഫ്രാസ് പിന്നെയും എന്നെ നോക്കി. അവന് ഒരു ലക്ഷ്യം വേണം.

"റുബുൽ ഖാലി..."[4] ഞാൻ തെല്ലുറക്കെ പറഞ്ഞു. ഒട്ടും പ്രതീക്ഷിക്കാതെ ഒരു വാക്ക് അപ്പോൾ സൽമാൻ ഉരുവിട്ടു.

"ഐവാ..." എനിക്ക് എന്തെന്നില്ലാത്ത ആശ്വാസം.

കാറ് ചീറിപ്പാഞ്ഞു. സ്റ്റീരിയോയിൽനിന്ന് മുഹമ്മദ് അബ്ദുവിന്റെ മോഹനശബ്ദം കുതിപ്പിന് താളമിട്ടു. ശൂന്യദേശം എന്നു പേരുകേട്ട റൂബുൽ ഖാലിയിലേക്ക്. ഞാനും സൽമാനും പല തവണ പല ഭാഗത്തായി പകലുറക്കത്തിനും രാപാർക്കാനുമായി വന്നുപോയിട്ടുള്ള മണലാരണ്യം.

ലോകത്തിലെ തന്നെ ഏറ്റവും വിശാലമായ മണൽമരുഭൂമി അറേബ്യൻ ഉപദ്വീപിന്റെ നാലിലൊന്ന് വരും. ഭൂമിയിലെ ഏറ്റവും വരണ്ട പ്രദേശം. ഉരുകിപ്പോവുന്ന ചൂടും ഉറഞ്ഞുപോവുന്ന തണുപ്പും നരജീവിതം അസാധ്യമാക്കുന്ന ഭൂഭാഗം. അഞ്ച് ഡിഗ്രി തണുപ്പിൽ നിന്ന് അമ്പത്തഞ്ച് ഡിഗ്രി ചൂടിലേക്ക് ഉഷ്ണമാപിനികളെ ഉലച്ചുടയ്ക്കുന്ന കാലാവസ്ഥ. എങ്കിലും ചിലർക്ക് ചില നേരങ്ങളിൽ അവിടെത്തന്നെ എത്തിച്ചേരണം. അവരാണ് മരുഭൂമിയുടെ മക്കൾ...

---

1. ഭീകരത: അവരുടേതും നമ്മുടേതും
2. ഏയ് സഹോദരാ
3. പോകാം
4. ശൂന്യദേശം (Empty Quarter). ലോകത്തിലെ ഏറ്റവും വിസ്താരമേറിയ മരുഭൂമി

ഞാൻ ഡാഷിൽനിന്ന് സൺഗ്ലാസ് എടുത്തണിഞ്ഞു. സൽമാന്റെ ഗ്ലാസും എടുത്തുനീട്ടി.

മൊബൈലിൽ വന്നു കിടന്ന മിസ്കോളുകൾക്ക് മെസേജിൽ 'സോറി'പറയുകയായിരുന്നു ഞാൻ. സൽമാൻ നൂറയെ വിളിച്ച് ഹിന്ദി നോട് സംസാരിക്കുന്നത് കേട്ടു. ഹൈവേയിൽ നിന്ന് മണൽപ്പാതയിലേക്ക് കടക്കുന്നതിനു മുമ്പ് ആവശ്യത്തിന് വെള്ളവും ഖുബ്ബൂസും (റൊട്ടിയും) തൈരും വാങ്ങിവച്ചു. അതു മതി മരുഭൂമിയിൽ ഒരു പകൽ തള്ളിനീക്കാൻ. ശീതീകരിച്ച അമേരിക്കൻ കാറിൽ കറങ്ങിനടക്കാൻ അത് ധാരാളം മതി.

ഒട്ടകപ്പുറത്ത് ഈ മഹാശൂന്യത മുറിച്ച് കടന്നവരെത്ര? വഴിതെറ്റി വീണുപോയവരെത്ര? കഴുകനും പെരുമ്പാമ്പിനും തീറ്റയായവരെത്ര? അവരുടെയൊക്കെ ചോരയാണല്ലോ ഇവർക്കും. ഇവരുടെ അന്നമാണല്ലോ നമുക്കും.

സൽമാൻ സ്റ്റീരിയോയുടെ ബട്ടണിൽ കൈവെച്ചു. സീഡിയിൽ നിന്ന് മാറി യുഎസ്ബിയിലൂടെ ഒഴുകിവന്നത് ലെബനീസ് ഗായിക ഫൈറൂസ യുടെ ഹൃദയഗീതം. സൽമാൻ ഫോമിലായിരിക്കുന്നു എന്നെനിക്ക് മനസ്സി ലായി. കൺമുമ്പിൽ പുളയുന്ന വെയിൽനാളങ്ങളും കാറ്റിൽ ആടിയുലഞ്ഞ് വരുന്ന മണൽത്തരംഗങ്ങളും ടയറിന്റെ പരാക്രമത്തിൽ പറന്നുപൊങ്ങുന്ന പൊടിപ്പൂക്കളും ഒന്നായലിഞ്ഞ് ഒരു സംഘനൃത്തം. ഭൗതികതാളങ്ങൾ ക്കെല്ലാം ഫൈറൂസ് ആത്മാവായി.

അടുക്കാൻ തുടങ്ങിയാൽ അറബി ഭാഷ നമ്മെ കരളിൽ കോരി യെടുക്കും. പ്രണയഗീതങ്ങൾക്ക് ജന്മം നൽകാനായി പിറന്ന ഭാഷയാണ് അറബിയെന്ന് ബാബു ഭരദ്വാജ് എഴുതിയത് ഓർക്കുന്നു.

ഭാഷയുടെ കാര്യത്തിലുമുണ്ടല്ലോ മലയാളിക്കൊരു മൗലികവാദം. അന്യമതങ്ങളുടെ ആത്മാവറിയാതെ, താൻപിറന്ന മതമാണ് മേത്തരമെന്ന് വിശ്വസിക്കുന്ന മതമൗലികവാദിയെപ്പോലെ... മറ്റൊരു ഭാഷയുടെയും മനസ്സും ഛന്ദസ്സുമറിയാതെ മലയാള മാഹാത്മ്യം വാഴ്ത്തിപ്പാടി കാലം കഴിക്കുന്ന ഭാഷാഭിമാനികൾ...

എല്ലാ ഭാഷയും മനോഹരമാണെന്ന് പ്രവാസം നമ്മെ പഠിപ്പിക്കും. 'സർവ്വമത സത്യവാദം'പോലെ ഒരുതരം 'സർവ്വഭാഷാ ഐക്യവേദി' യിലേക്ക് നാം ഉയർത്തപ്പെടും. ഒടുവിൽ എല്ലാ ഭാഷക്കാർക്കും ഇങ്ങനെ പറയാം:

"എന്റെ ഭാഷ എന്തിനേക്കാളും പ്രിയപ്പെട്ടതാണ്.

എന്നാൽ മറ്റൊന്നിനേക്കാളും മുന്തിയതല്ല."

ഉച്ചതിരിയുവോളം ശൂന്യദേശത്ത് കറങ്ങിക്കഴിഞ്ഞാണ് സൽമാൻ ഇന്നത്തെ പദ്ധതി വെളിപ്പെടുത്തിയത്. "ഹൈവേയിൽനിന്ന് ഒരു നാല്പത് കിലോമീറ്ററിൽ ഖൈമ വേണം. നാലഞ്ച് വിരുന്നുകാർ വരും. എല്ലാം തയ്യാറാക്കണം."

ഇപ്പോൾ എല്ലാം തയ്യാറാണ്. സൂര്യൻ മടങ്ങി. ആകാശത്തിന്റെ നിറം പതിവില്ലാത്തൊരു നീലയായത് ഞാൻ അപ്പോഴാണ് കണ്ടത്. സൽമാനും അത് ശ്രദ്ധിച്ചു.

'അസ്സാസ്' എന്ന് സൽമാനു നേരെ ഞാൻ മന്ത്രിച്ചു. അവന്റെ കൂട്ടുകാരനാണ് വിഖ്യാത ഫോട്ടോഗ്രാഫർ സാലേ അൽ അസ്സാസ്. അസ്സാസ് പകർത്തിയ മരുഭൂചിത്രങ്ങളും അവയ്ക്ക് ബഹ്റൈനി കവി ഖാസിം ഹദ്ദാദ് എഴുതിയ കാവ്യക്കുറിപ്പുകളും ചേർന്ന പുസ്തകം സൽമാനാണ് എനിക്ക് തന്നത്. ധ്വന്യാത്മകമായ ചിത്രങ്ങളും അവയെ ഉദാത്തീകരിക്കുന്ന കവിതകളും വല്ലാതെ സ്വാധീനിച്ചു. പിന്നീടുള്ള യാത്രകളിലെല്ലാം ഒരു അപൂർവ്വ ദൃശ്യം കാണുമ്പോൾ അസ്സാസിനെ ഓർമ്മിക്കുമായിരുന്നു.

സൽമാൻ ഈണത്തിൽ പാടിത്തുടങ്ങി:

"മിനൽ അസ്റഖിൽ മുസ്തമിർ...
ഇലൽ അസ്റഖിൽ മുസ്തത്വീൽ...
മിനൽ അസ്റഖിൽ മുസ്തഖിർ...
ഇലൽ അസ്റഖിൽ മുസ്തഹീൽ..."

കവിതയുടെ ഇംഗ്ലീഷ് വരികൾ ഓർത്തെടുത്ത് ഞാനും മലയാളത്തിൽ അടുക്കിപ്പറഞ്ഞുനോക്കി:

"നിതാന്ത നീലിമയിൽ നിന്ന്
നീളുന്ന നീലിമയിലേക്ക്
അനന്ത നീലിമയിൽനിന്ന്
അപാര നീലിമയിലേക്ക്"

ആകാശത്തിന്റെ അപാരനീലിമയിലേക്ക് ഞാൻ ഒരിക്കൽ കൂടി കണ്ണയച്ചു.

അഞ്ച്

അതൃപ്തിയുടെ രാക്കൂടുകൾ

അസ്തമയത്തോടെ വെള്ളിയാഴ്ച രാവുദിച്ചു. മണൽമഞ്ഞ നിറത്തിൽ പണി തീർത്ത ആ കൂടാരത്തിനു പുറത്ത് വെളിച്ചം വേണ്ട എന്ന നിർദ്ദേശം സുഡാനികൾക്ക് നേരത്തെ നൽകിയിരുന്നു. മജ്‌ലിസിൽ ഭക്ഷണം വിളമ്പി ഭദ്രമായി അടച്ചുവച്ച്, തിരിനാളം കണ്ടാൽ എത്താവുന്ന ദൂരത്തേക്ക് മാറി പ്പോകാൻ സാമിയും ഖാലിദും ഇറങ്ങി. തമ്പിനകത്ത് കത്തിച്ചുവെച്ച വിളക്കിൽ ആവശ്യത്തിന് എണ്ണയൊഴിച്ച് അഫ്രാസും വണ്ടിയെടുത്തു. കാണാമറയത്ത് വിളിപ്പുറത്തുണ്ടാവുമെന്ന് അവനും ഏറ്റു.

ഇശാ നമസ്കാരത്തിനുശേഷം തമ്പിൽ ഞാനും സൽമാനും മാത്ര മായി. അകം നിറയെ സുഗന്ധവും മങ്ങിയ വെളിച്ചവും മാത്രം. അതിഥി കൾ എപ്പോൾ എത്തുമെന്ന് ഞാൻ ചോദിച്ചു.

"നമുക്ക് സമയം നിശ്ചയിക്കാനാവില്ല. രാത്രി മുഴുവൻ അവർക്കുള്ള താണ്." രാവിലത്തെ അനുഭവത്തിനുശേഷം സൽമാന്റെ മറുപടികൾ എനിക്കും മനസ്സിലായിത്തുടങ്ങിയിരുന്നു. വാഹനം, വഴി തുടങ്ങിയ സന്ദേഹ ങ്ങൾക്കും സൽമാൻ നിസ്സഹായനാണെന്ന് എളുപ്പം മനസ്സിലായി.

"അറിയില്ല ഹബീബീ...[1] എല്ലാം ഇന്നലെ ഉറപ്പിച്ചതാണ്. മൊബൈലു കൾക്ക് റെയ്ഞ്ച് ഇല്ലാത്ത ഈ മഹ്ശറ[2]യിൽനിന്ന് ഞാൻ ആരെ വിളി ക്കാനാണ്? കാത്തിരിക്കുകതന്നെ."

പക്ഷേ ആ കാത്തിരിപ്പ് രാവിലെത്തേതുപോലെ അസഹനീയമായില്ല. കാരണം രാവിലത്തെ സംഭവങ്ങൾ ഓരോന്നായി പതിഞ്ഞ ശബ്ദത്തിൽ ഓർത്തെടുക്കാനും ചർച്ച ചെയ്യാനും സൽമാൻ തന്നെ തുടക്കമിട്ടത് എന്നെ ഉത്സാഹഭരിതനാക്കി. യഥാർത്ഥത്തിൽ തമ്പിൽ സിഗരറ്റ് മണം പാടില്ലെന്ന നിബന്ധനയാണ് അവനെ സംസാരിക്കാൻ നിർബന്ധിത നാക്കിയതെന്ന് എനിക്ക് അറിയാമായിരുന്നു.

---

1. പ്രിയപ്പെട്ടവൻ
2. പരലോകം

“ഖത്തീഫ് നമ്മുടെ നാട്ടിൽ നിന്ന് ഏറെ അകന്നു...” ഒരു നെടുവീർപ്പോടെ സൽമാൻ തുടങ്ങി. “ഒരു ദേശവും ഭരണകൂടവും പരസ്പരം സംശയിക്കാൻ തുടങ്ങിയാൽ രണ്ടിലൊന്നേ ബാക്കിയാവൂ.”

“അതേ. ഖത്തീഫ് മുഴുവൻ ഒറ്റുകാരും സംശയാലുക്കളുമാണ്. നിരീക്ഷണ സംവിധാനവും ശക്തമാണെന്ന് തോന്നുന്നു. ഇന്ന് നിന്റെ പോക്കറ്റിലെ സിഗരറ്റിന്റെ മണം പോലും എത്ര വേഗമാണ് അവർക്ക് കിട്ടിയത്?” ഞാൻ പറഞ്ഞു.

“ശരിയാണ്. ഭീകരതയുടെ സാങ്കേതികവിദ്യ എപ്പോഴും രാജ്യത്തെ തോല്പിക്കും. ആശയം പ്രാകൃതമാകുമ്പോഴും പ്രയോഗം നൂതനരീതിയിലാണ്. പള്ളിക്കുള്ളിൽ കോംപാക്റ്റ് സാറ്റലൈറ്റ് ഫോൺ കണ്ടില്ലേ?”

“ഞാനത് ചോദിക്കാനിരുന്നതാണ്. വാർത്താവിനിമയത്തിന് സമാന്തരസംവിധാനം മാത്രമല്ല. ഏതാണ് അവർ സംസാരിച്ച ഭാഷ? മൊബൈൽ സ്ക്രീനിലെ ലിപികൾ ചൈനീസ് പോലെ തോന്നിച്ചു.”

“നോ ഐഡിയാ.” സൽമാൻ കൈമലർത്തി. “ഐദർ ചൈനീസ് ഓർ എ സിമിലർ കോഡ് ലാംഗ്വേജ്.* എന്തായാലും ഇക്കൂട്ടർ എത്രയോ മുന്നേറിയിരിക്കുന്നു.”

മലബാർ കലാപകാലത്ത് പോരാളികൾ ‘മൈഗുരുഡ്’ എന്ന കോഡ് ഭാഷ ഉപയോഗിച്ചിരുന്നത് ഓർത്തു.

“ഒടുവിൽ എന്തിനാണ് നിന്നോട് സോറി പറഞ്ഞ് ശൈഖ് നമ്മെ തിരിച്ചയച്ചത്?”

“അതായിരുന്നു എന്റെ പ്രതീക്ഷ. സുൽത്താനെപ്പറ്റി എന്തെങ്കിലും സൂചന കിട്ടാൻ കഴിഞ്ഞ ഒരു വർഷമായി ഇസാമിനെ ശല്യപ്പെടുത്തുകയായിരുന്നു. ഒടുവിൽ അവർ ശൈഖ് ഉസാമയെത്തന്നെ അറിയിച്ചു. ഉസാമയോട് സംസാരിക്കാനുള്ള സംവിധാനം ഖത്തീഫ് മസ്ജിദിലേ ഉള്ളൂ.” സൽമാന്റെ സ്വരം നേർത്തു.

“അവർക്കും അറിയില്ല അല്ലേ?” ഞാനാണ് ഇപ്പോൾ നെടുവീർപ്പുതിർത്തത്.

“ഇല്ല, സുൽത്താൻ അൽഖാഇദയല്ല. ‘മിറ’യുമായിട്ടായിരുന്നു അവന് ബന്ധം.”

“യെസ്; സൗദി വിമതരുടെ പ്രസ്ഥാനം. അറിയാം, മൂവ്മെന്റ് ഫോർ ഇസ്‌ലാമിക് റിഫോം ഇൻ അറേബ്യ. ലണ്ടൻ ആണ് അവരുടെ ആസ്ഥാനം. അല്ലേ?”

“അതേ. 2003 ഒക്ടോബർ 14-നായിരുന്നു റിയാദിൽ അവരുടെ അരങ്ങേറ്റം. അന്ന് സുൽത്താൻ പ്രകടനത്തിന് പോയതായി എനിക്കറിയാം.”

“അന്നാണോ കാണാതായത്?” ഞാൻ ചോദിച്ചു.

---

* ഒന്നുകിൽ ചൈനീസ് അല്ലെങ്കിൽ സമാനമായ ഒരു രഹസ്യഭാഷ

"അതേ. പ്രകടനത്തിൽ ആയിരക്കണക്കിന് പേരുണ്ടായിരുന്നു എന്നാണ് കേട്ടത്. ആർക്കും ഇന്റീരിയർ മിനിസ്ട്രി ഭാഗത്തേക്ക് അടുക്കാൻ സാധിക്കാത്തതുകൊണ്ട് ഒന്നിനും കൃത്യമായ കണക്കില്ല. പിന്നെ, ഇമ്മാതിരി കേസുകൾ നമ്മുടെ രാജ്യം പൊറുപ്പിക്കുകയുമില്ലല്ലോ."

"എന്നാലും അറസ്റ്റും വിചാരണയും ശിക്ഷയുമൊക്കെ രേഖപ്പെടുത്തണ്ടേ?"

"ഹബീബീ, നിന്റെ ജനാധിപത്യത്തിന്റെ കണക്കൊന്നും ഈ രാജ്യത്ത് ബാധകമല്ല. 271 പേരെ അറസ്റ്റ് ചെയ്തുവെന്നും അവരിൽ 188 പേരെ പിന്നീട് വിട്ടയച്ചുവെന്നും ആഭ്യന്തരവകുപ്പ് പറയുന്നുണ്ട്. മൂന്ന് സത്രീകൾ ഉൾപ്പെടെ ബാക്കി 83 പേർ ഇപ്പോഴും ജയിലിൽ ഉണ്ടത്രെ. രാജ്യസുരക്ഷാകാരണങ്ങളാൽ അവരുടെ പേര് വെളിപ്പെടുത്താനും സാധ്യമല്ലെന്ന്."

"അങ്ങനെയെങ്കിൽ ഇക്കാര്യത്തിൽ ശൈഖ് ബിൻ ലാദന് എന്തു ചെയ്യാൻ പറ്റും?"

"ഒന്നും ഉറപ്പില്ലല്ലോ. അഫ്ഗാനിൽ ജിഹാദി[1]ന് പോയ ഒരു ലക്ഷം യുവാക്കളിൽ ഇരുപതിനായിരം പേർ സൗദി ചെറുപ്പക്കാർ ആണ്. സുൽത്താനും പോകാൻ താത്പര്യമുണ്ടായിരുന്നു. അന്ന് ബാവ[2] സമ്മതിച്ചില്ല. ഇറാഖിലെങ്കിലും പൊരുതാൻ പോകുമെന്ന് എന്നോടും സ്വകാര്യമായി പറയാറുണ്ടായിരുന്നു. എന്താണ് സംഭവിച്ചതെന്ന് ആർക്കറിയാം? ശൈഖ് ഉസാമയുടെ നെറ്റ്‌വർക്കിൽ എങ്ങാനും എത്തിയിട്ടുണ്ടോ എന്നറിയാനാണ് ആ വഴി നോക്കിയത്."

"സാരമില്ല. എന്തെങ്കിലും വഴി തെളിയുമായിരിക്കും."

"ഇൻശാ അല്ലാഹ്...[3] നിനക്കറിയാമല്ലോ. അവനെ കാത്തിരുന്ന് മടുത്താണ് കഴിഞ്ഞ നവംബറിൽ ബാവ മരിച്ചത്." സൽമാന്റെ സ്വരത്തിൽ ഇടർച്ച.

വിഷയം മാറ്റാൻ സുപ്രധാനമായ ഒരു പ്രശ്നം ഞാൻ എടുത്തിട്ടു.

"അല്ല സലൂ... ഈ അൽഖാഇദയും മിറയും ഷിയാഗ്രൂപ്പുകളുമൊക്കെ എങ്ങനെയാണ് ഒത്തുപോകുന്നത്?"

'സലൂ...' എന്ന വിളിയിൽ തന്നെ അവന്റെ മുഖം തെളിഞ്ഞു. മലബാറി ശൈലിയിലുള്ള ഒരു ചുരുക്കപ്പേരല്ല 'സലു' എന്ന് അവനറിയാം. ജിപ്സി[4]കളെപ്പോലെ ഊരുചുറ്റിയിരുന്ന അറബ് ഗോത്രങ്ങൾ പണ്ട് 'സലൂബികൾ'[5] എന്നാണ് അറിയപ്പെട്ടിരുന്നത്. ജന്മം കൊണ്ട്

1. മത സൈനികൻ
2. പിതാവ്
3. ദൈവനിശ്ചയമുണ്ടെങ്കിൽ
4. അരാജകവാദി
5. കൂട്ടം തെറ്റി തന്നിഷ്ടം പോലെ അലയുന്ന അറബി

ബദുവാണെങ്കിലും പ്രകൃതം കൊണ്ട് സലൂബിയായ സൽമാനെ ആ അർത്ഥം വച്ചാണ് ഞാൻ 'സലൂ' എന്നു വിളിക്കാറുള്ളത്.

വിളി ഏറ്റു. അവൻ കുറെക്കൂടി സംസാരപ്രിയനായി.

"മൂന്നു കൂട്ടർക്കും താത്പര്യങ്ങൾ വേറെ. ലക്ഷ്യവും മാർഗ്ഗവുമൊക്കെ വ്യത്യസ്തം തന്നെ. എന്നാൽ രാജവിരോധത്തിൽ മൂന്നു കൂട്ടരും യോജിക്കുന്നു."

"മൊണാർക്കി[1] മാറി ഇസ്‌ലാമിക് റിപ്പബ്ലിക് വരണമെന്നാണോ വാദം?"

"മിറ അങ്ങനെ വാദിക്കുന്നു. അൽഖാഇദയാകട്ടെ അമേരിക്കൻ വിരോധവും ശൈഖ് ഉസാമയെ രാജ്യഭ്രഷ്ടനാക്കിയതിന്റെ കെറുവും കാട്ടുന്നു. ഷിയാക്കളുടെ ഇസ്‌ലാമിക് റവലൂഷനറി പാർട്ടി (ഐ.ആർ. പി.) ആണ് മൂന്നാം കക്ഷി."

"ഐ.ആർ.പി.? ദാറ്റ് ഇറാനിയൻ ഗ്രൂപ്പ്?"

"യെസ്. ടെഹ്റാൻ ആസ്ഥാനമാക്കിയ പതിനഞ്ച് നൂറ്റാണ്ട് പഴക്കമുള്ള വംശീയവിരോധമാണ് അവർ ഇപ്പോഴും പേറി നടക്കുന്നത്."

"ഏതായാലും ഞങ്ങളുടെ ജനാധിപത്യം ആർക്കും വേണ്ട. അല്ലേ?" എന്റെ ചിരിയിൽ സൽമാനും പങ്കുചേർന്നു. പിന്നെ അവൻ ഗൗരവം പൂണ്ടു.

"ഹബീബീ, അങ്ങനെയൊരു ആലോചനയിലേക്ക് വളരാൻ ഞങ്ങൾക്ക് ഇനിയും ഒരു നൂറു കൊല്ലമെങ്കിലും വേണ്ടിവരും. എന്താ കാരണം? നിങ്ങളെപ്പോലെ ഒരു ഇംപീരിയലിസ്റ്റ്[2] ആധിപത്യം ഞങ്ങൾ അനുഭവിച്ചിട്ടില്ല. എമേഴ്സൺ എത്ര ശരിയാണ്. നീ മറന്നോ?"

"ഇല്ല" ഞാനോർത്തു. ഫുർസാൻ ദ്വീപിലേക്കുള്ള കഴിഞ്ഞ യാത്രയിൽ ആ പുസ്തകമായിരുന്നു ഞങ്ങളുടെ ചിന്തയെ നയിച്ചത്. റൂപ്പർട്ട് എമേഴ്സണിന്റെ 'ഫ്രം എമ്പയർ റ്റു നേഷൻ'[3]. മൂന്നാംലോക രാജ്യങ്ങളെ പ്രാകൃതാവസ്ഥയിൽനിന്ന് ആധുനിക ജീവിതത്തിന്റെ വെളിച്ചത്തിലെത്തിച്ചത് അധിനിവേശമാണെന്ന് സ്ഥാപിക്കുകയാണ് എമേഴ്സൺ.

"ഇനി ചോദിക്കട്ടെ സലൂ... ആരൊക്കെയാണ് ഈ രാത്രി നമ്മുടെ ഉറക്കം കളയാൻ വന്നുചേരുന്നത്?"

"എബീ..."

അപൂർവ്വമായി മാത്രമേ സൽമാൻ അങ്ങനെ വിളിക്കാറുള്ളൂ. അത് അവൻ മാത്രം എന്നെ വിളിക്കുന്ന പേരാണ്. എന്റെ നാട്ടുകാർ 'എ.പി'

---

1. ഏകാധിപത്യം
2. സാമ്രാജ്യത്വം
3. സാമ്രാജ്യത്തിൽ നിന്ന് രാഷ്ട്രത്തിലേക്ക്

എന്ന ഇനീഷ്യൽ മാത്രം വിളിക്കുന്നത് കേട്ട് അവനും വിളിച്ചുതുടങ്ങിയതാണ്. അറബി ഭാഷയിൽ 'പ'കാരം ഇല്ലാത്തതുകൊണ്ട് 'എപി' 'എബി'യായി. എന്നാലും സൽമാൻ അത് വിളിക്കുന്നത് കേൾക്കാൻ ഒരു സുഖമാണ്. ആ വിളിയിൽ ഒരു ബദൂവിയൻ താളമുണ്ട്.

"ആരും ചില്ലറക്കാരല്ല. മൂന്നു കൂട്ടം രാജ്യദ്രോഹികൾക്കും പറയാനുള്ളത് നമുക്ക് കേൾക്കാം. ഉഗ്രവിഷമുള്ള ഇനം തന്നെയാണ് മൂന്നും." പതുക്കെപ്പറഞ്ഞ് സൽമാൻ സൗമ്യമായി ചിരിച്ചു.

സമയത്തിന് ചേർന്ന ഒരു തമാശ ഞാനും പൊട്ടിച്ചു:

"സലൂ, ലെറ്റ് മീ ആസ്ക് എ ബിസിനസ് ക്വസ്റ്റ്യൻ"*

ബ്രിട്ടീഷ് ബാങ്കും പരസ്യക്കമ്പനിയും തമ്മിലുള്ള ചർച്ചകളിൽ ഞങ്ങൾ ഈ ചോദ്യം ചോദിക്കാറുള്ളതാണ്. മനസ്സിലാകാത്തതുപോലെ അവൻ എന്നെ നോക്കി.

"ഈ ഇടപാടിൽ നമുക്കെന്ത് ലാഭം?"

"നല്ല ചോദ്യം." അവൻ എന്റെ പുറത്ത് തട്ടി. "എല്ലാവരും നമുക്കുവേണ്ടി സുൽത്താനെ തിരയും. പകരം എല്ലാവർക്കും വേണ്ടത് പണം. നേരിട്ടല്ല. ദുബായ് വഴി വെളുപ്പിക്കാനുള്ള സൗകര്യം. എന്റെ അമ്മോശന് അവിടെ ചില ഇടപാടുകളുണ്ടല്ലോ. അത് ഏർപ്പാടാക്കാനാണ് വരവ്."

ഇന്ന് പുലർന്നിട്ട് ആദ്യമായിട്ടാണ് ഇപ്പോൾ ഞാൻ ഉള്ളുതുറന്ന് ഒരു നിശ്വാസം വിടുന്നത്. സൽമാന്റെ പിരിമുറുക്കം എന്നെ വല്ലാതെ അലട്ടിയിരുന്നു. ഇപ്പോൾ മനസ്സൊഴിഞ്ഞതിന്റെ സുഖം അവന്റെ മുഖത്തും കണ്ടു.

അല്പം ദൂരെ നിന്ന് ഒരു വണ്ടിയുടെ ഹോൺ മൂന്നു പ്രാവശ്യം മുറിഞ്ഞുകേട്ടപ്പോൾ സിഗ്നൽ കിട്ടിയപോലെ സൽമാൻ എഴുന്നേറ്റു.

"യെസ്. ഒരാളെത്തിയിരിക്കുന്നു." ഞങ്ങൾ പുറത്തിറങ്ങി. തണുപ്പ് വീണുതുടങ്ങിയിരുന്നു. ഒരു നൂറു മീറ്റർ ദൂരെ പാർക്കിംഗ് ലൈറ്റിട്ട് ഒരു വാഹനം നിൽക്കുന്നു. ഞങ്ങൾ നടന്നു.

അടുക്കുന്തോറും നക്ഷത്രവെളിച്ചത്തിൽ വാഹനം വ്യക്തമായി. മസറയിലേക്ക് പുല്ല് കൊണ്ടുപോകുന്ന ഒരു പിക്കപ്പ് വാൻ! ഞങ്ങൾ ശങ്കിച്ച് നിൽക്കുമ്പോൾ കാബിനിൽനിന്ന് ഒരാൾ ഇറങ്ങി വെളിച്ചത്തിലേക്ക് വന്നു. അഫ്ഗാനി തൊഴിലാളിയുടെ വേഷത്തിൽ ഒരാൾ. സൽമാന് ആളെ മനസ്സിലായി.

"അഹ്‌ലൻ..." അവർ ആലിംഗനബദ്ധരായി. സൽമാൻ അയാളുടെ മൂക്കിൻ തുമ്പത്തും നെറ്റിയിലും ചുംബിച്ചു. ആഗതൻ സൽമാന്റെ ഇരു കവിളിലും.

ഞങ്ങൾ തമ്പിലേക്ക് നടക്കാൻ തുടങ്ങുമ്പോഴാണ് പുല്ലുനിറച്ച

---

* ഞാൻ ഒരു കച്ചവട ചോദ്യം ചോദിക്കട്ടെ...

പിന്നാമ്പുറത്തു നിന്ന് അഞ്ചാറു പേർ ചാടിയിറങ്ങിയത്. നീട്ടിപ്പിടിച്ച തോക്കുകൾ രാവെളിച്ചത്തിൽ തിളങ്ങി.

നേതാവ് ഏതോ ഭാഷയിൽ അവരോട് എന്തോ പറഞ്ഞു. അവർ തിരികെ വണ്ടിയിൽ കയറി അടങ്ങിയിരുന്നു. ഡ്രൈവർ പാർക്കിംഗ് ലൈറ്റും കെടുത്തി. കൈയിൽ മടക്കിപ്പിടിച്ചിരുന്ന തോബും കഫിയ്യയും അണിഞ്ഞ് അയാൾ അറബിയായത് പെട്ടെന്നാണ്.

സൽമാൻ അതിഥിയെ എനിക്ക് പരിചയപ്പെടുത്തി. "ഇസാം." ഞാൻ ഹസ്തദാനം മതിയെന്ന് വെച്ചു.

"ലാ... ലാ... സൽമാൻ. അന അബൂ മുഹമ്മദ്. ഇന്ത മാ ആരിഫ്?"[1] ആ നോട്ടം അല്പം കർക്കശമായിരുന്നു.

സൽമാൻ തിരുത്തി. "ഓ സോറി. എബീ, ഹീസ് അബൂ മുഹമ്മദ് അൽ മഖ്ദസി. ഗ്രേറ്റ് സ്കോളർ, ഓതർ ആന്റ് ഒറേറ്റർ."[2]

അയാൾക്ക് സമാധാനമായി. ഞങ്ങൾ ഖൈമയിൽ കടന്നു. കൈത്താങ്ങിയിൽ ചാരിയിരുന്നു. സൽമാൻ ഖഹ്‌വ പകർന്നു കൊടുത്തു. കാരക്കാതാലവും നീക്കിവെച്ചു. അപ്പോഴേക്കും മന്തിയുടെ നേരിയ മണം അയാളിലെത്തി. അടച്ചുവെച്ചിരിക്കുന്ന വട്ടപ്പാത്രം നോക്കി അയാൾ ചോദിച്ചു.

"ഏഷ് ഹാദാ? മന്തീ?"[3]

"നഅം യാ അഖീ... ബഅ്ദൈൻ... അവ്വൽ ഖഹ്‌വ. ഔലാദ് ഈജി അൽഹീൻ."[4]

'കുട്ടികൾ ഇപ്പോൾ വരും' എന്ന് സൽമാൻ പറഞ്ഞതിന്റെ പൊരുൾ പിന്നീടാണ് എനിക്ക് മനസ്സിലായത്. രണ്ടാമതും മൂന്നാമതും വന്ന അതിഥികൾ ഇസാമിനേക്കാൾ ചെറുപ്പമായിരുന്നു.

അബു മുഹമ്മദിന് അമ്പതിലേറെ പ്രായം തോന്നും. സമീപകാലത്ത് ഇയാൾ വാർത്തകളിൽ ഇടംനേടിയത് അപ്പോൾ ഓർത്തെടുത്തു. അൽഖാഇദ പക്ഷക്കാരനായ ജിഹാദി പണ്ഡിതൻ. 'മില്ലത്ത് ഇബ്രാഹിം' എന്ന കൃതി വിവാദമായി. അഫ്ഗാൻ ജിഹാദിൽ പങ്കെടുത്തിട്ടുണ്ട്. കഴിഞ്ഞ വർഷം ഇവിടെ പിടിയിലായി. ഇപ്പോൾ മാപ്പ് പറഞ്ഞ് പുറത്തിറങ്ങിയതാണ്.

രണ്ടാമത് വന്നത് ഏതാനും മോട്ടോർ ബൈക്കുകൾ. സൂട്ടും കോട്ടും ധരിച്ച ഒരാൾ ചാടിയിറങ്ങി ഖൈമയിലേക്ക്. ബൈക്കുകൾ വന്നവഴിക്ക് ഇരുട്ടിൽ മറഞ്ഞു.

---

1. അല്ലല്ല സൽമാൻ. ഞാൻ അബൂമുഹമ്മദ്, നിനക്കറിഞ്ഞുകൂടെ?
2. ക്ഷമിക്കൂ. എബീ.. അവൻ അബൂ മുഹമ്മദ് അൽ മഖ്ദസി. വലിയ പണ്ഡിതനും എഴുത്തുകാരനും വാഗ്മിയുമാണ്.
3. എന്താണിത് മന്തിയോ?
4. അതേ സഹോദരാ, പിന്നീടാവാം. ആദ്യം കാപ്പി. കുട്ടികളുടനെയെത്തും.

ഷു ഊരിവെച്ച് മജ്‌ലിസിലേക്ക് വന്ന ആ ചെറുപ്പക്കാരനേയും സൽ മാൻ ആചാരപ്രകാരം സ്വാഗതം ചെയ്തു. ഞങ്ങൾക്ക് പരിചയപ്പെടുത്തി.

"മിസ്റ്റർ സഅദ് അൽ ഫഖീഹ്. അമീർ ഓഫ് മിറ." ഞാൻ ഹസ്ത ദാനം ചെയ്തു. അബൂ മുഹമ്മദ് അയാളോട് ഇരിക്കാൻ ആംഗ്യം കാട്ടി. സഅദ് ആ കൈകളിൽ മുത്തമിട്ട് മജ്‌ലിസിൽ ഇരുന്നു. ഖഹ്‌വ നുണഞ്ഞു. മുപ്പതിൽ താഴെ പ്രായം വരുന്ന അയാളുടെ സുന്ദരമുഖവും തിളങ്ങുന്ന വേഷവും റാന്തൽ വെട്ടത്തിൽ ജ്വലിച്ചു. ബ്ലെയ്സറിന്റെ പോക്കറ്റിൽനിന്ന് ടാബ്‌ലറ്റ് എടുത്ത് തോണ്ടിയും തലോടിയും അയാൾ സജീവമായി.

തസ്ബി[1] തിരിച്ചുകൊണ്ടിരുന്ന അബു മുഹമ്മദ് അസ്വസ്ഥനായി. വിശപ്പും അയാളെ അലട്ടുന്നുണ്ടെന്ന് പിന്നെയും വെളിപ്പെട്ടു. അയാൾ സൽമാനെ നോക്കി. "മീൻ ബാഖീ?"[2]

"ഉത്മാൻ അൽ ഖഹ്താനീ. അഖൂ മൂസ."[3]

"ലാ... ലാ... ഇഖ്‌വാനുൽ അലീ... അന ആറിഫ്."[4]

സൽമാനും സഅദും ഒരുമിച്ച് പൊട്ടിച്ചിരിച്ചപ്പോഴാണ് അബു മുഹമ്മദ് പറഞ്ഞത് വലിയൊരു തമാശയാണെന്ന് ഞാൻ തിരിച്ചറിഞ്ഞത്. പൊതുവെ മുരടൻ എന്ന് തോന്നിച്ച ആ പുരോഹിതനും തമാശ പറഞ്ഞത് കേട്ടപ്പോൾ ഖൈമയ്ക്കുള്ളിലെ അരണ്ട വെളിച്ചം ഒന്ന് തെളിഞ്ഞതായും തോന്നി.

ഞങ്ങളുടെ സ്നേഹിതൻ മൂസ്സായുടെ സഹോദരനാണ് ഇനി വരാനുള്ള ഉസ്മാൻ എന്നാണല്ലോ സൽമാൻ പറഞ്ഞത്. "അല്ല, അലിയുടെ സഹോദരങ്ങൾ" എന്ന് തിരുത്തിയതിന്റെ പൊരുൾ പിടികിട്ടാൻ സമയമെടുത്തു.

പ്രവാചകന്റെ മരണശേഷം ആരാണ് ഖലീഫയാകേണ്ടത് എന്ന തർക്കമാണ് ഇസ്‌ലാമിൽ സുന്നീ-ഷിയാ വിഭാഗീയത സൃഷ്ടിച്ചത്. പ്രവാചകന്റെ സന്തതസഹചാരിയും വന്ദ്യവയോധികനുമായ അബൂബക്കർ ഒന്നാം ഖലീഫയാകട്ടെന്നൊരു പക്ഷം. അത് പറ്റില്ലെന്നും നബിയുടെ ജാമാതാവും വീരയോദ്ധാവുമായ അലിയെ ഖലീഫയാക്കണമെന്നും മറുപക്ഷം. പതിനഞ്ച് നൂറ്റാണ്ട് പഴക്കമുള്ള ആ ചരിത്രസന്ധിയിലേക്ക് കാലത്തെ പിൻനടത്താനാവില്ലയെന്ന് എല്ലാവർക്കുമറിയാം. എന്നിട്ടും ഒരിക്കലും തീർക്കാനാവാത്ത ആ വിഭാഗീയതയാണ് മുസ്‌ലീം ലോകത്ത് രാഷ്ട്രീയചേരികളുടെയും മഹായുദ്ധങ്ങളുടെയും കാരണമായി ത്തീർന്നത്. ഇന്നും തുടരുന്നതും. ഓർക്കുമ്പോൾ എനിക്കും ചിരിപൊട്ടി.

---

1. ജപമാല
2. ഇനിയാരാണ് ബാക്കി
3. ഉസ്മാൻ അൽ ഖഹ്താനീ. മൂസയുടെ സഹോദരൻ
4. അല്ലല്ല, അലിയുടെ സഹോദരങ്ങൾ. എനിക്കറിയാം

ഷിയാ പക്ഷത്തിന്റെ നേതാവുകൂടി എത്തിച്ചേർന്നാൽ ഇതൊന്ന് തീർന്നുകിട്ടുമല്ലോ എന്ന് ഞാനും ആശിച്ചു. ആ സമയത്ത് അഫ്രാസ് വന്ന് ഖൈമയുടെ വാതിൽച്ചേല ചെറുതായി നീക്കി തല നീട്ടിയത് ഞാനാണ് ആദ്യം കണ്ടത്. പുറത്തേക്ക് ചെന്നു.

അഫ്രാസ് തെല്ലൊന്ന് പരിഭ്രമിച്ചതുപോലെ. അവൻ എന്നെ ചേർത്തുപിടിച്ച് ദൂരേക്ക് കൈചൂണ്ടി ചെവിയിൽ മന്ത്രിച്ചു. "ഏപി ഭായ്... ഉധർ ദേഖോ..."[1]

ഞാൻ നോക്കി. രാവെട്ടത്തിൽ അടുത്തുവരുന്ന ഒരു ആൾക്കൂട്ടം. ഇരുണ്ട നിറത്തിലുള്ള അബായകളാണ് വേഷം. തലപ്പാവിലെ വട്ടക്കെട്ട് മാത്രം മങ്ങിയ വെളിച്ചത്തിൽ തിളങ്ങുന്നുണ്ട്.

ഞാൻ ഖൈമയിലേക്ക് ഓടി. ചുണ്ടിൽ ചിരി വരുത്തി സൽമാനെ ഒരു നിമിഷം പുറത്തേക്ക് വിളിച്ചു. കാര്യം പറഞ്ഞപ്പോൾ സൽമാന് സന്തോഷം.

"ഡോണ്ട് വറി. ഇറ്റ്സ് ദെം. നഫർ ഉസ്മാൻ."[2] അഫ്രാസ് ഇരുട്ടിലേക്ക് പിൻവാങ്ങി.

അപ്പോഴേക്കും ഉസ്മാന്റെ പട കുറെക്കൂടി അടുത്തെത്തി. സൽമാൻ അവർക്കു നേരെ നീങ്ങി. ഒപ്പം ഞാനും.

"അഹ്‌ലൻ..." സൽമാൻ നേതാവിനെ ആലിംഗനം ചെയ്തു. അയാൾ അനുയായികൾക്ക് ഒന്നു രണ്ടു വാക്കുകളിൽ ഉത്തരവ് കൊടുത്തു. ശബ്ദം മാത്രമേ ഞാൻ കേട്ടുള്ളൂ. അവർ തിരിച്ചുനടക്കുമ്പോഴാണ് ശ്രദ്ധയിൽ പെട്ടത്. എല്ലാ അരക്കെട്ടിലും തൂങ്ങിയാടുന്ന നീണ്ട വാളിന്റെ തിളങ്ങുന്ന ഉറകൾ. ജനാദ്രിയയിലെ വാർഷിക ഉത്സവത്തിൽ ബദൂഗോത്രങ്ങൾ പരമ്പരാഗത നൃത്തത്തിന് അണിയുന്ന വാളുകൾപോലെ.

പാരമ്പര്യവും പുതിയ ലോകവും തമ്മിലുള്ള സംഘർഷമാണോ ഈ ജനതയുടെ താളം തെറ്റിക്കുന്നത്?

സൽമാൻ എന്നെ ഉസ്മാന് പരിചയപ്പെടുത്തി.

"അന മഅ്‌ലൂം."[3] അയാൾ തുറന്നുചിരിച്ച് എന്നെ ചേർത്തുപിടിച്ചു.

ഞങ്ങൾ ഖൈമയിൽ കടന്നു. സഅദ് എഴുന്നേറ്റ് ഉസ്മാനെ അഭിവാദ്യം ചെയ്തു.

"അഹ്‌ലൻ യാ വലദ്."[4] അബൂ മുഹമ്മദ് ഇരുന്ന ഇരുപ്പിൽ സ്വീകരിച്ചു. ഉസ്മാൻ അടുത്തുചെന്ന് ആ കൈ മുത്തി വന്ദിച്ച് തൊട്ടടുത്ത് ഇരുന്നു. കൈമുത്തൽ ആചാരം അബ്ദുള്ള രാജാവ് നിർത്തലാക്കിയിട്ടും

1. അങ്ങോട്ട് നോക്ക്
2. പേടിക്കണ്ട. അതവരാണ്. ഉസ്മാന്റെ ആൾക്കാർ
3. എനിക്കറിയാം
4. സ്വാഗതം മകനേ

മതസംഘങ്ങൾ തുടരുന്നതിൽ എനിക്ക് അത്ഭുതം തോന്നി. ഒരുപക്ഷേ, അതും രാജവിരോധം കാണിക്കാനുള്ള അടയാളമാവാം.

ഖഹ്‌വാ കപ്പ് ഉസ്മാന് നീട്ടുമ്പോൾ സൽമാൻ പറഞ്ഞു. "അവ്വൽ ആക്കിൽ. സ?"*

'ആദ്യം ആഹാരം' എന്ന് കേട്ടതോടെ ഞാനാണ് ആദ്യം ഉണർന്ന് ഉഷാറായത്. എല്ലാവരും കൈ കഴുകാൻ പുറത്തേക്ക് നീങ്ങി. ഞാൻ ചെന്ന് മന്തിത്തട്ടിന്റെ മൂടി മാറ്റി. മജ്‌ലിസിന്റെ മധ്യത്തിലേക്ക് നീക്കി വച്ചു. തൊട്ടുകൂട്ടാനുള്ള ശത്തയും ഒതുക്കിവെച്ചു. കടിച്ചു തിന്നാനുള്ള ജിർജിർ ഇലകളും പിഴിഞ്ഞു ചാർത്താനുള്ള ചെറുനാരങ്ങയും നിരത്തി വെച്ചു. പെപ്സിയുടെയും സെവനപ്പിന്റെയും ലിറ്റർ കുപ്പികൾ അടുത്തു വെച്ചു. കുപ്പിവെള്ളത്തിന്റെ ചെറുബോട്ടിലുകളും ടിഷ്യൂ ബോക്സും അടുത്തുതന്നെ വച്ചു.

"ചൂടാറിയോ ഹബീബീ?" സൽമാൻ ആതിഥേയന്റെ സന്ദേഹം എന്റെ നേർക്കു നീട്ടി.

"നേരവും കാലവും പാലിക്കാത്തവർക്ക് എങ്ങനെ ചൂടുള്ള ഭക്ഷണം കിട്ടും?" പറഞ്ഞത് നന്നേ പതുക്കെയാണെങ്കിലും എന്റെ ക്ഷമ കെട്ടു തുടങ്ങിയെന്ന് സൽമാന് മനസ്സിലായി. അവൻ ചിരിച്ച് പുറത്തുതട്ടി.

അതിഥികൾ ഇരുന്നതോടെ ഞങ്ങളും കൈ കഴുകി വന്നിരുന്നു. സൽമാൻ ആതിഥേയ മര്യാദകൾ ആരംഭിക്കുന്നതിനു മുമ്പേ മറ്റുള്ളവർ ഭക്ഷിച്ചു തുടങ്ങിയിരുന്നു. എങ്കിലും തന്റെ ശീലവും സംസ്കാരവും സൽമാൻ മാറ്റിവെച്ചില്ല.

ചരിഞ്ഞു നിവർന്നു കിടക്കുന്ന വെന്ത ആടിന്റെ തലഭാഗത്തുനിന്ന് ഇറച്ചിക്കഷ്ണങ്ങൾ ഇളക്കിയെടുത്ത് സൽമാൻ സഅദിന്റെയും ഉസ്മാന്റെയും വായിൽ വെച്ചുകൊടുത്തു. പതിവുള്ള അവകാശം പോലെ അടുത്ത ഇറച്ചിക്കഷ്ണത്തിനായി ഞാൻ വാപൊളിച്ചിരുന്നു. തീൻമേശയിൽ നിന്നുപോലും വിദേശിക്കു പഠിക്കാൻ എത്രയെത്ര സ്നേഹപാഠങ്ങളാണ് ഈ പ്രാകൃതമനുഷ്യർ ഇപ്പോഴും സൂക്ഷിക്കുന്നത് എന്ന് പിന്നെയും ഓർത്തു. ഒരായിരം തവണയെങ്കിലും ചിന്തിപ്പിച്ച അതേ ചോദ്യം.

ഒടുവിൽ ഒരു ശങ്കമാത്രം എന്റെ തീറ്റ മുട്ടിച്ചു. മൂന്നു നേതാക്കളിൽ ഒരാൾപോലും കൂടെ വന്ന അംഗരക്ഷകരുടെ വിശപ്പ് അറിയുന്നില്ലേ? ആരെയെങ്കിലും വിളിച്ചിരുത്തണമെന്ന് ഒരാളും പറഞ്ഞുകണ്ടില്ല. നാടു നന്നാക്കാൻ പോരാടുന്ന ഈ നായകന്മാർ സ്വന്തം സംസ്കാരം തന്നെ മറക്കുകയാണോ?

സൽമാന്റെ വീട്ടിലെ തീറ്റവട്ടങ്ങൾ ഓരോ നേരവും ആഘോഷമാണ്. ഡ്രൈവറും തോട്ടക്കാരനും ഹാരിസും മസറപ്പണിക്കാരനും എന്നുവേണ്ട അന്നേരത്ത് വന്നുചേരുന്ന പിച്ചക്കാരൻ പോലും ഒരു വട്ടത്തിൽ ഇരുന്ന്

* ആദ്യം ആഹാരമായോലോ

വിശപ്പടക്കും. എല്ലാവരുടേയും വായിലേക്ക് സൽമാൻ രുചിനോക്കിയ മുന്തിയ ഇറച്ചി നീണ്ടുചെല്ലും.

സ്ത്രീകൾ പുരുഷവട്ടങ്ങളിൽ കൂടാറില്ല. അക്കാര്യത്തിൽ എന്റെ ചൂടേറിയ തർക്കങ്ങളെ ഏറെക്കുറെ തണുപ്പിക്കാൻ സൽമാന് കഴിഞ്ഞിട്ടുണ്ട്. സാമൂഹികമാറ്റങ്ങൾ ഇഴഞ്ഞുമാത്രം എത്തിച്ചേരുന്ന ഒരു ദേശത്തിന്റെ പരിമിതികൾ. ആൺകോയ്മയുടെ നാടെന്ന് നാം ധരിച്ചുവെച്ചിരിക്കുന്ന ഒരു രാജ്യത്ത് പുരുഷസ്വത്വം നേരിടുന്ന ദൈന്യതകൾ. ജീവിക്കാൻ അവകാശമില്ലാതിരുന്ന പെൺകുട്ടിക്ക് അന്തസ്സുറ്റ ജീവിതം കാട്ടിക്കൊടുത്ത പ്രവാചകന്റെ കലാപങ്ങൾ.

സൽമാൻ കുറച്ചേ കഴിച്ചുള്ളൂ. ഇരിക്കുമ്പോൾ നന്നായി വിശന്നിരുന്നുവെങ്കിലും എനിക്കും പെട്ടെന്ന് മതിയായി. പുറത്തിറങ്ങിയ ഉടനെ സൽമാൻ സിഗർ ലൈറ്റർ കത്തിച്ച് ഉയർത്തിക്കാട്ടി. സാമിയും ഖാലിദും ഇരുട്ടിൽ നിന്ന് ഓടിവന്നു. പിന്നാലെ അഫ്രാസും. ബാക്കി ഭക്ഷണം തട്ടോടെ എടുത്ത് മജ്‌ലിസ് വൃത്തിയാക്കി അവർ പുറത്തേക്ക് പോയി.

ഖൈമയിൽ വാക്കേറുകൾക്ക് വട്ടമൊരുങ്ങുമ്പോൾ എന്റെ കണ്ണിമകൾ വീണുതുടങ്ങി. ഞാൻ സൽമാന്റെ കാതിൽ പറഞ്ഞു: "ഞാൻ മണപ്പുറത്ത് ഒന്ന് തല ചായ്ക്കട്ടെ."

അവന്റെ കണ്ണുകളിലും ഉറക്കത്തിന്റെ ചുവപ്പുരാശി പടർന്നു തുടങ്ങിയിരുന്നു.

"ഓക്കെ ഹബീബീ. എനിക്ക് ഇരുന്നല്ലേ പറ്റൂ." അവൻ ചിരിച്ചു. ഞാൻ ഇരുട്ടിലേക്ക് അലിഞ്ഞിറങ്ങി.

മീൻവെളിച്ചത്തിൽ തപ്പിത്തപ്പി അല്പം നടന്നപ്പോൾ കണ്ണു തെളിഞ്ഞു. ദൂരെ കാറ് കിടക്കുന്നത് കണ്ടു. അടുക്കുന്തോറും എന്റെ കൗമാരത്തെ തരളമാക്കിയ ആ പഴയ പാട്ട് രാവെളിച്ചത്തിന്റെ അലകളിലേക്ക് നിലാവുപോലെ ഒഴുകിവരുന്നത് ഞാനറിഞ്ഞു. അതുല്യനായ മുകേഷിന്റെ അനശ്വരമായ നാദവീചികൾ.

"കഭീ കഭീ മേരാ ദിൽ മേം
ഖയാൽ ആ ത്താ ഹേ"

അമിതാബ് ബച്ചൻ തകർത്തഭിനയിച്ച 'കഭീ കഭീ' കണ്ണിൽകണ്ട്, മൊബൈലിൽ പാട്ടുകേട്ട്, കിനാത്തുമ്പത്താടി അഫ്രാസ് മയങ്ങുകയാണ്. പുരാതനമായ ഇന്ത്യൻ മനസ്സുകളെ ഭരണകൂടങ്ങൾ വെട്ടിമുറിച്ചിട്ടും താളബോധത്തിന്റെ ആകാശത്തിന് മതിലുകൾ വന്നിട്ടില്ല.

നക്ഷത്രങ്ങൾ പുള്ളിക്കുത്തിട്ട നീലാകാശം ഒരു വട്ടക്കിണ്ണം പോലെ ഞങ്ങൾക്കുമീതെ കമിഴ്ന്നു കിടന്നു. വടക്കേ ചരിവിൽ സുഹ്റ (പ്രഭാത നക്ഷത്രം) തിളങ്ങിച്ചിരിക്കുന്നത് അപ്പോഴാണ് ഞാൻ കണ്ടത്. കണ്ണുകൾ താനേ അടയുന്നത് അറിയുന്നുണ്ട്.

ആറ്

സ്വപ്നം തന്നെ പേടിസ്വപ്നവും

"അപ്പോൾ ഇന്നത്തെ അത്താഴം കൊച്ചമേരിക്കയിലോ?"

സൽമാന്റെ ചോദ്യത്തിന് 'അതേ' എന്ന് ഉത്തരം പറഞ്ഞത് ഞാനല്ല.

പത്തുവർഷം മുമ്പ് അരാംകോ കോമ്പൗണ്ടിൽ എന്നെ ആദ്യമായി വിരുന്നൂട്ടിയ കട്ടപ്പനക്കാരൻ അലക്സ് വർഗീസിന്റെ വാക്കുകൾ ഓർമ്മയിൽനിന്ന് തികട്ടിവീണു. എ.കെ.ജി. അനുസ്മരണത്തിന് ദമ്മാമിൽ 'നവോദയ'യുടെ അതിഥിയായി ചെന്നതായിരുന്നു അന്ന്.

"അരാംകോ ഒരു കൊച്ചമേരിക്കയാണ് സഖാവേ. അറേബ്യക്കുള്ളിൽ മറ്റൊരു അമേരിക്ക. ഞങ്ങളുടെ സ്വപ്നവും പേടിസ്വപ്നവും ഇതുതന്നെ." അലക്സിന്റെ വാക്കുകൾ വ്യാഖ്യാനത്തിന് വഴങ്ങാൻ വർഷങ്ങൾ വേണ്ടിവന്നു.

ഞാനും സൽമാനും ഇന്നത്തെ സഞ്ചാരപഥങ്ങൾ നിർണ്ണയിക്കുകയാണ്. വല്ലാതെ വൈകിയിരിക്കുന്നു. സൽമാൻ ഇപ്പോഴും പാതിമയക്കത്തിലും ബാക്കി പാതി സിഗരറ്റിന്റെ ധൂമലഹരിയിലുമാണ്.

"ഹബീബീ, യാത്രയ്ക്ക് വഴിയും വാഹനവും മതി. ലക്ഷ്യവും സമയവും വേണ്ട." ഇടയ്ക്കിടെ എന്റെ പദ്ധതികളൊക്കെ സൽമാൻ പൊളിക്കും.

സുഡാനികൾ കൂടാരം പൊളിച്ചടുക്കി കെട്ടിക്കൂട്ടുന്നതേയുള്ളൂ. 'സൂറ..., സൂറ...'[1] എന്നുരുവിട്ടുകൊണ്ട് അഫ്രാസും സഹായിക്കുന്നുണ്ട്.

"സൽമാൻ, നമുക്ക് ആയിരത്തൊന്ന് രാവുകളില്ല. മഹാരാജാവ് കനിഞ്ഞുതന്ന പത്ത് രാപകലുകൾ മാത്രം. ഒന്ന് കടന്നുപോയി. അതാകട്ടെ, സുൽത്താനുവേണ്ടി ബലികൊടുക്കുകയും ചെയ്തു."

"വല്ലി വല്ലി...[2] അല്ലാഹുവിന്റെ ഖജാനയിൽ അനന്തമായ സമയമുണ്ട്."

---

1. വേഗം വേഗം
2. വിട്ടുകള

എനിക്ക് ചിരി വന്നില്ല. അവനോട് കയർക്കാനും തോന്നിയില്ല. ജീവിത പ്പാച്ചിലിൽ എപ്പോഴും മനുഷ്യൻ മറന്നുപോകുന്ന ആ പരമാർത്ഥം എത്ര പേർ നമ്മെ ഓർമ്മിപ്പിച്ചിരിക്കുന്നു! ബഷീറും യതിയും ഇഖ്ബാലും ഗാലിബും... അങ്ങനെ എത്ര മഹാമനീഷികൾ. നാടുവിടുന്ന ഓരോ മനുഷ്യന്റെയും വിചാരവും അതുതന്നെയാണ്. നേരമുണ്ട്. എല്ലാം നേടാൻ. ജീവിതം വെട്ടിപ്പിടിക്കാൻ. വീഴ്ചകളുണ്ടാവട്ടെ. മഹാദുരന്ത ങ്ങളും സമ്പൂർണ്ണ തകർച്ചയും വന്നോട്ടെ. അങ്ങേ വളവിൽ പ്രതീക്ഷ യുണ്ട്. കാത്തിരിക്കുകയല്ല. കാത്തു കുതിക്കുക. ഒടുവിൽ എങ്ങു മെത്താതെ, ഒന്ന് ജീവിക്കാൻപോലും നേരം കിട്ടാതെ. പാതി വഴിയിൽ നിശ്ചലമായിപ്പോകുന്ന കുതിപ്പാണല്ലോ പ്രവാസം. അഫ്രാസ് വന്നുകയറി. സാധനങ്ങൾ കെട്ടിമുറുക്കി സാമിയും ഖാലിദും സിഗ്നൽ കൊടുത്തു: "യള്ളാ..."

വണ്ടി നീങ്ങുമ്പോൾ അഫ്രാസ് പറയുന്നത് കേട്ടു. "അഷറ നുസ്"[1]

പത്തരമണിയായി എന്നറിഞ്ഞപ്പോൾ എന്റെ വയർ ഒന്നു കാളി. നേരം പുലർന്നിട്ട് ഒന്നും കഴിച്ചിട്ടില്ലല്ലോ. ഉണർന്നതു തന്നെ സൂര്യൻ നന്നായി ഉദിച്ചു കഴിഞ്ഞാണ്. കൂട്ടുകാരെ ഉണർത്തി ഖൈമയിൽ ചെല്ലുമ്പോൾ സൽമാൻ നീണ്ടു മലർന്നുറങ്ങുന്നു. അവനെ ഉണർത്തി പുറത്തിറക്കാൻ പിന്നെയും സമയമെടുത്തു. സുഡാനികൾ പണി തുടങ്ങുമ്പോൾ സൽ മാൻ പറയുന്നുണ്ട്.

"ഇനിയും വരാനുള്ള വീടാണ്. വേണ്ടത് മാത്രം എടുത്താൽ മതി."

എത്ര ശരിയാണ്! അവന്റെ വീട് റൗളയിലെ മണിമന്ദിരമല്ല. മതിലും മേൽക്കൂരയുമില്ലാത്ത മരുഭൂമി തന്നെ. ആകാശത്തിന്റെ മേലാപ്പും ചക്ര വാളത്തിന്റെ ചിത്രപ്പണിയും സൂര്യഗോളത്തിന്റെ കെടാവിളക്കും ചുടു മണലിന്റെ മണിമെത്തയുമൊരുക്കി നക്ഷത്രങ്ങൾ കാത്തിരിക്കുന്ന വീട്...

ദമ്മാം ഹൈവേയിൽ കയറുന്നതിനു തൊട്ടുമുമ്പുള്ള പെട്രോൾ ബങ്കിൽ ഇന്ധനം നിറയ്ക്കാൻ കാറ് കയറുമ്പോൾ മയങ്ങിത്തുടങ്ങിയ സൽമാനെ ഞാൻ വിളിച്ചിറക്കി. സുഡാനികളെയും. അഫ്ഗാനി ഹോട്ടലിൽ കയറി ഫൂലും തമീസും[2] കഴിച്ച് യാത്ര തുടരുമ്പോൾ അഫ്രാസ് പതിവു ചോദ്യമുയർത്തി.

"ഏപി ഭായ്, കിഥർ ജാനാ?"[3]

"അൽ ഹസ്സ..."

എല്ലാം സൽമാനുമായി സംസാരിച്ച് ഉറപ്പിച്ചതാണ്. എല്ലാവരും അറി ഞ്ഞിരിക്കട്ടെ. കാറ് കുലുങ്ങിപ്പറക്കുമ്പോൾ ഖാലിദ് ചോദിച്ചു.

---

1. പത്തരമണി
2. ഒരിനം അറബ് ഭക്ഷണം കട്ടിച്ചപ്പാത്തിയും പയർ കറിയും
3. എങ്ങോട്ട് പോകണം?

"വല്ലെല്ലൽ യാ അഖീ?"[1] രാത്രിയും അൽഹസയിൽ തങ്ങുമോ എന്നാണ് അവന് അറിയേണ്ടത്.

അന്നദാതാവിനോടൊപ്പം യാത്രചെയ്യുമ്പോഴും കുടുംബത്തിന്റെ അന്നം തേടി നാടുവിട്ടവർക്ക് അതു മാത്രമേ അറിയാനുള്ളൂ. എവിടെയാണ് തന്റെ വിയർപ്പ് ചൊരിയാനുള്ള അടുത്ത മണ്ണ്?

"ലാ... ലാ... ഫില്ലെല്ലൽ ഇല ദ്രഹ്റാൻ."[2] ഞാൻ പറഞ്ഞു. ഇപ്പോൾ സാമിയാണ് സന്ദേഹം തൊടുത്തത്.

"ദഹ്റാൻ? കുല്ലു ബഹർ യാ അഖീ..."[3] ഞാനും അഫ്രാസും ഒരുമിച്ച് ചിരിച്ചു.

സാമിയുടെ ചോദ്യം ന്യായമാണ്. സാധാരണ കടൽത്തീരം സൽമാന് അത്ര പ്രിയമുള്ള കാഴ്ചപ്പുറങ്ങളല്ല. തെക്ക് ജിസാനിലെ ഫുർസാൻ ദ്വീപിലും വടക്ക് തബൂക്കിലെ അഖബാ ഉൾക്കടൽ തീരത്തും സഞ്ചരിച്ച യാത്രകളിൽ, നടന്നുനടന്ന് ആളൊഴിഞ്ഞ കടപ്പുറം കിട്ടിയാലേ അവൻ ഒന്ന് ഇരിക്കൂ. ഇരുന്ന്, കടലിന്റെ അപാരതയിലേക്ക് കണ്ണയച്ചാൽ പിന്നെ മടങ്ങാനും മണിക്കൂറുകൾ എടുക്കും. ജിദ്ദയിലെ വിനോദവൽക്കരിച്ച ബീച്ചുകളോ യാൻബൂവിലെ മത്സ്യബന്ധനത്തിരക്കുകളോ അവനിൽ കൗതുകം ജനിപ്പിച്ചിട്ടേയില്ല.

സൽമാന് ദുബായിൽനിന്ന് ഹിന്ദിന്റെ വിളിവന്നു. ഫോൺ അവസാനിച്ചപ്പോൾ സൽമാൻ തന്നെ വിഷയത്തിലേക്ക് വന്നു.

"അൽ ഹസ്സയിൽ ജബൽ ഗാര. പിന്നെ ജൂബൈൽ നഗരത്തിൽ ഒരു കറക്കം. അതു കഴിഞ്ഞ് അരാംകോയിൽ ഉറക്കം. ഇന്ന് മലബാറികൾ നമ്മെ തീറ്റിപ്പോറ്റും." പിന്നെ പതിവുള്ള ഒരു കൊട്ടും: "കുല്ലു മലബാറി ഹറാമി. സ...? അഫ്രാസ്?"[4]

മലയാളികൾ തെമ്മാടികളാണ് എന്നുകേട്ട് അഫ്രാസ് മാത്രമല്ല സുഡാനികളും ചിരിച്ചു. അവരേക്കാൾ ഉച്ചത്തിൽ ഞാനും.

ഞാൻ ഒരു നിമിഷം മൗനിയായി. ഈ മനുഷ്യൻ എത്ര നിസ്സംഗതയോടെയാണ് ഇത്തരം ഫലിതങ്ങൾ പറയുന്നത്? അവനെ ക്രൂരമായി പറ്റിച്ചുപോയ എത്രയോ വിദേശികളുടെ മുഖങ്ങൾ എന്റെ കണ്ണിൽ തെളിഞ്ഞു. അവനെ പാപ്പരാക്കിയവർ, കുറ്റവാളിയാക്കിയവർ, കടുത്ത വിശ്വാസവഞ്ചന കാട്ടിയവർ, ഒടുവിൽ കള്ളക്കണ്ണീരൊഴുക്കി രക്ഷപ്പെട്ടുപോയവർ... മഹാഭൂരിപക്ഷവും മലയാളികൾ. ഞാൻ വരുന്നതിനുമുമ്പും ചരിത്രം ഇങ്ങനെയൊക്കെ ആയിരുന്നിരിക്കണം. എത്രയൊക്കെ തിക്താനുഭവങ്ങൾ വാർത്തകളിൽ നിറയുമ്പോഴും വന്നവരൊന്നും തിരിച്ചു

1. രാത്രിയും (അവിടേയോ) സഹോദരാ
2. അല്ലല്ല രാത്രി ദഹ്റാനിലേക്ക്
3. അവിടെയാകെ സമുദ്രമാണ് സഹോദരാ?
4. കേരളീയരെല്ലാം തെമ്മാടികളാണ്. ശരിയല്ലേ അഫ്രാസ്

പോകുന്നില്ലല്ലോ. പറഞ്ഞുവിടുന്നത് വലിയ പാതകമായി ചിത്രീകരിക്കുന്നുമുണ്ട്. എന്തായാലും ഇത്തരം സൽമാന്മാരുടെ സന്മനസ്സും ഔദാര്യവും തന്നെയാണ് പതിറ്റാണ്ടുകളായി എന്റെ നാടിന്റെ തിളക്കം കൂട്ടുന്നത്. ചേതനയെങ്കിലും നിലനിർത്തുന്നത്.

വഴിയിൽ, ഏറെ തിരക്കില്ലാത്ത ഒരു പള്ളിയിൽ ജുമുഅ കൂടി കാറിൽ കയറുമ്പോൾ പതിവുപോലെ സൽമാൻ സഹയാത്രികരായ സഹോദരങ്ങൾക്കായി ഇളവ് പ്രഖ്യാപിച്ചു: രാത്രി ഒമ്പത് മണിയോടെ ആർക്കും പിരിയാം. കിഴക്കൻ പ്രവിശ്യയിൽ ഉണ്ടായാൽ മതി. രാവിലെ ഒമ്പതു മണിയോടെ വന്നുചേരണം. എല്ലാ മുഖങ്ങളും തെളിഞ്ഞു. സുഡാനികൾ ഫോണിൽ കുത്തി വിളിക്കാൻ തുടങ്ങി. "ഹലോ... യാ സദീഖ്. സാമീ മഅക്... ഖാലിദ് മഅക്..."[1]

ഖർത്തൂം[2] കാരുടെ ഒരു കൊച്ചു സമ്മേളനം ഇന്ന് ദമ്മാമിലെ ഏതെങ്കിലും ഒരു സുഡാനി ഗല്ലിയിൽ നടക്കുമെന്നുറപ്പായി. അവർ അടങ്ങി. അഫ്രാസിന്റെ പദ്ധതി വെളിപ്പെടാൻ എവിടെയെങ്കിലും ഒന്ന് നിർത്തണം. ഞാൻ അവനെ നോക്കി ചിരിച്ചു. അവൻ സെൻട്രൽ ട്രാക്കിൽ ശരാശരി നൂറിൽ ഓടിക്കുകയാണ്. തിരിഞ്ഞുനോക്കുമ്പോൾ സൽമാൻ വീണ്ടും മയക്കത്തിലായിരിക്കുന്നു. പിന്നിട്ട രാത്രി ഓർത്തപ്പോൾ എനിക്കും ഉറക്കം വരുന്നതു പോലെ. അഫ്രാസ് എന്നെ നോക്കി. സാധാരണ ഞാനും അവനും മാത്രം ഉണർന്നിരിക്കുന്ന യാത്രകളിൽ അവൻ റേഡിയോ ഓൺ ചെയ്യും. സൗദിയുടെ കിഴക്കൻ തീരത്ത് എല്ലാ ഗൾഫ് എഫ്.എം. സ്റ്റേഷനുകളും കിട്ടും. ദുബായിലെ വോയ്സ് ഓഫ് കേരളയുടെയും റാസൽ ഖൈമയിലെ റേഡിയോ ഏഷ്യയുടെയും മീറ്ററുകൾ നിമിഷം കൊണ്ട് അവൻ ട്യൂൺചെയ്യും. ഹിന്ദി പാട്ടുകൾ മിക്കപ്പോഴും കിട്ടും. മലയാളമായാലും അവൻ ആസ്വദിക്കും.

ഇന്ന് പക്ഷേ പെട്ടെന്നാണ് അഫ്രാസ് സംസാരിച്ചു തുടങ്ങിയത്. പതിവില്ലാത്തവിധം നിർത്തി നിർത്തി, മടിച്ചു മടിച്ച്, സൽമാനെ തിരിഞ്ഞു നോക്കി.

"ഏപി ഭായ്, കൽ രാത് കാ മീറ്റിംഗ് മേം കോൻ കോൻ ധാ? കോയീ ആതംഗവാദീ?"[3]

അവൻ എല്ലാം ഊഹിച്ചു കഴിഞ്ഞിരിക്കുന്നു. എന്നെപ്പോലെ അഫ്രാസും സൽമാനെ ഒറ്റുന്നവനല്ല. എങ്കിലും ചില സൂചനകൾ മാത്രം ഒതുക്കിപ്പറഞ്ഞ് ഞാൻ ഒഴിഞ്ഞു. ആ വിഷയം ഇനി ആരോടും സംസാരിക്കേണ്ട എന്ന് രാവിലെ ഉണർന്നപാടെ സൽമാൻ പറഞ്ഞതുമാണ്. ഒരുപക്ഷേ അവന്റെ സ്വഭാവംവച്ച് ഏത് ഭീകരവാദിയോടും പറയേണ്ടത് സൗമ്യമായി പറഞ്ഞ് പിണക്കിവിട്ടിട്ടുണ്ടാവും.

---

1. സുഹൃത്തേ, ഇത് സാമിയാണ്. ഇത് ഖാലിദാണ്.
2. സുഡാൻ തലസ്ഥാനം
3. ഇന്നലെ രാത്രിയിലെ യോഗത്തിൽ ആരൊക്കെയുണ്ടായിരുന്നു

അഫ്രാസിന്റെ മുഖം വിവർണ്ണമാകുന്നത് കണ്ടു. അതിന്റെ കാരണവും വർഷങ്ങൾക്കുമുമ്പേ അറിഞ്ഞതാണ്. അവന്റെ അതിഥിയായി ദെല്ലയിൽ തങ്ങിയ ഒരു വാരാന്ത്യരാത്രിയിൽ.

അഫ്രാസ് പഠാണി (പഷ്തൂൺ പ്രവശ്യ*യിലെ ജനത)യാണ്. അഫ്ഗാൻ അതിർത്തിയിലെ പഷ്തൂണിസ്ഥാൻ... നമ്മുടെ ഖാൻ അബ്ദുൽ ഗഫാർഖാന്റെ നാട്...

പാകിസ്ഥാനിൽ തീവ്രവാദം ശക്തിപ്പെടുമ്പോഴൊക്കെ അവർക്കെതിരെ നിലകൊണ്ട കുടുംബമാണ് അവന്റേത്. ലഷ്കറെ ത്വയ്യിബയും ജയിഷെ മുഹമ്മദും ക്രമേണ പാക് താലിബാനും അൽഖാ ഇദയുമൊക്കെ ആ കുടുംബത്തെ ശത്രുക്കളായി കണ്ടത് സ്വാഭാവികം.

പതിനഞ്ചുവർഷം മുമ്പ് ഒരു വെള്ളിയാഴ്ച പള്ളിയിൽനിന്ന് ഇറങ്ങുമ്പോഴാണ് അഫ്രാസിന്റെ മൂത്ത സഹോദരൻ അക്തറിനെ മുഖംമൂടി ധരിച്ച തീവ്രവാദികൾ വെടിവെച്ചു കൊന്നത്. കേസിന് തുമ്പുണ്ടായില്ല. അവിടത്തെ പതിവുകേസുകളിൽ ഒന്നായി, പഠാണികളും പഞ്ചാബികളും സിന്ധികളും തമ്മിലുള്ള സ്ഥിരം വംശീയ വൈരമായി പൊലീസ് അത് അവസാനിപ്പിച്ചു. പത്ത് ലക്ഷം നഷ്ടപരിഹാരം കൊടുത്ത് സർക്കാരും. അഫ്രാസിന് അന്ന് ഇരുപത്തഞ്ച് വയസ്സാണ്.

പക്ഷേ ജ്യേഷ്ഠന്റെ ജീവന് ഏറ്റവും വലിയ വിലകൊടുത്തത് ഈ മനുഷ്യനാണ്. ഇരുപത്തിരണ്ട് കൊല്ലമായി സൗദിയിൽ ഡ്രൈവറായ ഈ 'പച്ച'മനുഷ്യൻ. പാക്ഗായകരായ സർദാർ അലി ഠക്കറിന്റെയും രേഷ്മയുടെയും ആരാധകനായ ഈ തൊഴിലാളി.

കൊല്ലപ്പെടുമ്പോൾ അക്തറിന് ഭാര്യയും മൂന്ന് മക്കളുമുണ്ട്. ആ സ്ത്രീയെ അഫ്രാസ് വിവാഹം ചെയ്തു. മക്കളെ ജീവനുതുല്യം സ്നേഹിക്കുന്നു. പഠിപ്പിക്കുന്നു.

അഫ്രാസിന്റെ മുറിയിൽ ആദ്യമായി രാപാർത്ത ആ ദിവസം ഇന്നും ഞാൻ ഓർക്കുന്നു. ചിക്കൻ ഠിക്കയും പാക്കിസ്ഥാനി റൊട്ടിയും ദാലും പാലക്കുമൊക്കെ വയറുനിറയെ കഴിച്ച് ഉറങ്ങാൻ കിടക്കുമ്പോൾ അവൻ ഒരു സ്വകാര്യം പറഞ്ഞു:

"ഏപി ഭായ്... എന്റേതായി ഒരു കുട്ടി വേണ്ടെന്നു വെച്ചു. ജ്യേഷ്ഠന്റെ മക്കൾക്ക് അത് എന്തെങ്കിലും വിഷമമുണ്ടാക്കിയാലോ?"

ഞാൻ ഒന്നും പറഞ്ഞില്ല. എനിക്ക് ഒന്നും പറയാൻ ഉണ്ടായിരുന്നില്ല. ഇത്തരം ചെറിയ മനുഷ്യരുടെ കൊച്ചു കൊച്ചു ത്യാഗങ്ങളാണ് ഈ വലിയ ലോകത്തെ പച്ചപ്പടർപ്പുകളെ നനച്ചു നിർത്തുന്നത് എന്ന് മാത്രം ഓർത്തുകിടന്നാണ് അന്ന് ഉറങ്ങിയത്.

ഞങ്ങൾ അൽഹസ ദേശത്തിലേക്ക് കടന്നിരിക്കുന്നു. തുർക്കി ആസ്ഥാനമായ ഉസ്മാനിയ സാമ്രാജ്യത്തിന്റെ ഭാഗമായിരുന്നു അൽഹസ.

---

* പാക്കിസ്താൻ

നൂറു കൊല്ലം മുമ്പ് അബ്ദുൽ അസീസ് രാജാവ് പടനയിച്ച് കീഴ്പ്പെടുത്തിയ ദേശം. ശക്തമായി തിരിച്ചടിക്കാൻ തുർക്കികൾ ഒരുങ്ങിയപ്പോഴേക്കും ഒന്നാം ലോക മഹായുദ്ധം പൊട്ടിപ്പുറപ്പെട്ടു. ആ യുദ്ധത്തിൽ തുർക്കി തകർന്നതോടെ അൽഹസ ബിൻ സൗദിന് സ്വന്തമായി.

അൽഹസയിലെ ഹുഫൂഫിലേക്കുള്ള എന്റെ ആദ്യയാത്ര തീവണ്ടിയിലായിരുന്നു. മലയാളിസമാജത്തിന്റെ വാർഷികത്തിനാണ് അന്ന് വന്നത്. റിയാദിൽനിന്ന് ഹുഫൂഫിലേക്കുള്ള റയിൽപ്പാത 1985–ലാണത്രെ നിലവിൽ വന്നത്. അതേസമയം റിയാദ്-ദമ്മാം റയിൽപ്പാത 1951 മുതൽ നിലവിലുണ്ട്. ഹുഫൂഫിലെ ജബൽഗാരയുടെ പ്രവേശന കവാടത്തിൽ കാറിട്ടു. അവധിക്കാലത്തിന്റെ തിരക്ക് കാറുകളുടെ എണ്ണത്തിൽ കാണാനുണ്ട്.

ചുണ്ണാമ്പു പാറകൊണ്ട് പ്രകൃതി തീർത്ത മഹാദ്ഭുതമാണ് ജബൽ ഗാര. ക്യാമറയെടുത്ത് തോളിൽതൂക്കി മലമ്പള്ളയിലെ ഗുഹാമുഖത്തേക്ക് നടക്കുമ്പോൾ ഖാലിദ് സൽമാനോട് ചോദിക്കുന്നുണ്ട്: “ഏഷ് ഹീനാക്? ഖല്ലി ജബൽ...”[1]

ചിരിച്ചുകൊണ്ട് സൽമാൻ അവന്റെ തോളിൽ കൈവച്ച് നടക്കുമ്പോൾ വിവരിച്ചു കൊടുക്കുന്നുണ്ടായിരുന്നു. സുഡാനികളുടെ വിവരക്കേടല്ല ഇവിടെ വെളിപ്പെടുന്നത്. പ്രവാസത്തിന്റെ നേർമുഖമാണ്. പണിയെടുക്കുന്ന തെരുവിനപ്പുറം കാണാൻ യോഗമില്ലാത്തവരാണ് മഹാഭൂരിപക്ഷം പ്രവാസികളും. അവരിൽ എല്ലാ രാജ്യക്കാരുമുണ്ട്. യഥേഷ്ടം സഞ്ചരിക്കാനും താൻ ജീവിക്കുന്ന രാജ്യത്തെ അറിയാനും അവസരം കിട്ടുന്നത് ചെറിയൊരു ശതമാനത്തിനു മാത്രം. എല്ലാ പ്രവാസികളും ഈ ഭാഗ്യവാന്മാരിൽപെടില്ല. ഒട്ടു മിക്ക കഫീൽ[2]മാരും സൽമാൻമാരുമല്ല. മലബാർ ഭാഷയിൽ ഒരു പുതിയ ചൊല്ല് പിറന്നത് സൗദി പ്രവാസത്തിന്റെ പ്രാരംഭത്തിലാണ്. അതിങ്ങനെ:

കെട്ടിയ പെണ്ണും കിട്ടിയ കഫീലും

നന്നായാൽ കിട്ടി, ഇല്ലെങ്കിൽ പോയി.

എങ്കിലും എന്റെ പ്രവാസകാലത്ത് സഹതാപം തോന്നിയത് മറ്റൊരു ന്യൂനപക്ഷത്തോടാണ്. സമയവും സൗകര്യവും എല്ലാം ഒത്തുകിട്ടിയിട്ടും സ്വന്തം മുറിയും ഓഫീസും വിട്ടുപോകാത്ത ഒരു കൂട്ടർ. അവധി ദിവസങ്ങൾ ഉറങ്ങിത്തീർത്തും ഷോപ്പിംഗ് മാളുകളിൽ കറങ്ങിത്തിരിഞ്ഞും നെറ്റ് ഫോണുകളിൽ മുഖം പൂഴ്ത്തിയും വാരാന്ത്യങ്ങളിലെ പൊങ്ങച്ചക്കൂട്ടങ്ങളിൽ തിന്നുമദിച്ചും ജീർണ്ണിച്ചൊടുങ്ങുന്ന ജന്മങ്ങൾ!

1. ഇവിടെ എന്താണുള്ളത്? വെറും മലമാത്രം
2. സ്പോൺസർ

ഏഴ്

പൊറുക്കപ്പെടാത്ത പാപങ്ങൾ

നട്ടുച്ച വെയിലത്താണ് ഞങ്ങൾ ഗുഹയിൽ കടന്നത്. പക്ഷേ മുമ്പോട്ട് പോകുന്തോറും സമയനീക്കം മറന്നു. ഉഷ്ണമാപിനികൾ നിലച്ചു. പർവ്വത ശ്രേണിയുടെ ഗർഭത്തിലൂടെ കിലോമീറ്ററുകൾ നീണ്ടുപോകുന്ന വിശാല മായ ഗുഹാലോകം. വൃക്ഷത്തിന്റെ ശാഖകളും ശിഖരങ്ങളും പോലെ ഗുഹാന്തരത്തിൽ നാനാഭാഗത്തേക്കും നീളുന്ന കൈവഴികൾ. ചരിത്രാ തീതകാലത്ത് വീണുകിടന്ന ഒരു മഹാവൃക്ഷത്തിനുമേൽ ചുണ്ണാമ്പുപാറ കൾ അടിഞ്ഞുറഞ്ഞ് ഒരു പർവ്വതസമുച്ചയം തീർത്തപോലെ. ഒടുവിൽ പാറകൾ ഉറച്ചു കഴിഞ്ഞപ്പോൾ ദൈവം എന്ന വിശ്വശില്പി അകത്തെ മഹാവൃക്ഷത്തെ അഴുക്കി മാറ്റിയതാവാം. എല്ലാ സർഗ്ഗസൃഷ്ടിക്കും ബാധകമായ ഒരു വിളംബരമാണല്ലോ ഖുർ-ആൻ സാക്ഷ്യപ്പെടുത്തിയത്:

അല്ലാഹു അഹ്സനുൽ ഖാലിഖീൻ...*

ദൈവം സ്രഷ്ടാക്കളിൽ ഉത്തമനാണെന്ന് കാണാൻ ഈ പ്രകൃതി ശില്പം മാത്രം മതി.

ഗുഹയ്ക്കുള്ളിൽ വൈദ്യുതി വിളക്കോ ഏസിയോ ഫാനോ ഇല്ല. ഞങ്ങൾ എത്രയോ ഗുഹാദൂരം പിന്നിട്ടിരിക്കുന്നു. എങ്ങും വെളിച്ചക്കുറ വില്ല. ശ്വാസതടസ്സമില്ല. വായുവും വെളിച്ചവും ആവശ്യമുള്ള എല്ലാ തിരിവുകളിലും പർവ്വതശിഖരം തൊട്ട് താഴോട്ട് പാറക്കൂട്ടങ്ങൾ ഇളകി മാറി വിള്ളലുകൾ തീർത്തിരിക്കുന്നു. പുറത്തെ ചുട്ട വെളിച്ചം ഗുഹയി ലേക്ക് അരിച്ചിറങ്ങുമ്പോഴേക്കും ആറി പാകപ്പെടുന്നു. കഴിഞ്ഞതവണ ഞാൻ വന്നത് നല്ല തണുപ്പുകാലത്താണ്. അന്ന് ഗുഹയ്ക്കുള്ളിൽ ഇളം ചൂടുള്ള വായു. ഋതുഭേദങ്ങളെ പുറത്തു നിർത്തിക്കൊണ്ട് കാലം തീർത്ത ഒരു സവിശേഷ സുരക്ഷിത ഭൂമേഖല. ഇത് കണ്ടില്ലെങ്കിൽ തീർച്ചയായും നാം അറേബ്യ കണ്ടിട്ടില്ല.

---

* ദൈവം സ്രഷ്ടാക്കളിൽ ഉത്തമനാണ് -ഖുർ-ആൻ

"മാഷാ അല്ലാഹ്... യേഷ് കറാമത്ത് ഹാദാ?"[1] പുറത്തിറങ്ങുമ്പോൾ സുഡാനികൾ സൽമാനോട് നന്ദി പറയുകയാണ്. 'ഈ മല കാണാൻ എന്തിന് വന്നു' എന്നു ചോദിച്ചവർക്ക് ഇപ്പോൾ ഒരു ദിവ്യാദ്ഭുതം കണ്ട സായൂജ്യം. പലതവണ കണ്ടിട്ടുള്ള അഫ്രാസിനോട് അവർ ആഹ്ലാദം പങ്കിടുന്നുണ്ടായിരുന്നു. പക്ഷേ എന്നെ കണ്ടപാടെ അവർ വയറ്റത്താണ് കൈവെച്ചത്.

"ആകിൽ യാ അഖീ..."[2] അനാദികാലംതൊട്ടേ ജീവജാലങ്ങളെ ചലനാത്മകമാക്കുന്ന ജൈവ ചോദന-വിശക്കുന്നു എന്ന ബോധം!

ഹുഫൂഫിലെ നല്ല ഹോട്ടലുകൾ അഫ്രാസിന് പരിചയമാണ്. ബുഹാരിച്ചോറും ഷവായ ചിക്കനും ഒരു തട്ടുപാത്രത്തിൽനിന്ന് വാരി ത്തിന്ന് ഞങ്ങൾ നാലുപേരും വിശപ്പടക്കി. സൽമാന് ഉച്ചഭക്ഷണം പതിവില്ല. ഒരു കപ്പ് തൈരും നാല് കാരക്കയുമാണ് കൂടിയാൽ കഴിക്കുക. ആമാശയത്തിന്റെ ബാക്കിഭാഗം വെള്ളവും പുകയും കയ്യടക്കും.

എന്നിട്ടും അവന്റെ തൂക്കം കുറഞ്ഞിട്ടില്ല. ആസ്ട്രാ കമ്പനിയിൽ ഒരു മിച്ചുള്ള കാലത്ത്, ഓരോ ആറ് മാസംതോറും മെഡിക്കൽ റിപ്പോർട്ട് അവന്റെ പ്രൊഫൈലിൽ ഫയൽ ചെയ്യുമ്പോൾ ഞാൻ കളിയാക്കുമായി രുന്നു: "ക്വിന്റൽ മാൻ."

കളിയല്ല. 118 കിലോ തൂക്കം. ആറടി പൊക്കവും കമ്മട്ടമല്ല. കൃത്യം 179 സെന്റീമീറ്റർ ഉയരമുള്ള ശരീരം. ഇത്തരം അറബ് ശരീരങ്ങൾക്ക് സൗദിയിൽ പഞ്ഞമില്ല. അവർ വസിക്കുന്ന വീടുകളും അവയ്ക്കുള്ളിലെ കുളിമുറികൾ പോലും എത്ര വിശാലമാണ്? പക്ഷേ അവിടെ പാർക്കുന്ന മനുഷ്യരുടെ മനസ്സുകളുടെ വിശാലതയാണ് പ്രധാനം. അക്കാര്യത്തിൽ സൽമാന്മാർ നന്നേ വിരളം!

കിഴക്കൻ ദേശത്തെ ഏറ്റവും വിശാലമായ മരുപ്പച്ചയാണിത്. അൽ ഹസ്സാ ജലസേചന പദ്ധതിവരെ ഒന്ന് ഓടിച്ചുപോയി. അതിന്നടുത്തായി സൽമാന്റെ സുഹൃത്ത് സഫറിന് ഒരു മസറ[3]യുണ്ട്. പുരാതനമായ പൊതു കിണറും ഈന്തപ്പനത്തോട്ടങ്ങളും കാണിച്ചു തന്ന്, മുന്തിയ കാരക്കാ പ്പെട്ടികൾ സമ്മാനിച്ച് സഫർ ഞങ്ങളെ യാത്രയാക്കി. വണ്ടി നീങ്ങുമ്പോൾ സൽമാൻ എന്നോട് പറഞ്ഞു: "ഹീസ് എ ഷിയാ..."[4]

ഷിയാകൾക്ക് ഭൂരിപക്ഷമുള്ള മേഖലയാണിത്. അതുകൊണ്ടാണ് ഈ പ്രദേശം ഇത്രയേറെ അവഗണിക്കപ്പെടുന്നതും. എന്തു ചെയ്യാം?

1. ദൈവത്തിന് സ്തുതി. ഇതെന്തൊരു ദിവ്യാത്ഭുതം!
2. വല്ലതും കഴിക്കണം സഹോദരാ
3. തോട്ടം
4. അവൻ ഒരു ഷിയ ആണ്

എണ്ണ മുഴുവൻ ഇവരുടെ കാൽച്ചുവട്ടിലാണ്. ദൈവത്തിന്റെ ഓരോ വികൃതികൾ. സൂര്യൻ പടിഞ്ഞാറോട്ട് ചാഞ്ഞുതുടങ്ങി. വണ്ടി ജുബൈലിലേക്ക് പറത്താൻ അഫ്രാസിന് ഉത്തരവ് കൊടുത്തു.

"ലേകിൻ രാസ്താ അച്ഛാ നഹി..."[1] അഫ്രാസ് പറയുംമുമ്പേ സാമിയും അതുതന്നെ പറയുന്നു: "ത്വരീഖ് മുഷ്ക്കിൽ..."[2]

ഞാൻ സൽമാനെ നോക്കി. വഴിയിലെ ദുർഘടങ്ങൾ താണ്ടിയേ തീരൂ. എവിടെയെങ്കിലും ചെന്നുപറ്റണമെന്ന നിർബന്ധം കൊണ്ടല്ല. താണ്ടുക ലക്ഷ്യമായതുകൊണ്ട്. നിശ്ചലത മരണമായതുകൊണ്ട്... ഈ ചിന്താ പദ്ധതികളൊന്നും സൽമാൻ അപ്പോൾ പറഞ്ഞില്ല. പക്ഷേ ഇതെല്ലാം അവന്റെ നേരംപോക്കുകളാണ്. ഒരു നിമിഷം ചിന്തിക്കുന്നവർക്ക് വലിയ ദർശനങ്ങളുമാണ്.

ജുബൈൽ എന്ന വ്യവസായ നഗരത്തിൽ ഞങ്ങൾ എത്തുമ്പോൾ വെയിൽ ആറിത്തുടങ്ങുന്നു. എന്നിട്ടും കടൽക്കാറ്റിനുപോലും വേവുന്ന ചൂട്. വെറുതെയല്ല. ഈ തീരദേശ നഗരം മുഴുവനും ഫാക്ടറികളാണ്. കടലും കരയും നിറയെ പുകയും തീയും പൊങ്ങുന്ന കൂറ്റൻ കുഴലുകൾ, റിഫൈനറികൾ, പെട്രോ-കെമിക്കൽ പ്ലാന്റുകൾ, രാസവളക്കമ്പനികൾ, സ്റ്റീൽ-അലൂമിനിയം മില്ലുകൾ... പിന്നെ സമുദ്രജലം ശുദ്ധീകരിക്കുന്ന ഡീ സലൈനേഷൻ (കടൽവെള്ളം ശുദ്ധീകരിക്കൽ) പ്ലാന്റുകൾ... എല്ലാം പലതവണ കണ്ടതാണ്. ഇത്തവണ പുതിയൊരു ഫാക്ടറി സൽമാൻ കാട്ടിത്തന്നു - എണ്ണ ഖനനത്തോടൊപ്പം പാഴാകുന്ന പ്രകൃതി വാതകങ്ങൾ സംഭരിച്ച് ശുദ്ധീകരിക്കുന്ന വ്യവസായം... അറേബ്യയുടെ ദൈനംദിന മുന്നേറ്റം ഇവിടെത്തന്നെ കാണണം.

എണ്ണവ്യവസായത്തിന്റെ വിനിയോഗത്തിനു വേണ്ടിയാണ് കിഴക്കൻ തീരത്തെ ജുബൈലും പടിഞ്ഞാറൻ തീരത്തെ യാൻബൂവും ചേർത്ത് പ്രത്യേക ഭരണസംവിധാനം 1975-ൽ നിലവിൽ വന്നത്. 'റോയൽ കമ്മീഷൻ ഫോർ ജുബൈൽ ആന്റ് യാൻബൂ'വാണ് ഈ രണ്ടു നഗരങ്ങളെ രണ്ടു പൈപ്പ് ലൈനുകൾകൊണ്ട് ബന്ധിപ്പിച്ചത്. അസംസ്കൃത എണ്ണയും പ്രകൃതിവാതകവും രണ്ട് കുഴലുകളിലായി യാൻബൂവിലെത്തുന്നു. അവിടുന്ന് അറബിക്കടൽ കടന്ന് ലോകരാജ്യങ്ങളിലേക്കും.

സന്ധ്യയോടെ ദമ്മാം നഗരത്തിൽ തിരിച്ചെത്തി. ഇരട്ട പിറന്ന സഹോദരിയായ അൽഖോബാർ ബീച്ച് വരെ വണ്ടി ഓടിച്ചുപോയി. ആൾപ്പെരുപ്പം കണ്ട് ഭയന്ന സൽമാൻ എങ്ങും നിർത്താൻ സമ്മതിച്ചില്ല. തറൂത്ത് ദ്വീപിലാണ് അല്പനേരം തങ്ങാനുള്ള ശാന്തത അവൻ കണ്ടത്. പിന്നെ ലോകത്തിലെ ഏറ്റവും വലിയ എണ്ണത്തുറമുഖമായ രാസ്താനുരയിലേക്ക്. അവിടെ കണ്ണുനട്ട് നടന്നിട്ട് സൽമാന് മടുക്കുന്നുമില്ല.

1. പക്ഷേ, വഴി നന്നല്ല
2. മാർഗം ദുർഘടം

അലക്സ് വർഗ്ഗീസിന്റെ വിളികൾ ഇടയ്ക്കിടെ സമയബോധം പകരുന്നുണ്ട്. സൽമാനെ ഞാനത് ബോധ്യപ്പെടുത്തി. കാരക്കാപ്പെട്ടികളുമായി സുഡാനികളെ വഴിയിൽവിട്ട് ഞങ്ങൾ അരാംകോ കോമ്പൗണ്ടിൽ എത്തി. കർശന പരിശോധനകൾ കഴിഞ്ഞ് അലക്സിന്റെ വില്ലയിലും. അഫ്രാസ് വണ്ടിയുമായി മടങ്ങുമ്പോൾ ഞാൻ ഓർമ്മിപ്പിച്ചു: "നൗ ബജേ, സുബഹ്."[1]

അലക്സും ഭാര്യ നിമ്മിയും മോനും കൂടാതെ ചെറുപ്പക്കാരായ രണ്ട് അതിഥികളും ഞങ്ങളെ കാത്തിരിക്കുന്നുണ്ടായിരുന്നു. രണ്ടു പേരും സൗദി പൗരന്മാർ. ഒരാൾ അരാംകോയിൽ പ്രൊഡക്ഷൻ കൺട്രോളറായ ഐദീദ് അൽ ഫത്താഹ്. മറ്റേത് കിംഗ് ഫഹദ് പെട്രോളിയം ആന്റ് മിനറൽ യൂണിവേഴ്സിറ്റിയിലെ അസിസ്റ്റന്റ് പ്രൊഫസർ യാസീൻ ലാഹിരി. പരമ്പരാഗതവേഷം ധരിച്ച ഇരുവരും സൽമാനെ ആചാരപ്രകാരം വരവേറ്റു എന്നെ ഹസ്തദാനം ചെയ്തു.

ഞാൻ പറഞ്ഞു പറഞ്ഞ് സൽമാനെ അലക്സിന് നന്നായറിയാം. സൗദി സുഹൃത്തുക്കൾ അവനെ കാണാൻ കാത്തിരുന്നതും അതുകൊണ്ടാണ്. ആ വീട്ടിൽ ഏതു ദേശക്കാർക്കും വേണ്ടതൊക്കെയുണ്ട്. കാർപോർച്ചിനോട് ചേർന്ന് അരമതിലുള്ള മജ്ലിസിൽ ഹുക്കയും കാപ്പിയും ഒരു ഖുർ-ആനും... പാരമ്പര്യത്തിന്റെ തൊട്ടപ്പുറത്ത് അടഞ്ഞ മുറിയിൽ പരിഷ്കാരത്തിന്റെ പടിഞ്ഞാറൻ മുദ്രകൾ... സ്കോച്ചും വൈനും അനുബന്ധച്ചേരുവകളും യഥേഷ്ടം ഒരുക്കിവെച്ചിരിക്കുന്നു. ഫ്രിഡ്ജിൽ പലതരം പാനീയങ്ങളും.

അടഞ്ഞ മുറിയിലാണ് എല്ലാവരും കിടന്നുറങ്ങിയത്. പിന്നെ തുറന്ന ഗാർഡനിൽ സ്വിമ്മിംഗ്പൂളിന്റെ കരയിൽ കസേരയിട്ടിരുന്ന് വർത്തമാനം തുടങ്ങി.

അലക്സ് തന്നെ തിരികൊളുത്തി. എന്നോടായി അവൻ പറഞ്ഞു:

"ഏപീ... അരാംകോയാണ് ഈ നാടിന്റെ ഭാഗ്യനക്ഷത്രം."

"യൂ മീൻ... ദ ഓയിൽ ബൂം..."[2]

"അഖീദ്...[3] സമൃദ്ധിയുടെ സ്രോതസ്സ്." സൽമാനും ഏറ്റുപിടിച്ചു.

"മാത്രമല്ല, സ്വാതന്ത്ര്യത്തിന്റെ സൂചനയും." യാസീൻ മറ്റൊരു വഴിക്ക് തിരിച്ചുവിട്ടു.

"എക്സാക്റ്റ്ലി..."[4] ഐദീദ് ഉണർന്നു. "യഥാർത്ഥ സ്വാതന്ത്ര്യം

---

1. രാവിലെ ഒമ്പത് മണി
2. നിങ്ങൾ ഉദ്ദേശിക്കുന്നത് എണ്ണയുടെ ഉയർച്ചയാണോ?
3. തീർച്ച
4. കൃത്യമായും

കിട്ടിയത് ഞങ്ങൾക്കാണ്, ഷിയാക്കൾക്ക്. എ ട്രൂ ലക്കീ സ്റ്റാർ ഫോർ അസ്."[1]

ചർച്ച വംശീയതയിലേക്ക് നിറംകെട്ടുപോകുമോ എന്ന് ഞാൻ ഭയപ്പെട്ടു. പക്ഷേ സൽമാൻ ആ വഴിക്കാണ് ചർച്ച തെളിച്ചത്. അവൻ ഐദീദിനെക്കൊണ്ട് അയാളുടെ മനസ്സ് തുറപ്പിച്ചു.

എരിയുന്ന സിഗരറ്റുമായി ഐദീദ് എന്റെ നേരെ തിരിഞ്ഞു. അപരിചിതനായ ഒരേയൊരു അനറബി എന്ന നിലയിലാവാം, എല്ലാവരും എന്നെയാണ് അഭിസംബോധന ചെയ്തത്.

"യൂ നോ മൈ ഫ്രണ്ട്...[2] ഞങ്ങളാണ് ഈ മണ്ണിന്റെ മക്കൾ. ഞങ്ങളുടെ കാൽച്ചുവട്ടിലാണ് എണ്ണ നിറഞ്ഞു കിടക്കുന്നത്. ഈ എണ്ണയെടുക്കാൻ അനുവാദം കിട്ടിയാൽ മാത്രം മതി ഞങ്ങളാവും ലോകത്തിലെ ഏറ്റവും സമ്പന്നജനത. എന്നിട്ടും ഞങ്ങൾക്ക് നാടില്ല. വിദ്യാഭ്യാസമില്ല. തൊഴിലില്ല. റോഡും വികസനവുമില്ല. ഞങ്ങൾ ഈ രാജ്യത്തെ പൗരന്മാരേ അല്ല. യൂ നോ വൈ?"[3] ഐദീദ് എഴുന്നേറ്റു.

"ടെൽ മീ സാർ."[4]

"ബൈ എ സിംപിൾ ആന്റ് സിംഗ്ൾ റീസൺ. യൂ നോ വാട്ട്?"[5] പിന്നെയും ചോദ്യം. ഞാൻ മൗനം കൊണ്ടു. നെഞ്ചിൽ തട്ടി അയാൾ പറഞ്ഞു. മുഖത്ത് വലിഞ്ഞുമുറുകിയ പേശികളോടെ, കനപ്പിച്ച വാക്കുകളിൽ...

"വീ ആർ ഷിയാസ്... ദ ട്രൂ സക്സസേഴ്സ് ഓഫ് ദ പ്രോഫെറ്റ്."[6]

ആരെങ്കിലും എതിർക്കുമെന്ന് കരുതി. അതുണ്ടായില്ല. യാസീൻ അയാളെക്കൂട്ടി വീണ്ടും അടഞ്ഞ മുറിയിലേക്കുപോയി. സൽമാൻ എന്നെക്കൂട്ടി സ്വിമ്മിംഗ്പൂളിന്റെ അറ്റത്തേക്കും. "എബീ, ദൈവത്തിന് പൊറുക്കാൻ ശേഷിയില്ലാത്ത ചില പാപങ്ങളുണ്ട്. മനുഷ്യൻ അവന്റെ സഹോദരങ്ങളോട് കാട്ടുന്ന അനീതിയുടെ നോവാണത്. അത് അനുഭവിച്ചവൻ തന്നെ പൊറുക്കണം. നജ്റാനിലെ ഇസ്മായീലി ഷിയാക്കളും ഇതേ വിവേചനം നേരിടുന്നുണ്ട്."

അപ്പോഴേക്കും സൽമാന് നൂറയുടെ കോൾ വന്നു. അലക്സ് ഭക്ഷണം ഒരുക്കാൻ അപ്പുറത്തേക്ക് നീങ്ങി. പുറത്തെ റോഡിലൂടെ ഏതാനും സ്ത്രീകൾ സൈക്കിളിൽ ജോഗ്ചെയ്ത് പോകുന്നു. ഹാഫ്

1. ഞങ്ങൾക്ക് ഒരു ഭാഗ്യനക്ഷത്രം
2. നിനക്കറിയാമോ സുഹൃത്തേ
3. എന്തുകൊണ്ടാണെന്നറിയാമോ?
4. എന്നോട് പറയൂ സർ
5. ലളിതമായ ഒരേ ഒരു കാരണം അതെന്താണെന്ന് താങ്കൾക്കറിയാമോ?
6. ഞങ്ങൾ ഷിയാക്കളാണ്. പ്രവാചകന്റെ യഥാർത്ഥ പിൻമുറക്കാർ

ട്രൗസറും നേർത്ത ടീഷർട്ടുമാണ് വേഷം... മറ്റൊരു രാജ്യം തന്നെ. ഞാനോർത്തു.

തിരിച്ചുവരുമ്പോഴും ഐദീദിന്റെ വികാരം തണുത്തിട്ടില്ല. ആ മുഖം കോടി മടങ്ങി വിരൂപമായതുപോലെ. ശബ്ദം ചിലമ്പിപ്പതറി പരുഷമായതു പോലെ. അയാൾ പിന്നെയും പൊട്ടി ഒഴുകി. "സൽമാൻ, ഞങ്ങളുടെ സങ്കടം താങ്കളെങ്കിലും മനസ്സിലാക്കണം. 1938-വരെ ഖത്തീഫിലെ ഈന്ത പ്പനത്തോട്ടങ്ങളായിരുന്നു ഞങ്ങളുടെ ലോകം. അരാംകോയാണ് വംശവും വിശ്വാസവും നോക്കാതെ ഞങ്ങൾക്ക് ജോലി തന്നത്. ഞങ്ങളെ മനുഷ്യരാക്കിയത്."

"ഹീസ് റൈറ്റ്... യൂണിവേഴ്സിറ്റികളിലും സ്കോളർഷിപ്പുകളിലു മൊക്കെ വിവേചനമുണ്ട്." യാസീനും ശരിവെച്ചു.

ഞാനൊരു സംശയം ചോദിച്ചു: "1980 ൽ അരാംകോ ദേശസാൽ കരിച്ചുവല്ലോ. അതു പിന്നെയും ഷിയാക്കൾക്ക് ദോഷമാവില്ലേ?"

"ഷുവർ... ഇങ്ങനെ പോയാൽ ഭാവി കൂടുതൽ മോശമാകും." സൽമാനാണ് പറഞ്ഞത്.

"ഇപ്പോഴത്തെ പ്രശ്നം കൂടുതൽ സങ്കീർണ്ണമാണ്." യാസീൻ ക്ലാസ് റൂമിലെന്ന പോലെ ഊന്നിയൂന്നി പറഞ്ഞുതുടങ്ങി. "നമ്പർ വൺ-ഒരു കൂട്ടർക്ക് അമേരിക്കൻ വിരോധം. നമ്പർ റ്റൂ-മറ്റൊരു കൂട്ടർക്ക് ഷിയാ വിരോധം. ഇപ്പോൾ രണ്ട് വിരോധങ്ങളും ഭൂരിപക്ഷത്തിന്റെ വികാരമായി വളർന്നിരിക്കുന്നു. എല്ലാ വിരോധങ്ങളും ഒന്നിച്ച് തീർക്കാവുന്ന കേന്ദ്രമായി അരാംകോ മാറിയിരിക്കുന്നു."

ഭക്ഷണത്തിന് വിളിക്കാൻ അലക്സ് വന്നത് ഇത് കേട്ടുകൊണ്ടാണ്.

"ഏപീ, ഇതാണ് ഞാൻ അന്നു പറഞ്ഞ സ്വപ്നവും പേടിസ്വപ്നവും. ഡ്രീം ആന്റ് നൈറ്റ്മേർ."*

മനസ്സിലാവുന്നു. ഞാനോർക്കുന്നു. 1996 ജൂൺ 25ന് അൽഖോ ബാറിലെ മിലിട്ടറി ഹൗസിംഗ് കോംപ്ലക്സിൽ ഒരു സ്ഫോടനം. 19 അമേരി ക്കൻ ഭടന്മാർ മരിച്ചു. 400 പേർക്ക് പരിക്കേറ്റു. വർഷങ്ങൾ പിന്നിട്ടുവെങ്കിലും ഇന്നലെ കഴിഞ്ഞപോലെ. ഏത് നേരത്തും ആവർത്തിക്കാവുന്ന ഭീതികൾ ഇവരെ നയിക്കുന്നു.

നിമ്മിയുടെ കൈപ്പുണ്യം നിറഞ്ഞ ഭക്ഷണം കഴിഞ്ഞ് യാത്രപറയു മ്പോൾ ഐദീദിനേയും യാസീനേയും കൂട്ടാൻ വന്ന കാറുകൾ അവരുടെ ഭാര്യമാരാണ് ഓടിച്ചിരുന്നത്.

സ്വിമ്മിംഗ്പൂളിൽ ദീർഘനേരം നീന്തിത്തുടിച്ച് ഉറങ്ങാൻ കിടക്കു മ്പോൾ ഞാൻ പറഞ്ഞു: "അമേരിക്ക തന്നെ."

സൽമാൻ അവസാനത്തെ സിഗരറ്റും കെടുത്തി.

---

* സ്വപ്നവും പേടിസ്വപ്നവും

"ഇത്തരം എത്ര അമേരിക്കയുണ്ട് ഈ രാജ്യത്ത്? എല്ലാ നല്ല കമ്പനികൾക്കും ഇത്തരം കോമ്പൗണ്ടുകളുണ്ട്. എല്ലായിടത്തും വാഴുന്നത് പാശ്ചാത്യസംസ്കാരം. കൊച്ചമേരിക്കകൾ ആടിയുറങ്ങുന്ന കളിത്തൊട്ടിലാണ് ഈ മഹാരാജ്യത്തിന്റെ മടിത്തട്ട്. ആർക്കാണ് പൊട്ടിത്തെറികൾ തടയാനാവുക?" അവന്റെ നിശ്വാസം ആ വലിയ മുറിയിൽ നിറഞ്ഞു.

രണ്ടുദിവസം മുമ്പ് അൽജസീറ ടിവി ആവർത്തിച്ച് സംപ്രേഷണം ചെയ്ത വീഡിയോ കാസറ്റിൽ ഉസാമ ബിൻ ലാദൻ പറഞ്ഞ വാക്കുകൾ, ഉറക്കത്തിലേക്ക് വീഴുന്നതുവരെ ഞാൻ കേട്ടുകൊണ്ടേ യിരുന്നു:

"നമ്മെ ദൈവം രക്ഷിക്കും എന്ന് പറയരുത്. നമ്മെ അമേരിക്ക രക്ഷിക്കും എന്നു പറയുക. അമേരിക്ക നമ്മുടെ ദൈവമായിരിക്കുന്നു."

എട്ട്

പറന്നുപോകുന്ന പെണ്ണുടുപ്പുകൾ

അലക്സിന്റെ വിളിയാണ് എന്നെ ഉണർത്തിയത്. "എ പീ... സൽമാൻ റെഡി! വരൂ... ബ്രേക്ക് ഫാസ്റ്റ്" മൊബൈലിൽ സമയം നോക്കി. ഒമ്പത് കഴിഞ്ഞിരിക്കുന്നു.

കുറെ നാളുകൾക്കുശേഷം മലയാളപത്രം കണ്ടതിന്റെ സൗന്ദര്യം അപ്പോഴും എന്റെ മുഖത്തുണ്ടായിരുന്നു. എട്ടുമണിയോടെ കുളികഴിഞ്ഞ് ഒരുങ്ങുമ്പോഴാണ് അലക്സ് പത്രം നീട്ടിയത്. ആ ഇരിപ്പിൽ സമയം പോയതറിഞ്ഞില്ല.

"അഫ്രാസ് ഈജീ... സൂറാ..."[1] സൽമാൻ തിരക്കുകൂട്ടി. ബ്രെഡ് ടോസ്റ്റും ഓംലറ്റും കഴിച്ച് പുറത്തിറങ്ങുമ്പോൾ ഗേറ്റിനുമുമ്പിൽ അഫ്രാസ്. കാറ് നന്നായി കഴുകിയിരുന്നു. സുഡാനികളും വണ്ടിയിൽ ഇടം പിടിച്ചിരിക്കുന്നു. ഞാൻ അലക്സിനോടും കുടുംബത്തോടും യാത്ര പറഞ്ഞു. സൽമാനാണ് അലക്സിന് ദീർഘമായ ആലിംഗനം കൊടുത്ത് പിരിഞ്ഞത്. കാറിൽ കയറുമ്പോൾ ഞാൻ ചോദിച്ചു:

"സൽമാൻ, കോസ്‌വെ ഫസ്റ്റ് ; ദെൻ ദഹ്ന ഡസേർട്ട്... ഈവ്നിംഗ് റ്റു ഹറദ്... ആന്റ് സ്റ്റേ ഇൻ അവർ ഫാം... ഓക്കേ.?"[2]

"പെർഫെക്ട്..." സൽമാൻ സമ്മതിച്ചു. "യള്ളാ..."

ദഹ്റാനിലെ ഊഷ്മളമായ രാത്രി മറക്കാത്ത ഓർമ്മയായി. അരാംകോ കോമ്പൗണ്ടിലെ പരിശോധനാകവാടം കടന്നുപോരുമ്പോൾ റിയാദിലെ അരാംകോ സമ്മാനിച്ച പഴയൊരു സംഭവം ഞാൻ മറക്കാൻ ശ്രമിക്കുകയായിരുന്നു.

---

1. അഫ്രാസ് വരുന്നു വേഗമാവട്ടെ
2. ആദ്യം കടൽപ്പാലം, പിന്നെ ദഹ്റ മരുഭൂമി വൈകീട്ട് ഹറദിലേയ്ക്ക്. (അവിടെ) നമ്മുടെ തോട്ടത്തിൽ തങ്ങാം. എന്താ?

കമ്പനിയിൽ നിന്ന് ആദ്യമായി കാറു കിട്ടിയ ദിവസം ഓഫീസ് വിട്ട് നഗരം ചുറ്റാനിറങ്ങി. നേരം ഇരുട്ടിയപ്പോൾ നഗരം വിട്ട് അരാംകോ പരിധി യിലേക്ക് കാറു കടന്നത് ശ്രദ്ധയിൽപെട്ടില്ല. നിമിഷങ്ങൾക്കകം അനേകം മിലിട്ടറി വാഹനങ്ങൾ വന്ന് വളഞ്ഞു. കാറ് കസ്റ്റഡിയിലെടുത്തു. മിലിട്ടറി വണ്ടിയിൽ സെക്യൂരിറ്റി ഓഫീസിലേക്ക് കൊണ്ടുപോയി. ഇഖാമ വാങ്ങി. മൊബൈൽ ഫോണും പേഴ്സും വാങ്ങിവച്ചു. ദീർഘമായ ചോദ്യം ചെയ്യൽ... പല ഓഫീസർമാരും മാറി മാറി...

"എന്തിനീ വഴി വന്നു?"

"വെറുതെ... നഗരം കാണാൻ."

"അരാംകോയിൽ എന്ത് കാണാൻ?"

"അബദ്ധത്തിൽ കടന്നുപോയതാണ്"

അവർക്ക് തൃപ്തിയായില്ല. ഒരു മുതിർന്ന ഓഫീസർ വന്ന് ചില ചോദ്യങ്ങൾ ചോദിച്ചപ്പോഴാണ് അകപ്പെട്ട അപകടത്തിന്റെ ആഴമറിഞ്ഞ് നടുങ്ങിയത്.

"മിസ്റ്റർ അഹ്മദ്, യൂ നോ ദിസ് ബിൻലാദൻ?"[1]

"യൂ മീൻ... ഉസാമാ ബിൻലാദൻ?"[2]

"യേസ്... യേസ്... ടെൽമി"[3]

ഓഫീസറുടെ മുഖം തെളിഞ്ഞു. ബിൻ ലാദന്റെ ഒരു സ്വന്തക്കാരനെ കിട്ടിയപോലെ അയാൾ ആവേശം കാട്ടി. എനിക്കാണെങ്കിൽ അന്ന് അല്പം നീണ്ട താടിയുമുണ്ട്.

"ഞാൻ വാർത്തകളിൽ കാണാറുണ്ട്."

"യെസ്; ശൈഖ് ഇപ്പോൾ എവിടെയുണ്ടെന്ന് അറിയുമോ.?" എനിക്ക് ദേഷ്യം വരുന്നുണ്ടായിരുന്നു. എങ്കിലും ചിരി വരുത്തി സൗമ്യനായി ഞാൻ പ്രതികരിച്ചു.

"ആർക്കറിയാം സർ.? സി.ഐ.എയ്ക്കുപോലും അറിയില്ല"

"ഓ... അപ്പോൾ അയാൾ അത്ര ശക്തനാണല്ലേ.?"

അപ്പോൾ അതായി പ്രശ്നം. ഞാൻ നിർത്തി. തുടർന്നുള്ള ചോദ്യ ങ്ങൾക്ക് വെറുതെ കൈമലർത്തുകമാത്രം ചെയ്തു.

ഒന്നും കിട്ടിയില്ലെങ്കിലും സെക്യൂരിറ്റി പിടിയിലായ പ്രതിയെ പൊലീസിനു കൈമാറണം. എന്നെ ആദ്യം ലോക്കൽ സ്റ്റേഷനിലേക്കും പിന്നെ സെൻട്രൽ സ്റ്റേഷനിലേക്കും കൊണ്ടുപോയി. അപ്പോഴേക്കും രാത്രി പത്ത് മണി കഴിഞ്ഞിരുന്നു.

---

1. മിസ്റ്റർ അഹമ്മദ്, നിനക്ക് ബിൻലാദനെ അറിയാമോ
2. ഉസാമാ ബിൻലാദനെയാണോ താങ്കൾ ഉദ്ദേശിച്ചത്
3. അതെ... അതെ പറയൂ...

സ്റ്റേഷനിൽ നല്ല പെരുമാറ്റം. ചെറുപ്പക്കാരനായ ഇൻസ്പെക്ടർ സ്പോൺസറെ അന്വേഷിച്ചു. അദ്ദേഹം ഫ്രാൻസിലാണെന്നും ഒരാഴ്ച കഴിഞ്ഞേ വരൂ എന്നും ഞാൻ പറഞ്ഞു. ഇൻസ്പെക്ടറും ഞാനും നിസ്സഹായരായി.

"ഇന്ന് രാത്രി ലോക്കപ്പിൽ കഴിയേണ്ടിവരും. രാവിലെ നമുക്ക് മറ്റെന്തെങ്കിലും വഴി നോക്കാം." അദ്ദേഹം ഡ്യൂട്ടി കഴിഞ്ഞ് പോയി. മൊബൈലും പേഴ്സും തന്നു. എന്താണ് സംഭവിക്കുന്നത് എന്ന് ഞാൻ അറിഞ്ഞു വരുന്നതേയുള്ളൂ. ലോക്കപ്പിന്റെ വാതിലടഞ്ഞപ്പോൾ കണ്ണു നിറഞ്ഞു.

മയക്കുമരുന്ന് സേവിച്ച് അബോധാവസ്ഥയിൽ ഒരു സൗദി ചെറുപ്പക്കാരൻ... പിന്നെ മദ്യപിച്ച് വീട്ടുകാരെ ഉപദ്രവിച്ച രണ്ടു സൗദി വിദ്യാർത്ഥികളും. അവരാണ് ഈ രാത്രിയിൽ സഹജീവികൾ... ഒരു ഞെട്ടലോടെ ആ അസമയത്ത് സൽമാനെ വിളിച്ചു. അടഞ്ഞ ശബ്ദത്തിൽ ഒരുവിധം കാര്യം പറഞ്ഞു.

"ഡോണ്ട് വറി. ലെറ്റ് മി സീ..."[1] അവൻ ആശ്വസിപ്പിച്ചു. പത്തു മിനുട്ട് കഴിഞ്ഞ് രാത്രി ഡ്യൂട്ടിയിലുണ്ടായിരുന്ന ഒരു പൊലീസുകാരൻ സാന്റ്വിച്ചും കട്ടൻ ചായയുമായി വന്ന് എന്നെ വിളിച്ചു. "സൽമാന്റെ സദീഖ്[2] ആണല്ലേ" സ്നേഹപൂർവ്വം ചോദിച്ചു. ചായ കുടിപ്പിച്ചു. ഓഫീസർമാരെല്ലാം പോയതുകൊണ്ടു നിവൃത്തിയില്ല. രാവിലെ തീർച്ചയായും പോകാമെന്ന് അയാളും ആശ്വസിപ്പിച്ചു.

രാവിലെ എട്ടുമണിക്ക് ഓഫീസർ എത്തുമ്പോൾ സൽമാൻ സ്റ്റേഷനിൽ ഹാജരായിരുന്നു. അവന്റെ ജാമ്യത്തിൽ പുറത്തിറങ്ങി. കാറിന്റെ കീ വാങ്ങിത്തന്ന് അവൻ പുറത്ത് തട്ടുമ്പോൾ കണ്ണു നിറഞ്ഞത് ആരും കാണാതിരിക്കാൻ തലതാഴ്ത്തി. ഇപ്പോഴും അതോർക്കുമ്പോൾ സൽമാനു മുമ്പിൽ തല കുനിഞ്ഞു പോകും.

കാറ് വൻകരയിൽ നിന്ന് കോസ്‌വേയിലേക്ക് കടന്നിരിക്കുന്നു. പേർഷ്യൻ ഉൾക്കടലിലെ കൊച്ചു ദ്വീപായ ബഹ്റൈൻ എന്ന അയൽ രാജ്യത്തേക്ക് സൗദിയിലെ അൽഖോബാറിൽ നിന്നുള്ള കടൽപ്പാലമാണ് കിംഗ് ഫഹദ് കോസ്‌വേ.

പാലത്തിന്റെ പകുതി ദൂരം പിന്നിടുമ്പോൾ ഇരുരാജ്യങ്ങളുടെയും കടലതിർത്തിയിൽ ചെക്ക് പോസ്റ്റുണ്ട്. പരിശോധന കഴിഞ്ഞാൽ പിന്നെ ബഹ്റൈന്റെ കടലായി. ഉമ്മുൽ നഹ്സാൻ ദ്വീപും സ്പർശിച്ച് പാലം ചെന്നുകയറുന്നത് ബഹ്റൈനിലെ അൽജസ്റയിലാണ്.

ബഹ്റൈൻ മറ്റൊരു ലോകമാണ്. പൗരസ്വാതന്ത്ര്യത്തിൽ സൗദിയിലെ വിലക്കുകളൊന്നും ബഹ്റൈനിൽ ബാധകമല്ല. അവിടെ ആണിനും

1. പേടിക്കേണ്ട, ഞാൻ നോക്കട്ടെ

2. കൂട്ടുകാരൻ

പെണ്ണിനും ഇഷ്ടമുള്ള വേഷം ധരിക്കാം. ഡ്രൈവ് ചെയ്യാം. സിനിമാ തിയേറ്ററുകളും ഡാൻസ് ക്ലബ്ബുകളും ബാർ ഹോട്ടലുകളും സുലഭം. അതു കൊണ്ടുതന്നെ സ്വാതന്ത്ര്യത്തിന്റെ തുറസ്സിലേക്കാണ് ഈ കടൽപ്പാലം സൗദിപൗരന്മാരേയും അവിടെ ജീവിക്കുന്ന വിദേശികളെയും നയിക്കുന്നത്. കടൽ മധ്യത്തിൽ രാജ്യങ്ങളുടെ അതിർത്തിയിലെ ടവർ റസ്റ്റോറന്റിൽ കയറി ഓരോ കപ്പുച്ചീനോ[1] കഴിച്ചു മടങ്ങുമ്പോൾ ചെക്ക്പോസ്റ്റ് കടന്നുപോകുന്ന ചില കാറുകളുടെ വലതുഭാഗത്തുനിന്ന് സ്ത്രീകൾ ഇറങ്ങി ഓടിച്ചെന്ന് ഡ്രൈവിംഗ് സീറ്റിൽ കയറുന്നത് കണ്ടു. ദമ്മാമിലേക്കുള്ള മടക്കയാത്ര പാലത്തിന്റെ പകുതി ദൂരം പിന്നിടുമ്പോൾ അഫ്രാസ് കാറിന്റെ വേഗത കുറച്ചു.

"ഏപീ ഭായ് ദേഖോ..."[2]

വിസ്മയകരമായ ഒരു കാഴ്ചയായിരുന്നു അത്. സൗദി തീരത്തു നിന്ന് വരുന്ന ഒരു കാറിൽ നിന്ന് സ്ത്രീകൾ ധരിക്കുന്ന രണ്ട് അബായകൾ ചിറകുവിരുത്തി പാലത്തിന്റെ വലതുഭാഗത്ത് കടൽ തിരകളിലേക്ക് പറന്നു പോകുന്നു. താഴ്ത്തിയ സൈഡ് ഗ്ലാസിന്റെ വിടവിലൂടെ രണ്ടു സുന്ദരികൾ തലയും കൈയും ഉയർത്തി സ്വന്തം അബായകളോട് 'ബൈ ബൈ' പറയുന്നു. പറന്നുപോകുന്ന ആ പെണ്ണുടുപ്പുകൾ സൗദി അറേബ്യയുടെ ഭാവിയെക്കുറിച്ച് നൽകുന്ന സൂചന എന്താണെന്ന് ആ നിമിഷത്തിൽ ആലോചിച്ചു. എന്റെ ചിന്തകൾ കൃത്യമായി വായിച്ചപോലെ സൽമാന്റെ കമന്റ് വന്നു:

"ഐ ഡോണ്ട് നോ ഫ്രം വേർ വീ ഗോട്ട് ദിസ് ഡ്രസ്സ് കോഡ്."[3]

"കാലാവസ്ഥയാണ് വസ്ത്രസംവിധാനം നിർവ്വഹിക്കുന്നത്." കത്തിക്കാളുന്ന ചൂടും തുളച്ചു കയറുന്ന തണുപ്പും മുഖം മൂടുന്ന മണൽകാറ്റുമാവണം മരുഭൂമിയുടെ വേഷം നിർണ്ണയിച്ചത്.

"ദെൻ വൈ ദിസ് ബ്ലാക്ക് ആന്റ് വൈറ്റ്?"[4]

സൽമാന്റെ ചോദ്യം കേട്ട് എല്ലാവരും ചിരിച്ചു. ദേഹമാസകലം മറയുന്ന വസ്ത്രങ്ങൾ മരുഭൂമിക്ക് ചേരും. പക്ഷേ ആണിന് വെള്ളയും പെണ്ണിന് കറുപ്പും നിശ്ചയിച്ചതിന്റെ വിധിയും യുക്തിയുമാണ് അവന് മനസ്സിലാവാത്തത്. മാത്രമല്ല പ്രകൃതിയുടെ വന്യതയെ മറികടക്കാൻ ഏസിയും മോട്ടോർ വാഹനങ്ങളുമുള്ള കാലത്ത് കാലാവസ്ഥാന്യായം ബാധകമാണോ എന്നും അവൻ ചോദിച്ചു.

---

1. മുന്തിയ ഇനം യൂറോപ്യൻ കാപ്പി
2. എ.പി ഭായ് അത് കണ്ടോ?
3. എനിക്കറിഞ്ഞുകൂടാ എവിടെ നിന്നാണ് ഞങ്ങൾക്ക് ഈ വേഷവിധാനം കിട്ടിയതെന്ന്?
4. അങ്ങനെയെങ്കിൽ എന്തിനീ കറുപ്പും വെളുപ്പും

ഒടുവിൽ ഒരു നിശ്വാസം പോലെ അവൻ പറഞ്ഞു: "ഇറ്റ്സ് എ പാർട്ട് ഓഫ് അവർ കൾച്ചർ. ലൈറ്റ് ഇറ്റ് ബീ."[1]

ആ നേരത്ത് ഞാൻ എന്നോടു തന്നെ മന്ത്രിച്ചത് മറ്റൊന്നാണ്: സൽമാന് അവന്റെ ചരിത്രത്തിന്റെയും സംസ്കാരത്തിന്റെയും ബലത്തിൽ ഈ വേഷവിധാനത്തെ ന്യായീകരിക്കാം. പക്ഷേ സുഖശീതളമായ കാലാവസ്ഥയുള്ള കേരളത്തിലേക്ക് ഈ വേഷവിധാനം ഇറക്കുമതി ചെയ്തവർക്ക് എന്താണാവോ ന്യായമുള്ളത്?

സ്ത്രീകൾ കണ്ണൊഴികെ മുഖമാകെ കറുപ്പിട്ടു മൂടിക്കെട്ടുന്ന പുത്തൻ മൗലികവാദം കേരളത്തിലും പരക്കുന്നതായി ഒരിക്കൽ ഞാൻ സൽമാനോട് പറഞ്ഞു.

"ഫൂൾസ്... യൂ നോ? ഐസ് ആർ മോസ്റ്റ് ഡേഞ്ചറസ്."[2] അബീർ മിഷ്ക്കാസ് എന്ന അറബ് എഴുത്തുകാരിയെ അവൻ ഓർമിപ്പിച്ചു. സ്ത്രീയുടെ മുഖകാന്തിയിൽ പുരുഷൻ പ്രലോഭിതനാകുമെന്ന ഭീതി കൊണ്ടാണ് മുഖം മറക്കുന്നതെങ്കിൽ, ഏറ്റവും വശ്യതയേറിയ കണ്ണുകളാണ് ആദ്യം മൂടിക്കെട്ടേണ്ടത് എന്ന് ആക്ഷേപഹാസ്യസ്വരത്തിൽ മിഷ്ക്കാസ് എഴുതിയിട്ടുണ്ട്.

"ഇനി വിശ്വാസത്തിന്റ പേരിലാണെങ്കിൽ മറ്റു മതസ്ഥരെ എന്തിനീ വേഷം കെട്ടിക്കുന്നു?" എന്റെ എന്നത്തേയും ആവലാതി തുറന്നു പറഞ്ഞു. സൽമാൻ ഉറക്കെ ചിരിച്ചു: "അത് മറ്റുള്ളവരെ നേർവഴിക്ക് നയിക്കാനല്ല. ഞങ്ങൾ വഴിതെറ്റാതെ സൂക്ഷിക്കാനാണ് സുഹൃത്തെ." അത് എനിക്കും ബോധിച്ചു. ഞാനും ചിരിയിൽ പങ്കു ചേർന്നു.

ദമാമിൽ നിന്ന് ദഹ്നാ മരുഭൂമിയിലേക്കുള്ള ഹൈവെ അഫ്രാസിന് നല്ല പരിചയമാണ്. മാസത്തിൽ ഒരിക്കലെങ്കിലും സൽമാൻ ആ വഴി അവനെ കൊണ്ടുപോകും. റിയാദിൽനിന്ന് ദുബായിലേക്ക് റോഡ് മാർഗ്ഗം പോകുമ്പോൾ ഈ വഴി അല്പം കൂടുതലാണ്. എങ്കിലും സൽമാന് ഈ വഴിയാണ് താത്പര്യം. മരുഭൂമികളിൽ ദഹ്നയോട് സൽമാന് അല്പം ഇഷ്ടക്കൂടുതലുണ്ട്. റൂബുൽ ഖാലിയിലോ നുഫൂദിലോ പോയിട്ടുള്ളതിനേക്കാൾ എത്രയോ അധികമാണ് ഞങ്ങൾ ദഹ്നയിലേക്ക് നടത്തിയ യാത്രകൾ... സൽമാന്റെ തോട്ടത്തിലെ മ്യൂസിയത്തിൽ ലേബൽ ചെയ്തു വച്ചിരിക്കുന്ന മരുഭൂപുരാവസ്തുക്കൾ എണ്ണിയാലും ദഹ്നയായിരിക്കും ഒന്നാം സ്ഥാനത്ത്...

"അഫ്രാസ്... ദക്കീക..."[3]

സൽമാൻ എന്തിനാണ് വണ്ടി നിർത്താൻ പറഞ്ഞതെന്ന് എനിക്ക് മനസ്സിലായില്ല. ശ്രദ്ധിച്ച് സൈഡാക്കി രണ്ടു മിനുട്ട് കൊണ്ട് വണ്ടി

1. അത് ഞങ്ങളുടെ സംസ്കാരത്തിന്റെ ഭാഗമാണ്
2. വിഡ്ഢികൾ, നിനക്കറിയാമോ? കണ്ണുകളാണ് ഏറ്റവും അപകടകാരികൾ
3. ഒരു നിമിഷം

നിന്നതോടെ സുഡാനികളും പാതി മയക്കത്തിൽ നിന്നുണർന്നു. സൽമാൻ സൺഗ്ലാസെടുത്ത് കണ്ണിൽവച്ച് ഡോർ തുറന്ന് പതുക്കെ പുറത്തിറങ്ങി. ഒന്നും പറയാതെ കാറിന്റെ മുൻഭാഗത്ത് ചാരിനിന്ന് ആകാശനിരീക്ഷണം തുടങ്ങി.

ഹാറ്റും സൺഗ്ലാസും ഫിറ്റ്ചെയ്ത് ഞാനും ഇറങ്ങി. ഹൈവെ മരുഭൂമിയെ കീറിമുറിച്ച് അറ്റമില്ലാതെ ഒഴുകുകയാണ്. ഇരുഭാഗത്തും ചക്രവാളം വരെ മുട്ടുന്ന മണൽ പരപ്പ്... ഒട്ടകം കടക്കാതിരിക്കാൻ റോഡരികിൽ തീർത്ത കമ്പിവേലികൾ... തിളച്ചുപൊങ്ങുന്ന വെയിൽച്ചൂടിന്റെ പളപളപ്പ്... സൽമാന്റെ മുഖത്ത് വിചിത്രമായ ഒരു തിളക്കം. എന്റെ തോളിൽതട്ടി തിരിച്ചു കയറുമ്പോഴും ആർക്കും ഒന്നും മനസ്സിലായില്ല. എന്തായാലും അഫ്രാസിനോട് വണ്ടി വിടാൻ ഞാൻ പറഞ്ഞു. കാറ് പതുക്കെ നീങ്ങി. സ്പീഡ് ട്രാക്കിൽ കയറി പാഞ്ഞു തുടങ്ങി. സൽമാൻ മുന്നോട്ടാഞ്ഞ് എന്റെ തോളിൽ തട്ടി ഒരു സ്വകാര്യംപോലെ പറഞ്ഞു: “എബീ... ഷമാൽ ഈജീ...”* ഞാനൊന്ന് നടുങ്ങി. ആരോ വരുന്ന കാര്യം എന്നോട് മാത്രം പറഞ്ഞതാണെന്ന് മറ്റുള്ളവർ കരുതിക്കാണും.

സത്യത്തിൽ വരുന്നത് ചില്ലറക്കാരനല്ല. പൊടിക്കാറ്റിന് കാരണക്കാരനായ ന്യൂനമർദ്ദമാണ് ഷമാൽ. സൽമാൻ അന്തരീക്ഷത്തിന്റെ അടയാളം നോക്കി മണിക്കൂറുകൾക്കു മുമ്പേ പ്രവചിക്കും: ഇന്ന് മൂന്ന് മണിയോടെ പൊടിക്കാറ്റ്... ചില ജീവികൾക്ക് അത്തരം സിദ്ധിയുണ്ടല്ലോ. കൊടുങ്കാറ്റും പ്രളയവും ഭൂകമ്പവും മുൻകൂട്ടി അറിയാനുള്ള ഇന്ദ്രിയശേഷി... ബദുവിന്റെ ഒറിജിനൽ ജീനുള്ള അറബിക്കും അതുണ്ട്. അവൻ എത്ര പുരോഗമിച്ചാലും. കൂടെയുള്ളവർക്ക് കാര്യം പിടികിട്ടാതിരുന്നതും നന്നായി. ഇല്ലെങ്കിൽ യാത്രയുടെ തുടർച്ചതന്നെ ചോദ്യം ചെയ്യപ്പെട്ടേനെ. ആദ്യാനുഭവത്തിൽ ഞാനും പേടിച്ചുപോയിരുന്നു.

പൊടിക്കാറ്റു വരുന്നതിന്റെ ലക്ഷണങ്ങൾ ഏതാണ്ട് അടുത്തെത്തിയാൽ എല്ലാവർക്കും മനസ്സിലാവും. ഉടനെ തെരുവുകൾ വിജനമാക്കി ആളുകൾ വീടകം പൂകും. മൈലുകൾക്കപ്പുറത്ത് നിന്ന് മരുഭൂമിയുടെ മണൽക്കൂനകൾ അപ്പടി കോരിയെടുത്ത്, ചുറ്റിച്ചുറ്റി വർത്തുള നൃത്തമാടി കൊടുങ്കാറ്റിന്റെ ഒരു വരവാണ്. സൂര്യബിംബം മണലിൽ മറയുന്നതോടെ അന്തരീക്ഷമാകെ മണൽമയം... വഴിയും നഗരവും കെട്ടിടങ്ങളും വാഹനങ്ങളും മണലിൽ മുക്കിയെടുത്ത് നീണ്ടുപോകുന്ന മരുക്കാറ്റിന്റെ താണ്ഡവം ചിലപ്പോൾ മണിക്കൂറുകൾ നീണ്ടു നിൽക്കും. മേൽക്കൂരയിലും ചുമരുകളിലും വാതിലുകളിലും ഏസിയിലും മണലഭിഷേകത്തിന്റെ സീൽക്കാരം. ഉറങ്ങാൻ പോലും സ്വൈരം തരില്ല. അതിനിടയിൽ മനുഷ്യരും മൃഗങ്ങളും ചിലപ്പോൾ വാഹനങ്ങളും കശക്കിയെറിയപ്പെട്ടതിന്റെ കഥകൾ കേൾക്കാം. ബാക്കിപത്രം പിന്നീട് കാണുകയും ചെയ്യാം. റോഡുകളും റെയിൽ പാളങ്ങളും മണൽ വിഴുങ്ങും. മണൽ നീക്കി ഗതാഗതം

* ചുഴലിക്കാറ്റ് വരുന്നു

പുനഃസ്ഥാപിക്കാൻ പ്രത്യേക തൊഴിലാളി വിഭാഗങ്ങൾ എല്ലാ നഗരങ്ങളിലും പ്രവർത്തിക്കുന്നുണ്ട്.

സൽമാനെ പരിചയപ്പെട്ട് ഏതാനും ആഴ്ചകൾ പിന്നിട്ട കാലത്ത് ഒരു വ്യാഴാഴ്ച. അവധിയുടെ ആലസ്യത്തിൽ ഉച്ചഭക്ഷണം ആസ്വദിച്ച് കഴിക്കുമ്പോൾ സൽമാന്റെ വിളി. നാല് മണിക്ക് ഫ്രീയാകുമോ? ഞാനേറ്റു. കൃത്യം നാലു മണിക്ക് സൽമാൻ അവന്റെ അന്നത്തെ കാപ്രിസ് കാർ ഓടിച്ചു വന്നു. ഞങ്ങൾ എയർപോർട്ട് റോഡിലെ എക്സിറ്റ് എട്ടിൽ നിന്ന് മറ്റൊരു റോഡിൽ കയറി അതിവേഗം സഞ്ചരിച്ചു. വാദി ഹനീഫയിലെ തടാകങ്ങൾ കടന്ന് ഏറെ ദൂരം പോയിട്ടും സൽമാൻ ഒന്നും പറയുന്നില്ല. സ്റ്റീരിയോയിൽ അന്ന് കേട്ട പാട്ട് പഴയ ഇറാൻ ഗായകൻ ഹാഫിസിന്റേതായിരുന്നു എന്ന് ഇപ്പോഴും ഞാൻ ഓർക്കുന്നു.

ഷഖ്റ റോഡിൽ അല്പദൂരം ചെന്നപ്പോഴേക്കും പെട്ടെന്ന് അന്തരീക്ഷം മാറി. പൊടിക്കാറ്റിന്റെ കാറ്റും കോളും തുടങ്ങി. വെയിലിന് സ്വർണ്ണനിറം വീണു. എനിക്ക് നേരിയ പേടി തോന്നി.

“സൽമാൻ... സാന്റ് സ്റ്റോം...” എന്റെ ശബ്ദം പതറി.

“ഗെറ്റ് റെഡി... വീ വിൽ ഫോളോ ഹിം...”[1] എന്നെ ഭയപ്പെടുത്തിയത് അവന്റെ മറുപടിയാണ്. അവൻ കാറ് ഹൈവേയിൽനിന്ന് മണൽപ്പറമ്പിലേക്ക് കയറ്റി. പൊടി പറത്തി പാട്ടിന്റെ ശബ്ദം കൂട്ടി, ഭ്രാന്തമായ ആവേശത്തോടെ കാറ് പാഞ്ഞു. ഒടുവിൽ എന്തും വരട്ടെയെന്ന് ഞാനും കരുതി. മരുഭൂമിയുടെ മധ്യത്തിലേക്ക് നീങ്ങുന്തോറും വായുമണ്ഡലം ചെമ്പൻ തരംഗങ്ങളായി. കൺമുമ്പിൽ മണൽകുന്നുകളുടെ സ്തൂപികാനൃത്തം. കാറിന്റെ ഗ്ലാസിലും ബോണറ്റിലും മുകളിലും മണൽത്തിരകൾ വന്ന് ശക്തിയോടെ ഇടിച്ചിറങ്ങുന്നു. ക്രമേണ ഒന്നും കാണാതായി. സൽമാന്റെ കാൽ ആക്സിലറേറ്ററിൽ മർദ്ദിക്കുന്തോറും ചീറിക്കുലുങ്ങി കാറ് ഉടന്തടിച്ചു നിന്നു...

സൽമാൻ അടങ്ങി. എഞ്ചിൻ ഓഫ് ചെയ്ത് സ്റ്റിയറിംഗിൽ തല ചരിച്ചുവച്ച് എന്നെ നോക്കി ചിരിച്ചു.

“റിലാക്സ് മൈ ഡിയർ... ഹീ വിൽ കൂൾ ഡൗൺ.”[2] ദേഷ്യമോ ഭയമോ ഏതാണ് അന്നേരത്ത് എന്നെ കീഴടക്കിയ വികാരമെന്ന് ഇപ്പോഴും ഉറപ്പില്ല. എങ്കിലും ഞാൻ അടങ്ങി. ഈ അറബിക്ക് നല്ല സുഖമില്ലേ എന്നുപോലും അന്നേരത്ത് തോന്നിയിരുന്നു.

അരമണിക്കൂറെങ്കിലും ആ ഇരിപ്പ്... പതുക്കെ കാറ്റടങ്ങി. കറുത്തിരുണ്ട അന്തരീക്ഷം മെല്ലെ മെല്ലെ വെളിച്ചത്തെ ഏറ്റുവാങ്ങാൻ തുടങ്ങി. ആകാശത്ത് നിന്ന് സ്വർണ്ണനൂലിഴകൾ പോലെ മണൽ വരികൾ ഭൂമിയിലേക്ക് ഒഴുകിയിറങ്ങുന്ന കാഴ്ച... വെളിച്ചം തെളിയുന്തോറും മണൽ

---

1. ഒരുങ്ങിക്കോ. നാം അവനെ പിന്തുടരും
2. ശാന്തനായിരിക്കൂ പ്രിയപ്പെട്ടവനേ അവൻ അടങ്ങിക്കോളും

നാരുകൾ നേർത്തു നേർത്തുവരുന്നു. ക്രമേണ വായുവിൽ അലിഞ്ഞലിഞ്ഞ് നാരുകൾ അപ്രത്യക്ഷമാവുന്നു. സ്വപ്നത്തിൽപോലും സാധ്യമല്ലാത്ത ഈ അദ്ഭുതദൃശ്യം മനുഷ്യന്റെ വർണ്ണബോധത്തിൽ ചിത്രീകരിക്കാനേ കഴിയില്ല. ഏതോ അഭൗമലോകത്ത് നിന്ന് പതുക്കെ ബോധം വീണപ്പോൾ ഞാൻ സൽമാന്റെ കവിളത്ത് മുത്തമിട്ടു.

"ഫന്റാസ്റ്റിക് സൽമാൻ..."

അവനു സമാധാനമായി. ഞങ്ങൾ പുറത്തിറങ്ങി ടയറുകൾ മൂടിക്കിടക്കുന്ന മണൽ, ഡിക്കിയിൽനിന്ന് ലിവറെടുത്ത് കുത്തിയിളക്കി കൈകൊണ്ട് കോരിനീക്കി. മടങ്ങുമ്പോഴേക്കും ഇരുട്ടിയിരുന്നു. ആ സന്ധ്യയും ചക്രവാളവും പ്രപഞ്ചശില്പിയുടെ അതുല്യസൃഷ്ടി തന്നെ. ഒരിക്കലും മറക്കാനാവാത്ത സൃഷ്ടിപ്പെരുമ...

സൽമാന്റെ നിർദ്ദേശപ്രകാരം അഫ്രാസ് കാറ് മരുഭൂമിയിലേക്ക് ഒടിച്ചെടുക്കുമ്പോൾ അന്തരീക്ഷവും കലമ്പി. വണ്ടി നിർത്തിയിടാൻ ഞാൻ പറഞ്ഞു. മണൽപ്രപഞ്ചത്തിന്റെ സംഘനൃത്തം. സുഡാനികളുടെ ദീനസ്വരം... "അസ്തഗ്ഫിറുള്ളാ..."[1] അഫ്രാസിന്റെ ക്ഷമാ ശീലം.... എല്ലാം ആസ്വദിച്ച് ഞാനും സൽമാനും ഗൂഢമായി ചിരിച്ചു.

കാറ്റൊടുങ്ങി. മടക്കയാത്ര ഹൈവേയിൽ കയറാൻ നേരം മൊബൈലിൽ റേഞ്ച് വന്നു. സൽമാന്റെ ഫോണിൽ ഹിന്ദിന്റെ സ്വരം: ഉമ്മായ്ക്ക് ആക്സിഡന്റ്... ആശുപത്രിയിൽ... ശാന്തനായി സൽമാൻ ഒറ്റവാക്ക് മാത്രം ഉച്ചരിച്ചു: "മാ മുഷ്ക്കില... അന ഈജി."[2]

പിന്നെ എന്നോട്: "എബീ, ഐ വിൽ മൂവ് റ്റു ദുബൈ റ്റുനൈറ്റ്. യൂ വിൽ സ്റ്റേ ഇൻ അവർ ഫാം. ഓക്കേ."[3]

"നോ പ്രോബ്ലം." "അഫ്രാസ്, ജൽദി."

---

1. ദൈവം കാത്തുകൊള്ളട്ടെ
2. സാരമില്ല. ഞാൻ വരുന്നു
3. എബീ, ഇന്ന് രാത്രി ഞാൻ ദുബായിലേക്ക് പോകും. നിങ്ങൾ നമ്മുടെ തോട്ടത്തിൽ തങ്ങും. എന്താ?

ഒമ്പത്

നഫ്സാവിയുടെ രതിവിസ്താരം

അറബിയിൽ ഒരു കാമസൂത്രം!

മുഷ്ത്താഖ് അത് കേട്ടിട്ടേയില്ല. വാത്സ്യായനമുനിയുടെ കാമസൂത്രം പലതരം പതിപ്പുകൾ അവൻ കണ്ടിട്ടുണ്ട്. നുരയുന്ന വാക്കുകളേക്കാൾ പുളയുന്ന ചിത്രങ്ങൾ കണ്ണുകൊണ്ട് വായിച്ച്, സിരകളിൽ അവൻ ഏറ്റു വാങ്ങിയിട്ടുണ്ട്. അല്ലെങ്കിലും ആമാശയത്തിൽ നിറയ്ക്കുന്ന ലഹരി അവനൊരു നേരമ്പോക്കാണ്. ഇന്ത്യയിൽ വിപ്ലവം വരാൻ വൈകുന്നതിന്റെ സങ്കടം തീർക്കാൻ, അറേബ്യൻ ജീവിതത്തിൽ പ്രയോഗിക്കാവുന്ന ഒരു അടവുനയം!

വിപ്ലവത്തിലേക്കുള്ള പടയോട്ടത്തിന് വെളിച്ചം കാട്ടാൻ മനസ്സിലുള്ള പന്തങ്ങളൊക്കെ കെട്ടുകഴിഞ്ഞപ്പോഴല്ല മുഷ്ത്താഖ് നാടുവിട്ടത്. വിപ്ലവം എന്ന ലക്ഷ്യം തന്നെ താൻ യൗവ്വനം കൊടുത്ത കമ്മ്യൂണിസ്റ്റുപാർട്ടി കയ്യൊഴിച്ചിരിക്കുന്നു എന്ന് തിരിച്ചറിഞ്ഞപ്പോഴാണ്. സ്വന്തമെന്നു കരുതിയ അഭയം നഷ്ടമായിരിക്കുന്നു എന്ന ബോധ്യം ഭക്തനെയും വിപ്ലവകാരിയെയും ഒരുപോലെ പ്രകോപിതരാക്കും. ശത്രുസംഹാരത്തിന് ശേഷിയില്ലാത്ത ദുർബലരാണ് തങ്ങളെന്ന യാഥാർത്ഥ്യം, അവരുടെ ഉള്ളിലെ ശൂന്യതയിൽ 'തെറി'യെന്ന ആയുധത്തിന് കലവറയൊരുക്കും. കൊടുങ്ങല്ലൂർ ക്ഷേത്രം നഷ്ടപ്പെട്ട ബുദ്ധന്മാർക്കും ഇന്ത്യൻ വിപ്ലവം നഷ്ടപ്പെട്ട കമ്മ്യൂണിസ്റ്റുകൾക്കും ഇത് ബാധകമാണ്.

അതുകൊണ്ട് മുഷ്ത്താഖ് തെറി പറയും. ഏതു പൊതുവേദിയിലും എതിരാളിയുടെ വീര്യം കെടുത്താൻ രണ്ട് പൂരപ്രയോഗം മതിയെന്ന് അവൻ അവകാശപ്പെടുകയും ചെയ്യും. വാക്കുകൾ ദുർബലമാകുന്നത് ആശയത്തിന്റെ പരാജയമല്ലേ എന്ന ചോദ്യമൊന്നും അവനെ ബാധിക്കില്ല. കാരണം തോറ്റുകഴിഞ്ഞ യുദ്ധമാണ് താൻ പൊരുതുന്നതെന്ന് അവൻ അടക്കം പറയും. താനൊരു കൊടുങ്ങല്ലൂർക്കാരനാണെന്ന മേനിയും

പറയും. ആഴ്ച്ചവട്ടങ്ങളിൽ ഭരണിപ്പാട്ട് മടിയില്ലാതെ പാടും. പൊതുവേദി കളിൽ നാടൻപാട്ടുകൾ പേടിയില്ലാതെ മൂളും! ശ്രുതിയും താളവും തർക്കിച്ചു ചെന്നാൽ തെറിയേക്കാൾ കനത്ത ശരങ്ങൾ തൊടുത്തുവിടും. നാടിന് ശ്രുതിയില്ലാത്ത കാലത്ത് നാടൻ പാട്ടിനും അത് വേണ്ട. കാമത്തിന് താളം തെറ്റിയ കാലത്ത് പൂരപ്പാട്ടിനെന്തിന് താളം...? "അല്ല പിന്നെ; കൊടുങ്ങല്ലൂർക്കാരെ ഭരണി പഠിപ്പിക്കല്ലേ..." അങ്ങനെ പോകും മുഷ്ത്താഖിന്റെ ദാർശനിക വാഗ്വാദങ്ങൾ.

അല്ലെങ്കിലും നാടുവിടുന്ന മലയാളികൾ അങ്ങനെയാണ്. വിമാനം കയറുമ്പോൾ നാടിന്റെ ഒരു പിടി മണ്ണ് പൊതിഞ്ഞുകെട്ടി നെഞ്ചിൻകൂട്ടിൽ സൂക്ഷിക്കും. ആ മണ്ണിന്റെ ചൂരും ചൊടിയുമാണ് അവന്റെ ദേശരാഷ്ട്രം. ജന്മനാട് മാറുന്നതും നാറുന്നതും വരളുന്നതും തകരുന്നതുമൊന്നും പിന്നെ അവൻ അറിയുന്നില്ല. എത്ര വാദിച്ചാലും അവൻ അനുവദിച്ചു തരികയുമില്ല!

ലോകത്തിന്റെ ഏത് കോണിൽ ചെന്നിറങ്ങുമ്പോഴും നെഞ്ചിനുള്ളിൽ നിന്ന് ഒരു നുള്ള് മണ്ണെടുത്ത് കൺമുമ്പിൽ വിതറി ആ മണ്ണിലാണ് അവൻ പദമൂന്നുക... അഥവാ തനിക്കു പാർക്കാനായി തന്റെ ദേശത്തിന്റെ കണ്ണീർ പ്രതികൾ പുനർനിർമ്മിക്കുന്ന രാഷ്ട്രശില്പികൾ... ഏത് ലോകത്തും തിരുവോണം വിരിയുന്നത് അങ്ങനെയാണ്!

പണ്ട് അന്തമാനിലേക്ക് നാടുകടത്തപ്പെട്ട പോരാളികൾ അവിടെ മഞ്ചേരിയും പാണ്ടിക്കാടും തുവ്വൂരും മണ്ണാർക്കാടും സൃഷ്ടിച്ചത് അങ്ങനെ യാണ്. 'നീ എവിടെയാണോ അതാകുന്നു നിന്റെ ദേശം' എന്ന് ഒ.വി. വിജയൻ നിരീക്ഷിച്ചത് ആ കലാപകാരികൾ അറിഞ്ഞിട്ടുണ്ടാവില്ല. മലയാളിയുടെ ഈ സംസ്കാരത്തിന് ചരിത്രത്തിന്റെ ഒരു രാജമാതൃക സി. രാധാകൃഷ്ണൻ ചേർത്തുവെക്കുന്നുണ്ട്. സ്വന്തം മണ്ണുമായി വിദേശ യാത്ര നടത്തുകയും ചെല്ലുന്നിടത്തൊക്കെ ആ മണ്ണുവിരിച്ച് പല്ലക്കിറ ങ്ങുകയും ചെയ്യുന്ന സാമൂതിരിമാരുടെ മാതൃക!

മുഷ്ത്താഖ് പതുക്കെ ആവേശത്തിന്റെ കോലാഹലമേടിറങ്ങി. അവന് അറേബ്യൻ കാമസൂത്രങ്ങൾ അറിയണമെന്നായി. ഞാൻ എഴുന്നേറ്റു. മസറയിലെ തകരക്കൂടാരത്തിനു പുറത്തേക്ക്.

സൽമാന്റെ തോട്ടത്തിൽ ഇന്ന് രാവെളിച്ചം മാത്രമല്ല; നിലാവും വീണു തുടങ്ങിയിട്ടുണ്ട്. മരുഭൂമിയിലെ നിലാവ് മാസ്മരികമായ ഒരു പ്രതിഭാസ മാണ്. എന്റെയുള്ളിൽ നേരിയൊരു നഷ്ടബോധം നീറി... ആളനക്കവും പച്ചപ്പൊടിപ്പും ജലരാശിയുമുള്ള ഇത്തരം രാക്കൂടുകളിൽ ഒത്തുകൂടു മ്പോൾ മരുനിലാവിന്റെ നിലയും വിലയുമറിയാനാവില്ല. അപാരതയിലേക്ക് കൈകാലുകൾ നീട്ടി, ഉന്മാദത്തിന്റെ മണൽക്കുന്നുകൾ കുലുക്കി, നിഗൂഢതയുടെ ചുഴികൾ വിടർത്തി, ആകാശത്തിന്റെ അതിരുകൾ അള ക്കുന്ന ആ മോഹിനിയുടെ പൊക്കിൾക്കുഴിയിൽ ഇരുന്നുതന്നെ നിലാവു

കാണണം. സംഗീതത്തിന്റെ രാഗവട്ടങ്ങൾക്കപ്പുറത്തെ മഹാമൗനത്തിന്റെ രൗദ്രതാളമാണ് ആ കാഴ്ചയുടെ പശ്ചാത്തലം.

മരുഭൂമിയിലെ നിലാവു കാണേണ്ടത് കണ്ണുകൊണ്ടല്ല. പഞ്ചേന്ദ്രിയങ്ങൾക്കും മുദ്രവെച്ച് ധ്യാനലോകത്തേക്ക് തുറന്നുവച്ച ആത്മാവുകൊണ്ടാണ്. രോമകൂപങ്ങളിലൂടെ അരിച്ചിറങ്ങി, സിരകളിലൂടെ നുരഞ്ഞു പടർന്ന്, കരൾത്തിരകളിൽ ചെന്ന് വിലയം കൊള്ളുന്ന അതിഭൗതികോർജ്ജം തന്നെയാണ് മരുഭൂനിലാവ്. മരുഭൂമിയിൽ പ്രവാചകന്മാർ പിറവികൊണ്ടതിന്റെ രഹസ്യവും മറ്റൊന്നാവില്ല!

ശൂന്യദേശത്തെ രാപാർപ്പുകളിൽ പലതവണ ഞാൻ നിലാവറിഞ്ഞു. നിലാവുള്ള രാത്രികളിൽ ഒരു സംഗീതവും സൽമാൻ അനുവദിക്കില്ല. എല്ലാ പാട്ടുപെട്ടികളും അന്ന് നിദ്ര കൊള്ളും. ഭിന്നദേശങ്ങളുടെ രാഗശീലങ്ങൾ മൂളുന്ന എല്ലാ സ്വനപേടകങ്ങളും അന്ന് വിശ്രമിക്കും. നഗ്നമായ ആകാശത്തിനു ചുവട്ടിലെ സകല വൻകരകളിലും അന്നം തേടുകയും ഇണ ചേരുകയും ചെയ്യുന്ന എല്ലാ ജീവജാലങ്ങളും നിലാവിനോടൊപ്പം പെയ്തിറങ്ങുന്ന മൗനതാളം ആസ്വദിക്കട്ടെയെന്ന് ആ കൂട്ടുകാരൻ പറയും...

ഒരിക്കൽ മാത്രം വീണുകിട്ടിയ മഹാസൗഭാഗ്യമാണ് എന്റെ പ്രവാസത്തിന്റെ സുവർണനിക്ഷേപം! മരുഭൂമിയിലെ നിലാവും മഴയും ഒത്തുകിട്ടിയ മാന്ത്രികനിമിഷങ്ങളായിരുന്നു അത്. അന്ന് സന്ധ്യകഴിഞ്ഞാണ് സൽമാൻ എന്നെ വിളിച്ചു പറഞ്ഞത്. ജനറൽ മാനേജർക്കുപകരം പിറ്റേന്ന് രാവിലെ ജിദ്ദയിലെ കോൺഫറൻസിൽ അവനു പങ്കെടുക്കണം. ഫ്ളൈറ്റ് ടിക്കറ്റ് കിട്ടിയില്ല. കാറിനുപോകുന്നു. ഞാൻ കൂടെ ചെല്ലണം. അന്ന് ഹോണ്ട അക്കോർഡ് ആണ് അവന്റെ വണ്ടി. മിസ്രി പാട്ടിന്റെ പതിഞ്ഞ താളത്തിൽ കാർ ഓടിക്കുമ്പോൾ സൽമാൻ മയങ്ങുകയാണെന്നാണ് കരുതിയത്. പാതിരാവിനുമുമ്പുതന്നെ നിലാവു വീണുതുടങ്ങിയത് ഞാനവനെ അറിയിച്ചു. ഉണർന്നിരുന്ന അവന്റെ ആകാശനോട്ടങ്ങളിൽ ഏതോ വിദൂരസന്ദേശം വന്നു പതിച്ചിരിക്കണം.

"എബീ... ലെറ്റ് മീ ഡ്രൈവ്..."*

അക്കോർഡ് പതുക്കെ അരികുപറ്റി നിന്നു. വലതുഭാഗത്തു നിന്ന് അവനും ഇടതുഭാഗത്തു നിന്നു ഞാനും ഒരുമിച്ചിറങ്ങി. ഞങ്ങൾ സീറ്റുകൾ വെച്ചുമാറി.

സൽമാൻ ഓടിച്ചുതുടങ്ങി. ഏറെ കഴിയും മുമ്പേ ഹൈവേയിൽ നിന്ന് ഇടതുവശത്തേക്ക് തിരിഞ്ഞു. വല്ലപ്പോഴും വാഹനങ്ങൾ ഓടുന്നുവെന്ന് തോന്നിച്ച ആ മണൽപ്പാതയിലൂടെ ആ പാതിരാ നിലാവിൽ അവൻ മരുഭൂമിയുടെ ഉള്ളറയിലേക്ക് പാഞ്ഞു. സൽമാന്റെ വിചിത്ര പ്രകൃതം

---

* ഞാൻ ഓടിക്കാം

അറിയാവുന്നതുകൊണ്ട് ഞാൻ നടുങ്ങിയില്ല. ഒരു സന്ദേഹംപോലും ചോദിച്ചില്ല.

ഹൈവേയുടെ വെട്ടവും വേഗവും സൈഡ് ഗ്ലാസിൽ നിന്ന് മായുവോളം ഞങ്ങൾ മണൽകാട്ടിലേക്ക് നുഴഞ്ഞുകയറി. പെട്ടെന്നാണ് നിലാവിരുണ്ടത്. ആകാശത്ത് കറുത്ത കനൽക്കട്ടകൾ മൂടിയത്. എഞ്ചിൻ ഓഫ് ചെയ്ത് സ്റ്റിയറിംഗ് വീലിൽ താളമിട്ട് സൽമാൻ പുഞ്ചിരിക്കുന്നു. ചീറിവന്ന മണൽക്കാറ്റിന്റെ ചടുലനൃത്തം അധിക നേരം നീണ്ടു നിന്നില്ല. കനത്ത കല്ലുകൾ കാറിൽ വന്നു പതിക്കുന്ന ശബ്ദമാണ് പിന്നെ കേട്ടു തുടങ്ങിയത്. നാലുപാടു നിന്നും തുരുതുരാ വന്നു വീഴുന്ന കല്ലുകൾ മണൽക്കൂനകളെ നിശ്ചലമാക്കി. പെട്ടെന്നാണ് മങ്ങിയ വെട്ടത്തിൽ ഞാൻ കണ്ടത്... ചില്ലുകളിൽ വന്നു പതിച്ച് തെന്നിവീഴുന്ന മഞ്ഞുകട്ടകൾ... ആലിപ്പഴം?... അതെ, ആലിപ്പഴം തന്നെ.

നിമിഷങ്ങൾക്കകം മഴത്തുള്ളികൾ വീണുതുടങ്ങി... തുള്ളികളുടെ മാർദ്ദവത്തോടെയല്ല. ആലിപ്പഴത്തേക്കാൾ ഊക്കോടെ... വെള്ളക്കമ്പികളുടെ ബലത്തോടെ ആകാശത്തു നിന്ന് കൂർത്ത് നീണ്ടുവന്ന ഒരായിരം ജലമുനകൾ... പൊടുന്നനെ കരിങ്കാടുകൾ നീങ്ങി ആകാശം തെളിഞ്ഞു... പൊടിക്കാറ്റകന്നു. അന്തരീക്ഷം നിലാവെട്ടത്തിൽ തിളങ്ങി... ആകാശച്ചെരുവിൽ സൂര്യഗോളം പോലെ ചന്ദ്രബിംബം... നിറഞ്ഞു ചൊരിയുന്ന വെളിച്ചത്തിൽ കനിഞ്ഞു വീഴുന്ന വർഷധാരകൾ... പകലെന്നോ രാവെന്നോ തിട്ടപ്പെടുത്താനാവാത്ത അഭൗമമായ ആ അനുഭൂതിപ്പൊരുളിൽ ഞാൻ പതുക്കെ ഇല്ലാതായി...

ദൈവികചൈതന്യത്തിന്റെ പ്രഭാവതരംഗങ്ങൾ അന്നാദ്യമായി ആത്മാവിൽ വന്നലച്ചുണർത്തി... വായിച്ചുപോയ വേദവാക്യങ്ങളേക്കാൾ, കേട്ടുമടുത്ത ധർമ്മോപദേശങ്ങളേക്കാൾ സുതാര്യമായി പ്രകൃതീശ്വരൻ എന്നോട് സംസാരിക്കുന്നതുപോലെ... "കമോൺ..." സൽമാന്റെ ഉത്തരവു കേട്ട് തിരിഞ്ഞു നോക്കുമ്പോൾ അവൻ ആകെ മാറിയിരിക്കുന്നു. തോബും കഫിയ്യയും അഗ്ബാലും വലിച്ചൂരി പിൻസീറ്റിലേക്കിട്ട് അടിയുടുപ്പുകൾ മാത്രമണിഞ്ഞ് നഗ്നപാദനായി അവൻ മഴയിലേക്കിറങ്ങി. ഒരു നിമിഷം സ്വയം പരിശോധിച്ച് ചെരിപ്പഴിച്ച് ഞാനും ഇറങ്ങി. രാത്രിവസ്ത്രം മാത്രമായിരുന്നു എന്റെ വേഷം...

ഇരുകൈകളും ആകാശത്തേക്കുയർത്തി കാറിനു ചുറ്റും വട്ടംചുറ്റി നടന്ന സൽമാൻ വാ പിളർത്തി മഴയും നിലാവും ചാലിച്ചിറക്കുകയാണെന്ന് എനിക്ക് തോന്നി... ഒരു പക്ഷേ അത്യപൂർവ്വമായി ചൊരിഞ്ഞു കിട്ടുന്ന ദൈവകൃപയ്ക്ക് ആ മരുഭൂസന്തതി നന്ദി പറയുകയാവാം. ഞാനും മഴ നനഞ്ഞ് നിലാവത്ത് നടന്നു...

കാൽച്ചുവട്ടിലെ മണലിൽ നിന്ന് അപ്പോഴും ആവി പൊങ്ങുന്നത് ഞാനറിഞ്ഞു. സൽമാന്റെ ദേഹത്തുനിന്ന് നേരിയ പുകപടലം പോലെ കുളിര് പൊങ്ങുന്നതും കണ്ടു... മരുഭൂമിയിലെ മഴയും പക്ഷേ ശാന്തമാണ്! മേലെ

കാറൊതുങ്ങിയ ആകാശം പോലെ, താഴെ തിരയടങ്ങിയ കടലുപോലെ, ചുറ്റും ഊക്കടങ്ങിയ കാറ്റുപോലെ; എങ്ങും ശാന്തി പെയ്യുന്ന നിലാവു പോലെ... പൊട്ടലും ചീറ്റലുമില്ല; ഇടിയും മിന്നലുമില്ല.

ശാന്തമാണെങ്കിലും അത് നിശ്ശബ്ദമല്ല. മൗനത്തിന്റെ ഹുങ്കാരം കർണ്ണപുടങ്ങളിൽ മുഴങ്ങിക്കൊണ്ടിരുന്നു... സൃഷ്ടിരഹസ്യത്തിന്റെ വിളംബരം പോലെ... മഴയൊതുങ്ങി കാറിൽ വന്നു കയറുമ്പോൾ ഞങ്ങൾക്ക് പുതിയൊരാവേശം കൈവന്നപോലെ... മനസ്സും ശരീരവും തുള്ളിച്ചാടുന്നത് കാറിന്റെ വേഗത്തിലും സൽമാന്റെ ഭാവത്തിലും പ്രകടമായിരുന്നു. സ്വപ്നമോ സത്യമോ എന്ന് ഇന്നും തിട്ടമില്ലാത്ത ഒരു രാത്രിയുടെ അന്ത്യയാമം... പതുക്കെ സുബോധം വീണ്ടെടുത്ത് തായിഫിൽ നിന്ന് ജിദ്ദയിലേക്കുള്ള അപകടം പിടിച്ച മലമ്പാതയിലൂടെ 180–ൽ പറക്കുമ്പോൾ അവന്റെ വലതുകൈ പതുക്കെ തൊട്ട് പറയേണ്ടി വന്നു:

“സൽമാൻ, ബീ കെയർഫുൾ...”

സമയത്തിനു മുമ്പേ ജിദ്ദയിലെത്തിയ ആ ദിവസം ജീവിതത്തിലെ ഏറ്റവും നല്ല ദിനമായിരുന്നു എന്ന് സൽമാനും ഇടയ്ക്കിടെ ഓർക്കാറുണ്ട്.

“ഏയ്... എവിടെ കാമസൂത്രം?”

മുവ്വാറ്റുപുഴക്കാരൻ അഷ്റഫാണ് വന്നു വിളിക്കുന്നത്. നിലാവിന്റെ അലകളേറി ഓർമ്മയുടെ തീരങ്ങളിൽ ഒഴുകി നടക്കുകയായിരുന്നു ഞാൻ. ഇളംകാറ്റും നറുനിലാവും എന്റെ യാത്രയ്ക്ക് സുഖവും വേഗവും നൽകി. കൂടാരത്തിന്റെ അടുത്ത മുറിയിൽചെന്ന് എന്റെ പെട്ടിയിൽ നിന്ന് ആ പുസ്തകമെടുക്കാനാണ് ഞാൻ പുറത്തിറങ്ങിയത്. കാത്തിരുന്ന് കാണാഞ്ഞിട്ട് തിരഞ്ഞു വന്നതാണ് അഷ്റഫ്.

“ദാ വരുന്നെടാ...” അവൻ തിരിച്ചു പോയി. പുസ്തകവുമായി അകത്തു ചെല്ലുമ്പോൾ കബീർ ഉച്ചസ്ഥായിയിൽ വയലാറിനെ ഉപാസിക്കുകയാണ്.

“നദികളിൽ സുന്ദരി യമുനാ...

സഖികളിൽ സുന്ദരി അനാർക്കലീ...”

ആലുവക്കാരൻ കബീറിന് വയലാർ ഒരു വീക്ക്നസ്സ് ആണ്. വിരുന്നൂട്ടാൻ വീണു കിട്ടുന്ന ഏത് മലയാളിക്കും അവൻ മികച്ച ഭക്ഷണം വെച്ചുവിളമ്പും. ഒപ്പം സ്വന്തം തോട്ടത്തിൽ കൂട്ടുകാർ വാറ്റിയെടുത്ത അല്പം ലഹരിയും.

ആഹാരത്തിന്റെ സുപ്രവട്ടത്തിൽ കബീറിന്റെ കച്ചേരി തുടങ്ങും. ഒരു ഒഴിഞ്ഞ കറിപ്പാത്രം കമിഴ്ത്തി വച്ചാൽ അവന് തബലയായി. കുടിവെള്ളത്തിന്റെ പ്ലാസ്റ്റിക് സിലിണ്ടർ കിടത്തി വെച്ചാൽ അവന് മൃദംഗമായി. പിന്നെ വയലാറും ദേവരാജൻ മാഷും യേശുദാസും ആ കണ്ഠനാളത്തെ നമസ്കരിക്കും. സംഗീതത്തിന്റെ സംഗതികൾ കബീറിൽ നിന്ന് വിശ്വസിച്ച്

പഠിക്കാം. കാരണം ഒരു ഗുരുവും അവനെ പാട്ടു പഠിപ്പിച്ചിട്ടില്ല. റേഡിയോ ആണ് തന്റെ ഗുരുവെന്ന് അവൻ പറയും.

കബീറും മുഷ്താഖും അഷ്റഫുമാണ് സൽമാന്റെ തോട്ടം നടത്തിക്കൊടുക്കുന്ന ത്രിമൂർത്തികൾ. എന്നുമുതലാണ് അവർ കൂട്ടുകാരായതെന്ന് അവർക്കുതന്നെ ഓർമ്മയില്ല. സൽമാൻ മൂവ്വർക്കും കാണപ്പെട്ട ദൈവമാണുതാനും. ഈ മുക്കൂട്ടുമുന്നണിയുടെ ആവേശത്തിരകളിൽ സൽമാന് നഷ്ടപ്പെട്ട കോടികളെക്കുറിച്ചുപറഞ്ഞ് ഇത്തരം പാട്ടുരാവുകളിലൊക്കെ അവർ കണ്ണുനിറയ്ക്കുകയും ചെയ്യും.

ഹർദ്ദിൽ നിന്ന് യു.എ.ഇയിലേക്കുള്ള വഴിയിൽ അതിർത്തിക്കടുത്താണ് സൽമാന്റെ തോട്ടം. ഒട്ടകത്തീറ്റയ്ക്കുള്ള പുല്ലാണ് പ്രധാന കൃഷി. കുഴൽക്കിണറുകളിൽ മോട്ടോർ ഘടിപ്പിച്ച് തിരിയുന്ന പൈപ്പുകളിലൂടെ ദിവസം മുഴുവനും നനച്ചുകൊണ്ടിരിക്കുന്നു.

സന്ധ്യയോടെ ഞങ്ങളെ മസറയിൽ വിട്ട് സൽമാൻ ദുബൈയിലേക്ക് പോയി. അഫ്രാസിനെ പാക്കിസ്ഥാനി ഡ്രൈവർമാർ വന്ന് കൂട്ടിക്കൊണ്ടുപോയി. സുഡാനികൾ മറ്റേതോ തോട്ടത്തിലെ കൂട്ടുകാരെ കാണാനും യാത്രയായി. രാവിലെ എത്തിക്കൊള്ളാമെന്ന ഉറപ്പോടെ.

തോട്ടത്തിലെ പൈപ്പ് തിരിച്ച്, ആകാശച്ചുവട്ടിൽ കുളി കഴിഞ്ഞപ്പോൾ തന്നെ ഒരു നവോന്മേഷം. തോട്ടപ്പണിക്കാരായി നാലഞ്ചു മലയാളികൾ വേറെയുമുണ്ട്. ദൂരെയുള്ള മുറികളിൽ നിന്ന് വേറെയും ചിലർ വന്നുചേർന്നു. എന്നോടുള്ള ബഹുമാനാർത്ഥം മരുഭൂമിയുടെ ആ വിദൂരമുക്കിൽ ഒരു മലയാളി സഭ ചേരുകയാണെന്ന് കബീറിന്റെ ആമുഖം. ശനിയാഴ്ചയായതുകൊണ്ട് പലർക്കും എത്തിച്ചേരാൻ കഴിഞ്ഞിട്ടില്ല എന്ന ക്ഷമാപണവും. വന്നവരിൽ പലരും എന്നെ കേട്ടറിഞ്ഞവരാണ്. എല്ലാവരും ലുങ്കിയോ ബർമുഡയോ ഉടുത്ത് സഭയിൽ ചമ്രംപടിഞ്ഞിരിക്കുന്നു.

കാമസൂത്രം കണ്ടതോടെ പാട്ടു നിലച്ചു. ഞാൻ കബീറിനടുത്ത് ഇരിക്കാൻ തുടങ്ങുമ്പോൾ മുഷ്താഖ് കൈ നീട്ടി. പുസ്തകം കൊടുക്കുന്നതിനുമുമ്പ് ഞാൻ ആ പുസ്തകം വന്ന വഴി പറഞ്ഞു.

ഒരു വാരാന്ത്യയാത്രയിൽ സൽമാന്റെ ചോദ്യം കേട്ടു ഞാൻ അമ്പരന്നു:

"എബീ, യൂ നോ ദിസ് വാത്സ്യായന?"*

ഉത്തരം പറയുംമുമ്പേ പല ഉപചോദ്യങ്ങൾ ചോദിച്ച് ഞാൻ ഉറപ്പുവരുത്തി. 'കാമസൂത്ര'ത്തിന്റെ കർത്താവിനെ തന്നെയാണ് സൽമാൻ ഉദ്ദേശിച്ചത്. 'ആയിരത്തൊന്ന് രാവുക'ളുടെ കർത്താവിനെ 'അറബ് വ്യാസൻ' എന്ന് സക്കറിയ വിളിച്ചതും ഞാനോർത്തു.

വാത്സ്യായന മുനിയെ സൽമാന് എങ്ങനെയറിയാം എന്ന എന്റെ

* നിനക്ക് വാത്സ്യായനനെ അറിയുമോ?

അന്വേഷണമാണ് ചില വിലപ്പെട്ട വെളിപ്പെടുത്തലുകളിലേക്ക് അവനെ എത്തിച്ചത്.

അറബ് ലോകത്തിന് ഒരു വാത്സ്യായനമുനിയുണ്ടെന്നും 'ഷെയ്ഖ് നഫ്സാവി'എന്നാണ് ആ മഹാമുനിയുടെ പേരെന്നും അദ്ദേഹമെഴുതിയ അറേബ്യൻ കാമശാസ്ത്രം നൂറ്റാണ്ടുകൾക്കുമുമ്പേ സർ റിച്ചാർഡ് ബർട്ടൺ എന്ന പാശ്ചാത്യപണ്ഡിതൻ ഇംഗ്ലീഷിലേക്ക് വിവർത്തനം ചെയ്തിട്ടുണ്ടെന്നും സൽമാൻ മുറിച്ച് മുറിച്ച് പറഞ്ഞു കൊണ്ടിരുന്നു.

റിച്ചാർഡ് ബർട്ടൺ എനിക്ക് പരിചയമുള്ള പേരാണ്. പത്തൊമ്പതാം നൂറ്റാണ്ടിൽ ജീവിച്ചിരുന്ന ആ സാഹസികനായ സഞ്ചാരിയാണ് അറേബ്യൻ മരുഭൂമിയെക്കുറിച്ചും ഇവിടുത്തെ മനുഷ്യരെക്കുറിച്ചും ഈ ജനതയുടെ സംസ്കാരത്തെക്കുറിച്ചും ആദ്യമായി ലോകത്തെ അറിയിച്ചത്. 'ആയിരത്തൊന്ന് രാവുക'ളുടെ ആദ്യത്തെ ഇംഗ്ലീഷ് വിവർത്തനം നിർവ്വഹിച്ചതും അദ്ദേഹമാണ്. 'മക്കയിലേക്കും മദീനയിലേക്കുമുള്ള തീർത്ഥയാത്രയുടെ വൈയക്തിക കഥന'മാണ് പ്രധാന ഗ്രന്ഥം. 1890-ൽ മരണപ്പെട്ട ആ എഴുത്തുകാരൻ ലോകത്തിലെ എല്ലാ ഭാഷയിലും സുപരിചിതനാണ്.

ബർട്ടൺ പരിഭാഷപ്പെടുത്തിയ അറേബ്യൻ കാമശാസ്ത്രം സംഘടിപ്പിച്ചു തരാമെന്നും അത് മലബാരി ഭാഷയിൽ പ്രസിദ്ധപ്പെടുത്തണമെന്നും സൽമാൻ പറഞ്ഞു. കഴിഞ്ഞ തവണ നാട്ടിൽ പോകുമ്പോൾ ആ പദ്ധതി എന്റെ ഉള്ളിൽ കിടന്നു വിങ്ങുന്നുണ്ടായിരുന്നു.

നാട്ടിലെത്തിയ അവധിക്കാലത്ത് തൃശൂരിലെ ഒരു പുസ്തകോത്സവത്തിൽ പകുതി വിലയ്ക്ക് കൊടുക്കുന്ന പഴയ പുസ്തകങ്ങളുടെ കൂമ്പാരം അലസമായി പരതിക്കൊണ്ടിരിക്കുമ്പോഴാണ് ലൈംഗിക ശില്പങ്ങളുടെ മങ്ങിയ പുറംചട്ടയുള്ള ഒരു പുസ്തകം എന്റെ കണ്ണിൽ തടഞ്ഞത്.

'സുഗന്ധോദ്യാനം-അറേബ്യൻ കാമശാസ്ത്രം-ഷെയ്ഖ് നഫ് സാവി' - പരിഭാഷ: സർ റിച്ചാർഡ് ബർട്ടൺ!

ചെറിയൊരു നടുക്കത്തോടെ മറിച്ചു നോക്കുമ്പോൾ ബോധ്യമായി. നിറയെ ലൈംഗികലീലകളുടെ ചിത്രങ്ങളോടെ, ആലപ്പുഴ തിരുമലയിലെ 'ലോംഗ് ലിവിംഗ് പബ്ലിക്കേഷൻസ്' പതിറ്റാണ്ടുകൾക്കു മുമ്പേ ആ വിവർത്തനം നിർവ്വഹിച്ചു കഴിഞ്ഞിരിക്കുന്നു. 'എം.ടി.എൻ' എന്നാണ് വിവർത്തകന്റെ ചുരുക്കപ്പേര്. ശിവകാശിയിലാണ് അച്ചടിച്ചിരിക്കുന്നത്. പ്രസാധകർക്ക് പക്ഷേ പേരുപോലെ ദീർഘായുസ്സുണ്ടായില്ല എന്നു തോന്നുന്നു. വിവർത്തകനെക്കുറിച്ചും തുമ്പു കിട്ടിയില്ല. ഒരു പ്രതി മാത്രം മരണമില്ലാതെ എന്റെ കൈയിൽ വന്നു ചേർന്നു.

പുസ്തകത്തിന്റെ പേരുതന്നെ മുഷ്താഖിനെ ആവേശം കൊള്ളിച്ചു:

"സുഗന്ധോദ്യാനം-കറക്ട്-പ്രണയവും രതിയും കാമവുമെല്ലാം സുഗന്ധപൂരിതമായ പൂവാടിതന്നെ. പ്രണയിനിയുടെ സകല സ്രവങ്ങളും

വിസർജ്ജ്യങ്ങൾപോലും സുഗന്ധം നൽകുമ്പോഴാണ് പ്രണയം പൂത്തുലയുന്നത്." അവൻ വാചാലനായി.

"സുഗന്ധത്തിന്റെ പൂന്തോപ്പാണ് സ്വർഗ്ഗം." അഷ്റഫും കൂട്ടുചേർന്നു. "ഭൂമിയിലെ സ്വർഗീയാനുഭൂതിയാണ് രതിയെന്ന് സാരം." അവൻ രതിചിന്തയെ മതചിന്തയോട് അടുപ്പിക്കുകയാണ്.

"ശരിയായിരിക്കാം. 'ആത്മാവിന്റെ വിഹാരത്തിനായുള്ള സുഗന്ധോദ്യാനം' എന്നാണ് ഗ്രന്ഥത്തിന്റെ മുഴുവൻ പേര്." ഞാനും യോജിച്ചു.

മുഷ്താഖ് ഒന്നാം താൾ ഉറക്കെ വായിച്ചു തുടങ്ങി:

"പരമ കാരുണികനും കരുണാവാരിധിയുമായ അല്ലാഹുവിന്റെ നാമത്തിൽ ആരംഭിക്കുന്നു." കണ്ണടയ്ക്കുമുകളിലൂടെ ഏവരേയും ഒന്നുഴിഞ്ഞ് അവൻ തുടർന്നു:

"സ്ത്രീയുടെ യോനിയിൽ പുരുഷന്റേയും പുരുഷന്റെ ലിംഗാസ്ത്രത്തിൽ സ്ത്രീയുടേയും പരമാനന്ദത്തെ ക്രമപ്പെടുത്തിവെച്ച അവന്റെ നാമം മഹത്വപ്പെടട്ടേ..."

"ആമീൻ..." എന്ന ആർപ്പുവിളിയോടെ കബീറും കൂട്ടരും ആ വായനയെ വരവേറ്റു.

"മതിയെടാ... എടുത്തുവച്ച് പിന്നെ വായിക്ക്." ഞാൻ തടഞ്ഞിട്ടും മുഷ്താഖിന്റെ കണ്ണുകൾ മറിയുന്ന താളുകളിലെ വാക്കുകളേയും ചിത്രങ്ങളേയും തഴുകിക്കൊണ്ടിരുന്നു.

"ഇത് കൂടി കേൾക്കെടാ." അവൻ പിന്നെയും വായിക്കുകയാണ്.

"കാമുകീ കാമുകന്മാരുടെ ഹൃദയം വിരഹാഗ്നിയിൽ എരിയുന്നു... അതിനുകാരണം ഒന്നുചേരാനുള്ള ഒടുങ്ങാത്ത ആഗ്രഹമത്രെ. ഒരു സുന്ദരിയുടെ സ്നേഹത്തിൽ നിന്ന് ആർക്കും ഒഴിഞ്ഞുമാറാൻ കഴിയുകയില്ല... വിരഹം കൊണ്ടോ പലായനം കൊണ്ടോ അവളെ പ്രാപിക്കാനുള്ള ആഗ്രഹത്തിൽനിന്ന് ആർക്കും രക്ഷപ്പെടാനാവില്ല."

മുഷ്താഖ് പുസ്തകം അടച്ചുപിടിച്ച് ഓരോരോ കണ്ണുകളിലേക്കായി കള്ളച്ചിരിയോടെ തുറിച്ചു നോക്കി. പല കണ്ണുകളും പൊടുന്നനെ അടഞ്ഞു. ചില ശിരസ്സുകൾ കുനിഞ്ഞു. ബാക്കിവച്ച ഗ്ലാസ്സുകൾ ഒറ്റ വീർപ്പിന് കാലിയായി. അല്പം മുമ്പുവരെ തോട്ടപ്പണിക്കാർ ആർത്തുവിളിച്ചിരുന്ന ആ കൊച്ചു മുറിയിൽ എങ്ങുനിന്നോ മൗനം വന്ന് കനത്തു.

കബീർ കണ്ണുതുടച്ചു. പിന്നെ മുഷ്താഖിനെ ശാസിച്ചു. "ഛെ. നീ മനുഷ്യനെ വിഷമിപ്പിക്കുന്നു..."

"ഞാനല്ലല്ലോ; ഷെയ്ഖ് നഫ്സാവിയല്ലേ?" മുഷ്താഖ് ഒരു വഴി കണ്ടു.

"ഒരു കാര്യം ചെയ്യാം. ഈ രാത്രി എല്ലാവരും സ്വന്തം പ്രണയാനുഭവങ്ങൾ പറയട്ടെ. മാഷ്ക്ക് ഒരു ട്രീറ്റ്..."

"ഓക്കേ... ഞാൻ തുടങ്ങാം..." അഷ്റഫിന്റെ ആവേശം അണപൊട്ടി. എല്ലാ കാതുകളും കൂർത്തു. എല്ലാ സിരകളും ചൂടായി.

പിന്നെ കഥാസാഗരങ്ങൾ ആർത്തിരമ്പി. പ്രണയനോവിന്റെ അലകൾ പതഞ്ഞുപൊങ്ങി. ഒടുവിൽ കൺകോണിൽ അടക്കിനിർത്തിയ നനവുമായി കഥാപുരുഷന്മാർ ഓരോരുത്തരായി പിൻവാങ്ങി.

വിരഹകാലത്തെ രതിക്കഥകൾക്ക് അറ്റമില്ല എന്നു ഞാനറിഞ്ഞു. ആ കഥകൾ നീലയോ മഞ്ഞയോ ചുവപ്പോ എന്ന് തിട്ടപ്പെടുത്താനും ഞാനാളല്ല. ഒന്നുമാത്രം എനിക്കുറപ്പ്. നാടുവിട്ട ആണിന്റേയും പെണ്ണിന്റേയും ഉള്ളുരുക്കത്തിന്റെ ലാവ ഈ രാക്കഥകളിൽ ഉറഞ്ഞുറങ്ങുന്നുണ്ട്. രതിയുടെ വീര്യം രാഷ്ട്രത്തിന്റെ ചട്ടങ്ങളേയും വിശ്വാസത്തിന്റെ ചിട്ടകളേയും സമൂഹത്തിന്റെ വിലക്കുകളേയും ഉല്ലംഘിക്കുന്നുമുണ്ട്.

രാവേറെ ചെന്നിരുന്നു. പലരും ഇരുന്നിടത്ത് തന്നെ വീണ് ഉറങ്ങിത്തുടങ്ങിയിരുന്നു. ഞാനും 'ഗുഡ് നൈറ്റ്' പറഞ്ഞ് അടുത്ത മുറിയിലേക്ക് പോകാൻ നിലാവത്തേക്കിറങ്ങി.

പത്ത്

ആടുമനുഷ്യന്റെ അതിഥികൾ

പൗലോസിന്റെ തോട്ടത്തിൽ ഒരു കാക്കക്കാലിന്റെ തണൽ പോലുമില്ല. നോക്കെത്താദൂരത്തോളം പരന്നുകിടക്കുന്ന ചെമ്മരിയാടുകളുടെ ഒരു പ്രപഞ്ചം. കമ്പിവേലി അതിരിട്ട ആ ആടുലോകം അകലെനിന്ന് നോക്കുമ്പോൾ മരുഭൂമിയുടെ ഒരു ഭാഗമാണെന്നേ തോന്നൂ. കാറ്റിൽ ഇളകിയാടുന്ന മണൽക്കുന്നുകൾപോലെ സ്വാഭാവികമായി മാത്രമേ ആട്ടിൻ പറ്റത്തിന്റെ ചലനങ്ങൾ അനുഭവപ്പെടൂ. വെയിലത്ത് ചിരിക്കുന്ന മണൽ നിറങ്ങളുടെ വൈവിധ്യം, അതേ വെയിലിൽ ആടുകളുടെ രോമങ്ങളും ദൃശ്യമാകും.

എണ്ണമറ്റ മണൽത്തരികളുടെ സഹോദരങ്ങളാണ് എണ്ണി തിട്ടപ്പെടുത്തിയ ഈ ആടുകളും. ആടുമേയ്ക്കുന്ന മനുഷ്യരും തീറ്റയായെത്തുന്ന പുൽക്കൊടികളും, ഇരതേടിയെത്തുന്ന പാമ്പുകളും ചെന്നായ്ക്കളും എല്ലാം ഈ ജൈവപ്രപഞ്ചത്തിന്റെ മക്കൾ... അന്നവും വെള്ളവുമായി മുറതെറ്റി വന്നുചേരുന്ന ബദുവും അവന്റെ വിരുന്നുണ്ണാൻ അപൂർവ്വമായി എത്തിപ്പെടുന്ന അതിഥികളും എല്ലാം മരുഭൂമിയുടെ സന്തതികൾ... ഒരുവേള ഈ ജൈവരൂപങ്ങളെല്ലാം ചേർന്ന ജീവിതച്ചിത്രമാണ് മരുഭൂമി!

സൗദിയിൽനിന്ന് പേർഷ്യൻ ഉൾക്കടലിലേക്ക് യു.എ.ഇ. അനുവദിച്ച കരമാർഗ്ഗത്തിന്റെ സമീപത്താണ് പൗലോസിന്റെ ആടുലോകം. 1974-ലാണ് അമ്പത് കിലോമീറ്റർ വീതിയിൽ ഖത്തർ അതിർത്തിയോട് ചേർന്ന് ഒരു ഉൾക്കര സൗദിക്ക് അനുവദിച്ചു കിട്ടിയത്. വലിയ വില കൊടുത്താണ് ഫൈസൽ രാജാവ് ഈ ഭൂഭാഗം സ്വന്തമാക്കിയത്. വിശാലമായ ബുറൈമി മരുപ്പച്ചയും ഖോർ അൽ ഉദൈദ് എണ്ണപ്പാടവും യു.എ.ഇക്ക് കൈമാറിയാണ് പേർഷ്യൻ ഗൾഫിന്റെ ഒരു തുണ്ട് തീരം സൗദി സ്വന്തമാക്കിയത്.

തീറ്റപ്പുല്ല് സൂക്ഷിച്ചുവെയ്ക്കാനുള്ള ഒരു ആലയാണ് തോട്ടത്തിലെ ഏക തണലിടം. മലയാളക്കണക്കിൽ ഇടങ്ങഴി മണ്ണിൽ ഒരു നാലുകാൽ

അലൂമിനിയപ്പുര! ഫാമിന്റെ ഓഫീസും ഗോഡൗണും മാത്രമല്ല അത്. പൗലോസ് അടക്കം നാല് മനുഷ്യരുടെ വെപ്പും തീനും പാർപ്പും കിടപ്പുമൊക്കെ മറച്ചുമരില്ലാത്ത ആ കൂരയിലാണ്. ഉടമസ്ഥനായ സഅദിന്റെ കൂട്ടുകാർ വരുമ്പോൾ അതിഥിമന്ദിരവും ഊട്ടുപുരയും അതുതന്നെ. ആടുകൾക്ക് അസുഖം വന്നാൽ ആശുപത്രിയും ചിലപ്പോൾ പേറ്ററയും മരണമുറിയും അറവുശാലയും എല്ലാമായ ഒരു സമ്പൂർണ്ണ ജീവിതാലയം. മേൽക്കൂരയിൽ തൂങ്ങുന്ന പുക പിടിച്ച ചില്ലുവിളക്ക് അതിന്റെ പ്രായം പ്രഖ്യാപിക്കുന്നുണ്ട്.

"ജീവിക്കാൻ ഇതൊക്കെ മതി സാറെ. വേണ്ടാത്ത ശീലങ്ങളാണ് നമുക്ക് ആർത്തി കൂട്ടുന്നത്". പറവൂർക്കാരൻ പൗലോസ് മുഖം നിറഞ്ഞ ചിരിയോടെ ഞങ്ങളെ പിന്തുടരുകയാണ്. ഇരുപത്തിമൂന്ന് കൊല്ലമായി പൗലോസാണ് ഈ ആടുരാജ്യത്തെ മന്ത്രിമുഖ്യൻ. നരച്ച കുറ്റിരോമങ്ങൾ മുളച്ചു നിരന്ന ആ മുഖം പക്ഷേ ഒരു യതിയെ ഓർമ്മിപ്പിച്ചു. ഭൗതികലോകത്തോട് ഒട്ടും പ്രതിപത്തിയില്ലാത്ത ഒരു തരം നിസ്സംഗതയാണ് ആ കണ്ണുകളിൽ കണ്ടത്.

വൈദ്യുതിയും എ.സിയുമില്ലാതെ ഇവരെങ്ങനെ ഉറങ്ങുന്നു എന്നു ചോദിച്ചില്ല. പുറപ്പെടുമ്പോൾ തന്നെ കബീർ ഒരു ചിത്രം തന്നിരുന്നു. കാണാൻ പോകുന്ന പ്രവാസ യാഥാർത്ഥ്യങ്ങൾ എളുപ്പത്തിൽ ദഹിച്ചു കിട്ടാൻ.

എന്നിട്ടും സുഡാനികളുടെ ചോദ്യം ഞങ്ങൾക്ക് തടയാനായില്ല.

"മാഫീ കഹർബാ യാ അഖീ?"[1]

ഉത്തർപ്രദേശിലെ ഗാസിയാബാദുകാരൻ തൗഫീഖുൽ ഇസ്‌ലാം കുഴൽക്കിണറിന്റെ കനത്ത ഇരുമ്പു പിടിയിൽതൂങ്ങി ഭൂഗർഭത്തിൽ നിന്ന് കുടിവെള്ളം ചുരണ്ടിയെടുക്കുകയാണ്. ആട്ടിൻകൂടിന്റെ വേലിയോട് ചേർന്നുള്ള ടാങ്കിലേക്കാണ് വെള്ളം തുപ്പിത്തുപ്പി വീഴുന്നത്.

"മാഫീ കഹർബാ; മാഫീ മുകയ്യഫ്; മാഫീ തല്ലാജ്... യേഷ് മുഷ്ക്കിലാ?"[2]

പൗലോസ് അപ്പോഴും ചിരിക്കുകതന്നെയാണ്. സൂര്യരശ്മികളുടെ ആക്രമണം കനത്തുതുടങ്ങുന്നതേയുള്ളൂ. ബംഗ്ലാദേശിലെ സില്ലറ്റുകാരൻ മുജീബുർ റഹ്മാൻ മുഷിഞ്ഞ ബർമുഡയിട്ട് ഒരു കൊച്ചുതൊട്ടിയുമായി വന്ന് ആട്ടിൻകൂട്ടിൽനിന്ന് രണ്ടുവട്ടം വെള്ളം കോരി തലയിലൊഴിച്ചു. കുളി കഴിഞ്ഞു. കുളിക്കാനും കഴുകാനുമൊക്കെ വെള്ളക്കണക്ക് കർശനമാണെന്ന് പൗലോസ് പറഞ്ഞു.

"മലയാളിക്ക് തൂറാൻ പത്ത് ലിറ്റർ വെള്ളം വേണം. വെള്ളത്തിന്

1. വൈദ്യുതിയില്ലേ സഹോദരാ
2. വൈദ്യുതിയില്ല. ഏസിയില്ല. ഫ്രിഡ്ജുമില്ല. എന്താ പ്രശ്നം?

പെപ്സിയേക്കാൾ വിലയുള്ള നാട്ടിൽ അത് വല്ലോം നടക്കുവോ സാറേ?" മലയാളികളായ ഞങ്ങൾ പൊട്ടിച്ചിരിച്ചു.

"പച്ചയെന്ത്യേ പൗലോസേ?" കബീറാണ് ചോദിച്ചത്.

"അവൻ കൂട്ടിനകത്തുണ്ടാവും." പൗലോസ് വേലിക്കരികിലൂടെ നടന്ന് ആട്ടിൻപരപ്പിലേയ്ക്ക് കണ്ണയച്ചു.

"അംജദ് ഭായ്, ഇഥർ ആവോ..."[1] അവൻ കൈകൊട്ടി നീട്ടിവിളിച്ചു.

ദൂരെ, ആടുകളുടെ ഓളപ്പരപ്പിൽ ഒരു തലപ്പാവ് പൊങ്ങിവന്നു. പാകിസ്ഥാനിയായ അംജദ് അലിഖാൻ ആട്ടിൻകാട്ടം കൈകൊണ്ടു വാരി തകരപ്പാട്ടയിൽ നിറയ്ക്കുകയാണ്. അടുത്തുവരുന്തോറും അവന്റെ കുർത്തയും ആട്ടിൻരോമവും തമ്മിൽ തിരിച്ചറിയാനാവാത്ത അഭേദം. ആട്ടിൻകൂട്ടത്തിനും പാട്ടയിലെ കാട്ടത്തിനും കുർത്തയിലെ മനുഷ്യനും ഒരേ മണം.

"അഫ്രാസ്, വോ ആപ്കാ ആദ്മീ ഹേ..."[2] ഞാൻ വിളിച്ചുപറഞ്ഞത് കേട്ട് അഫ്രാസ് അടുത്തുവന്നു. എന്റെ ചെവിയിൽ മന്ത്രിച്ചു.

"നഹീ നഹീ ഏപീ ഭായ്; വോ സിന്ധീ ഹേ..."[3]

അഫ്രാസ് അംജദിന്റെ അടുത്തുപോലും പോയില്ല. അവൻ കറാച്ചിക്കാരനായ സിന്ധിയാണ്. ഞാൻ ഊറിച്ചിരിച്ചു. ഇന്ത്യയിൽനിന്ന് ഇസ്ലാമിന്റെ വീതം വാങ്ങിപ്പോയ ഒരുരാജ്യം. ഇപ്പോഴും സിന്ധിയും പഞ്ചാബിയും പഠാണിയുമായി വിഭജിച്ചു കിടക്കുകയാണ്. മനുഷ്യ മനസ്സുകളെ അലിയിച്ചെടുക്കാൻ മതരാഷ്ട്രത്തിന്റെ ചാലകശക്തിക്ക് കഴിയാത്തത് എന്താണാവോ? എന്റെ കമ്പനിയിൽ എല്ലാ റംസാൻ കാലത്തും പാകിസ്ഥാനി ഉപദേശീയതകളുടെ ഏറ്റുമുട്ടൽ ഒരു തലവേദനയാണ്. 'ഇന്ത്യൻ മധ്യസ്ഥനായ' എന്നെ സമാധാന ദൂതനായി ജനറൽ മാനേജർ നിയമിക്കുമ്പോൾ, വികാരജീവികളായ ആ 'പച്ച'മനുഷ്യർക്ക് അത് സ്വീകാര്യമാവുകയും ചെയ്യും. അപ്പോഴൊക്കെ ജോസഫ് എന്ന എന്റെ സ്നേഹിതൻ അർത്ഥംവച്ച് ചിരിക്കും.

ജോസഫ് ബെറി എന്ന ഫ്രഞ്ച് പൗരൻ ഞങ്ങളുടെ പ്രൊഡക്ഷൻ മാനേജരാണ്. പ്രൊട്ടസ്റ്റന്റ് ക്രിസ്ത്യനായ അവൻ തൊട്ടടുത്ത സീറ്റിലിരുന്ന് പലപ്പോഴും എന്നോട് ചോദിച്ചിട്ടുണ്ട്: "സുഹൃത്തേ, എന്ത് ക്ഷമയും സഹനവുമാണ് നിങ്ങളുടെ റംസാൻ വിശ്വാസികൾക്ക് നൽകുന്നത്?"

കാരുണ്യത്തിനുപകരം കലിയും കാലുഷ്യവും മുസ്ലിങ്ങളെ കീഴടക്കുന്ന കാലമല്ലേ റംസാൻ എന്നാണ് അവന്റെ ചോദ്യം. ആദ്യമൊക്കെ മറുപടി പറഞ്ഞുനോക്കി. പക്ഷേ എല്ലാ ദേശക്കാരുടെ പൊട്ടിത്തെറിയും

1. ഇവിടെ വരൂ
2. അവൻ നിന്റെയാളാണ്
3. അല്ലല്ല എ.പി ഭായ്. അവൻ സിന്ധിയാണ്

ജോസഫിന് സാക്ഷ്യമായതോടെ ഞാൻ ചിരിച്ചു പിൻവാങ്ങുകയായിരുന്നു.

ദൂരെ മണൽപ്പരപ്പിൽ പൊടിപടലങ്ങൾ പറത്തിക്കൊണ്ട് ഒരു വാഹനം വരുന്നു. അടുത്തപ്പോഴാണ് അതൊരു പിക്കപ്പ് വാനാണ് എന്ന് മനസ്സിലായത്.

"ഐവാ... സഅദ് ഈജീ..."[1] പെട്ടെന്നാണ് പൗലോസ് വിളിച്ചു പറഞ്ഞത്.

"തൗഫീഖ്... മുജീബ്... അംജദ് ഭായ്... ജൽദീ ജാ..."[2]

ഞങ്ങൾ നോക്കിനിൽക്കെ പിക്കപ്പ് വാൻ തോട്ടപ്പുരയുടെ മുമ്പിൽ വന്നുനിന്നു. ഡ്രൈവറുടെ സീറ്റിൽനിന്ന് മുഷിഞ്ഞ അറബ് വേഷത്തിൽ നീണ്ടുമെലിഞ്ഞ ഒരു മധ്യവയസ്ക്കൻ ചാടിയിറങ്ങി. വണ്ടിയിൽ അയാൾ മാത്രമേയുള്ളൂ. പൗലോസ് അടുത്തുചെന്നു.

"കൈഫൽ ഹാൽ?"[3] അയാൾ പൗലോസിനെ ആലിംഗനം ചെയ്തു.

"അൽഹംദു ലില്ലാ..."[4] പൗലോസ് മലർക്കെ ചിരിച്ചു. മറ്റു തൊഴിലാളികൾക്കും സഅദ് ഹസ്തദാനം നൽകി. ഓരോ തവണയും ഹസ്തദാനത്തിനുശേഷം അയാൾ വലതുകൈ സ്വന്തം നെഞ്ചോടു ചേർത്തു. ഒരു നിമിഷം ആ ബദുവിന്റെ ഉപചാരം എന്നെ ചിന്തിപ്പിച്ചു. ഹസ്തദാനം ചെയ്ത കൈകൾ അലസമായി വായുവിൽ കുടഞ്ഞുകളയുന്നതാണ് പരിഷ്കൃതലോകത്തിന്റെ രീതി. എന്നാൽ സഹോദരന്റെ കൈവെള്ളയിൽ തൊട്ടറിഞ്ഞ മിടിപ്പുകൾ ഹൃദയത്തോട് ചേർത്തുവെക്കുന്ന ഈ പഴഞ്ചൻ ഉപചാരമല്ലേ കൂടുതൽ ഹൃദ്യം? കൂടുതൽ മാനവീകം?

വാൻ നിറയെ പുല്ലാണ്. തൗഫീഖും മുജീബും അംജദും പുൽക്കെട്ടുകൾ ഇറക്കാൻ തുടങ്ങി. പൗലോസ് കാബിനിൽനിന്ന് കുറേ കവറുകൾ എടുത്ത് അകത്തേയ്ക്കുവച്ച് തിരിച്ചുവന്നു. ഖുബ്ബൂസും കുടിവെള്ളക്കുപ്പികളും കാരക്കാപ്പെട്ടികളുമാണ് അതെന്ന് പൗലോസ് വന്ന് സ്വകാര്യം പറഞ്ഞു.

"സഅദും ദരിദ്രനാണെന്നേ... അവന്റെ വീട്ടിലും ഇതൊക്കെത്തന്നെ തീറ്റ." പിന്നെ അൽപ്പം ഉറക്കെ ഇത്രകൂടി പറഞ്ഞു: "ആട്ടയും കുടിവെള്ളവും തുച്ഛവിലയ്ക്ക് കിട്ടുന്ന നാട്ടിൽ ഒരു മനുഷ്യനും പട്ടിണി കിടന്ന് ചാവില്ല സാറേ. ഒരു റിയാലിന്റെ ഖുബ്ബൂസും ഒരു റിയാലിന്റെ വെള്ളവും ചോദിച്ചുചെന്നാൽ ഒരു തെണ്ടിയും വെറും കയ്യോടെ മടങ്ങില്ല... അതിനാണ് സാറേ നാട്ടിലൊരു ഗവൺമെന്റ് വേണ്ടത്. രാജഭരണത്തെ ആക്ഷേപിക്കുന്ന നമുക്ക് ആ പണി അറിയാവോ? ഭരണം എന്ന പണി?"

---

1. ആഹാ... സഅദ് വന്നല്ലോ
2. വേഗം ചെല്ല്
3. എന്തുണ്ട് വിശേഷം
4. സുഖം തന്നെ - ദൈവത്തിന് സ്തുതി

പൗലോസ് പഴയ നക്സലൈറ്റ് ആണ്. ആ വീര്യം ഇപ്പോഴും കുറഞ്ഞിട്ടില്ല.

അപ്പോഴാണ് സഅദ് ഞങ്ങളെ കണ്ടത്. പൗലോസ് പരിചയപ്പെടുത്തി. "മാഷാ അല്ലാഹ്... താൽ യാ ഇഖ്‌വാൻ..."* എല്ലാവർക്കും കൈതന്നു. എല്ലാ കൈകളും നെഞ്ചോടുചേർത്തു. പിന്നെ പൗലോസിന് ഉത്തരവ് കൊടുത്തു. ആടിനെ അറുക്കണം. ആഹാരമുണ്ടാക്കണം. കഴിപ്പിച്ചിട്ടേ വിടാവൂ.

എനിക്ക് ബേജാറായി. ഞങ്ങൾക്ക് അധികം സമയമില്ല. സൽമാൻ ദുബായിൽനിന്ന് എത്തുന്നതുവരെയുള്ള നേരമ്പോക്കാണ് ഈ സന്ദർശനം. രാവിലെ തന്റെ തോട്ടം കണ്ടിട്ടേ പോകാവൂ എന്ന് പൗലോസ് ഇന്നലെ രാത്രി കബീറിന്റെ മുറിയിലെ പാട്ടുവട്ടം കഴിഞ്ഞ് പിരിയുമ്പോൾ ക്ഷണിക്കുകയും ചെയ്തു. അങ്ങനെയാണ് കബീറിന്റെ കാറിൽ ഞായറാഴ്ച രാവിലെ ഈ വരവുണ്ടായത്.

പക്ഷേ ബദൂവിയൻ മര്യാദകൾ എപ്പോഴും നമ്മുടെ സമയക്രമത്തിനപ്പുറമാണ്. അപ്രതീക്ഷിതമായി വീണുകിട്ടുന്ന അതിഥിയെ സൽക്കരിക്കാൻ ആട്ടിൻപറ്റത്തിലെ ഏറ്റവും മുഴുത്ത മുട്ടനാടിനെ അവൻ അറുക്കും. മണൽപ്പാട്ടു പാടിയാടും. ഹുക്കയുടെ മത്ത് പിടിപ്പിക്കും. അങ്ങനെ വിരുന്നൂട്ടാൻ അജ്ഞാതരായ അതിഥികളെ ഓരോ കൂടാരത്തിലും കാത്തിരിക്കുന്ന തറവാടിയാണ് ഏറ്റവും ദരിദ്രനായ അറബിപോലും.

ഒടുവിൽ കബീർ തന്നെ ഇടപെട്ടു. താൻ സൽമാന്റെ മുദീർ ആണെന്നും ഇടയ്ക്കിടെ ഇവിടെ വരാറുണ്ടെന്നും ഇനിയും വന്നുകൊള്ളാമെന്നും ഉറപ്പുകൊടുത്തു. എന്നിട്ടും ഓരോ വെള്ളക്കുപ്പിയും ഒരു കാരക്കാപ്പെട്ടിയും കൽപ്പനപ്രകാരം പൗലോസ് ഷെഡ്ഡിൽ നിരത്തി. എല്ലാ പണിക്കാരെയും വിളിച്ചിരുത്തി. ഞങ്ങളോടൊപ്പം അയാളും ഇരുന്നു. എല്ലാവർക്കും ഓരോ കാരക്ക അയാൾ തന്നെ എടുത്തുതന്നു.

പുറത്തിറങ്ങുമ്പോഴാണ് സഅദ് എന്തോ ശബ്ദം കേട്ടത്. അയാൾക്കുമാത്രം തിരിച്ചറിയുന്ന ഏതോ സവിശേഷ സന്ദേശം. ആട്ടിൻ കൂട്ടത്തിന്റെ വിദൂരമായ ഉൾഭാഗത്തേക്ക് സഅദ് കണ്ണുകൂർപ്പിച്ചു. കമ്പിവേലി കടന്നു ചാടി, ആട്ടിൻപറ്റത്തെ തള്ളിമാറ്റി അയാൾ കുതിച്ചത് നിമിഷങ്ങൾകൊണ്ടാണ്. മുമ്പോട്ട് പോകുന്തോറും ആട്ടിൻകൂട്ടത്തിൽനിന്ന് അയാളെ തിരിച്ചറിയാൻ പറ്റാതായി. ആടുകളുടെ അനക്കവും ബഹളവും ബാക്കിയായി.

നിമിഷങ്ങൾക്കകം ആടുകളെ വകഞ്ഞുമാറ്റി സഅദ് തിരിച്ചു വരികയാണ്. വെളുത്ത ഒരു കുഞ്ഞാടിനെ ഇരു കൈകൊണ്ടും ചുമന്നാണ് വരവ്. കുഞ്ഞാട് അയാളുടെ നെഞ്ചോട് ചേർന്ന് നിലവിളിക്കുന്നു. അയാളുടെ മുഖം കോപം കൊണ്ട് തുള്ളുന്നത് അകലെ നിന്നേ ഞാൻ കണ്ടു.

---

* ദൈവാനുഗ്രഹം. വരൂ സഹോദരങ്ങളേ

പരിഭ്രമത്തോടെ പൗലോസ് ഓടിച്ചെന്നു.

"വേൻ ഹുവ?"[1] സഅദ് അലറുകയാണ്. തൊട്ടുമുമ്പുള്ള നിമിഷം ഞങ്ങൾ കണ്ട മനുഷ്യനേ അല്ല. സ്ഥലവും കാലവും അതിഥികളും മര്യാദകളും എല്ലാം അയാൾ മറന്നിരിക്കുന്നു. കുഞ്ഞാടിന്റെ കാലൊടിഞ്ഞു തൂങ്ങിയത് പൗലോസിനെ കാണിക്കുമ്പോൾ അയാൾ വിറയ്ക്കുകയാണ്. പൗലോസിനെ അയാൾ അപായപ്പെടുത്തുമോ എന്നുപോലും എനിക്ക് തോന്നി. പക്ഷേ മുഖത്ത് വിരിഞ്ഞ നേരിയൊരു പുഞ്ചിരി സമർത്ഥമായി മറച്ച് പരമശാന്തനായാണ് പൗലോസ് കുഞ്ഞാടിനെ ഏറ്റുവാങ്ങിയത്. പൗലോസിനു പിന്നിൽ നിസ്സംഗതയോടെ ഒതുങ്ങിനിൽക്കുന്ന അംജദിനെ അപ്പോഴാണ് സഅദ് കണ്ടത്.

"ഹറാമീ..." അലർച്ചയുടെ പിറകെ അയാൾ നീട്ടിത്തുപ്പി. അംജദിന്റെ കുർത്തയിൽ ഉമിനീർക്കെട്ടുകൾ വഴുതിയിറങ്ങി. ഞാൻ നടുങ്ങി. നോക്കുമ്പോൾ മറ്റാർക്കും ഭാവഭേദമേ ഇല്ല. പൗലോസും കൂട്ടുകാരും ആട്ടിൻകുട്ടിയെ തോട്ടപ്പുരയിലേയ്ക്ക് കൊണ്ടുപോയി. അഫ്രാസും സുഡാനികളും ഒരു പതിവുകാഴ്ചപോലെ ആ രംഗം അവഗണിച്ചു. കബീറാകട്ടെ ശാന്തനായി സഅദിന്റെ തോളിൽ തട്ടി.

"സബൂർ യാ അഖീ..."[2]

അയാൾ അടങ്ങി. കരയെടുക്കാൻ തിരയടിച്ചുവന്ന ഒരു സാഗരം ആ മുഖത്ത് പൊടുന്നനെ നിശ്ചലമായി. അയാൾ ഷെഡ്ഡിനകത്തേക്ക് കയറിപ്പോയി.

അറേബ്യൻ മരുഭൂമിയുടെ ഉദ്ഭവചരിത്രവും അങ്ങനെയാണ്. റിയാദിലെ കിംഗ് അബ്ദുൽ അസീസ് ഹിസ്റ്റോറിക്കൽ സെന്റർ അത് ശാസ്ത്രീയമായി നമ്മെ ബോധ്യപ്പെടുത്തുന്നുണ്ട്.

ചരിത്രാതീതകാലത്ത് കടലൊഴിഞ്ഞുപോയ തരിശുകളാണ് മരുഭൂമികൾ. മരുഭൂമിയുടെ മക്കളും അങ്ങനെയാണ്. ആർത്തലച്ചുവന്നടിച്ച്, ഒരു നിമിഷം ശങ്കിച്ച്, ഒന്നുമറിയാത്ത ഭാവത്തിൽ ഒഴുകിയിറങ്ങി ശാന്തിയിലേക്ക് മടങ്ങും.

കുഞ്ഞാടിന്റെ കാലൊടിഞ്ഞത് അംജദ് കണ്ടില്ല. എല്ലാം നോക്കി നടത്തേണ്ട പൗലോസും അത് അറിഞ്ഞില്ല. സഅദിന്റെ ആടുകളുടെ ലോക്കൽ ഗാർഡിയൻ ആണവൻ. അവയുടെ തീറ്റയും തൂറ്റലും വാഴ്ചയും വീഴ്ചയും അവൻ അറിയണം. പേറും കറവയും അറവും വിൽപ്പനയും എല്ലാം അവന്റെ കണക്കിലുണ്ടാവണം.

വീഴ്ച പറ്റിയാൽ കിട്ടേണ്ടത് കിട്ടും. മരുഭൂമിയുടെ നീതിയാണത്. 'ആട്ടും തുപ്പും' മലയാള ഭാഷയിലെ അലങ്കാരപ്രയോഗമാണ്. അതിന്റെ തനിപ്രയോഗം അറിയാൻ മലയാളി അറേബ്യയിൽ ചെല്ലണം. ബദു

1. എവിടെ അവൻ?
2. ക്ഷമിക്കൂ സഹോദരാ

നമ്മളെ വാശിയോടെ തീറ്റുകയും പോറ്റുകയും ചെയ്യും. അത്ര തന്നെ വീറോടെ ആട്ടുകയും തുപ്പുകയും ചെയ്യും. രണ്ടും അവന്റെ ജന്മാവകാശ മാണ്.

സൽമാന്റെ കാർ പറന്നുവരുന്നത് കണ്ടപ്പോൾ ആശ്വാസമായി. സമയം ഉച്ചയോടടുത്തിരിക്കുന്നു. ഇന്നത്തെ ഷെഡ്യൂൾ ആകെ തെറ്റിയ മട്ടാണ്. കാറിൽനിന്ന് ആദ്യം ഇറങ്ങിയത് മുഷ്താഖ്. അവൻ വഴികാട്ടാൻ വന്നതാണ്. സൽമാൻ എല്ലാവരോടും ചിരിച്ച് 'കൈഫൽ ഹാൽ' മൊഴിഞ്ഞു. അവൻ ഇറങ്ങിയപ്പോഴേക്കും അഫ്രാസ് ഡ്രൈവിംഗ് സീറ്റിൽ കയറി. ഞങ്ങളെ യാത്രയാക്കാൻ പൗലോസും കൂട്ടുകാരും ഓടിവന്നു. പിന്നാലെ സഅദും ഇറങ്ങിവന്നു.

സൽമാൻ നിറഞ്ഞ ചിരിയോടെ സഅദിന്റെ മൂക്കിൻതുമ്പത്ത് മുത്ത മിട്ടു. സഅദ് സൽമാന്റെ കവിളത്തും. സൽമാന്റെ തിളങ്ങുന്ന ഉടുപ്പു കൾ ചെളിപുരളുമല്ലോ എന്ന് ഞാൻ ആശങ്കപ്പെട്ടു. പക്ഷേ സൽമാൻ അവന്റെ സുഗന്ധത്തിൽ സഅദിനെക്കൂടി പൊതിഞ്ഞു. അവന്റെ ധവളിമ യിൽ സഅദ്കൂടി തിളങ്ങി. അറപ്പും വെറുപ്പും അകത്താണ് പിറക്കുന്നത്. ചെളിയും മണവും അടിയുന്നതും അവിടെത്തന്നെ.

സഅദിന്റെ സൽക്കാരം സ്നേഹപൂർവ്വം നിരസിച്ച് സൽമാൻ കയറി. ഓടിത്തുടങ്ങുമ്പോൾ തലക്കുമീതെ സൂര്യൻ തീവർഷം തുടങ്ങിയിരുന്നു.

ഹിന്ദ് കൊടുത്തയച്ച 'ബഖറ'മിഠായികൾ സൽമാൻ എല്ലാവർക്കും വാരിത്തരുമ്പോൾ നൂറയുടെ സുഖവിവരങ്ങൾ തേടുകയായിരുന്നു ഞാൻ.

"കാര്യമായൊന്നും പറ്റിയിട്ടില്ല. കൈമുട്ടിന് ഒരു ഫ്രാക്ചർ. പ്ലാസ്റ്ററിട്ട് ആശുപത്രി വിട്ടു. അവർ ഫ്ളൈറ്റിന് വരുന്നുണ്ട്. രാത്രിയോടെ എനിക്കും ഒന്ന് വീട്ടിൽ ചെല്ലണം."

സിഗരറ്റിന് തീ കൊളുത്തി സൈഡ് ഗ്ലാസ് താഴ്ത്തുമ്പോൾ അവൻ വിഷയം മാറ്റി.

"എബീ, ലെറ്റ് മീ ടെൽ യൂ സംതിംഗ് സീരിയസ്."* അവന്റെ ആമുഖം കേട്ട് ഞാനും സീരിയസ്സായി. സൽമാന്റെ സംസാരം ഇംഗ്ലീഷിൽ മാത്ര മായാൽ മറ്റുള്ളവർക്കും തീർച്ചയായി. അത് ഞങ്ങൾ തമ്മിലുള്ള എന്തോ സ്വകാര്യമാണെന്ന്. അവൻ പറഞ്ഞുതുടങ്ങി.

"സുൽത്താന്റെ കാര്യത്തിൽ ഞാൻ ദുബൈയിലെ കക്ഷികളുമായി ബന്ധപ്പെട്ടു. അവർ ഇന്ന് രാവിലെ വന്ന് അബുൽ ഖൈറുമായി സംസാരിച്ചു."

ഭാര്യാപിതാവിനെ 'അബുൽ ഖൈർ' എന്നാണ് അവൻ വിളിക്കുന്നത്. നൂറയുടെ അനുജൻ ഖൈറിന്റെ പിതാവ് എന്ന അർത്ഥത്തിൽ. മൂത്ത പുത്രന്റെ പേരുചേർത്ത് ഓമനപ്പേര് വിളിക്കുന്നത് ഒരു അറേബ്യൻ രീതി യാണ്.

---

* എനിക്ക് നിന്നോട് ഗൗരവമായി ചിലത് സംസാരിക്കാനുണ്ട്

“എല്ലാം അധോലോകമാണ്.” സൽമാൻ തുടർന്നു. “എന്തും ചെയ്യാൻ മടിക്കാത്ത കൂട്ടർ. ഏത് രാജ്യത്തും എന്തും നടത്താൻ ശേഷിയുള്ളവർ. വിശ്വാസവും അവരും തമ്മിൽ ബന്ധം നന്നേ കുറവാണ്. എങ്കിലും സുൽത്താനെ അവർ അരിച്ചുപെറുക്കും. പകരം അവരുടെ പണം അവർ പറയുന്ന കേന്ദ്രങ്ങളിൽ എത്തിച്ചുകൊടുക്കണം.

ഇറാനിൽ നിന്ന് ദുബൈ വഴി സിറിയയിൽ പണമെത്തണം. ഒരു വിഹിതം ബഹറൈൻ വഴി ദമാമിലും. ഇവിടുത്തെ പണം സ്വർണ്ണമായി ലണ്ടനിലും അഫ്ഗാനിലുമെത്തണം. എല്ലാം അബുൽ ഖൈർ സമ്മതിച്ചു. ഹവാലാ പണം ലോകത്തെവിടെയും എത്തിക്കാൻ അദ്ദേഹത്തിന് ബുദ്ധിമുട്ടില്ല. പക്ഷേ ചർച്ച അടുത്ത ഘട്ടത്തിലേക്ക് കടന്നപ്പോൾ അദ്ദേഹം പൊട്ടിത്തെറിച്ചു. അവരെ ഇറക്കിവിട്ടു.”

“അതെന്തേ, കമ്മീഷൻ നിരക്കിൽ ഉടക്കിയോ?” ഞാൻ ചോദിച്ചു.

“നെവർ; പണം അവർക്ക് പ്രശ്നമേ അല്ല. അത്രയേറെ ഒഴുകിയെത്തുന്നുണ്ട്. വ്യക്തികളും കമ്പനികളും രാഷ്ട്രങ്ങളും കണക്കില്ലാതെ കൊടുക്കുന്നു. എബീ, സെപ്തംബർ 11-ന്റെ ഓപ്പറേഷനുവേണ്ടി 147 രാജ്യങ്ങളിൽ നിന്ന് പണം വന്നു. ബിലീവ് മീ... അബുൽ ഖൈർ പറഞ്ഞാൽ കൃത്യം കണക്കാണ്.”

മൊബൈലിൽ നിന്ന് തുരുതുരാ മെസ്സേജ് ടോണുകൾ മുഴങ്ങിയപ്പോഴാണ് ഞാൻ ഓർത്തത്. ഞങ്ങൾ വീണ്ടും വാർത്താവിനിമയ വലയുടെ പരിധിയിൽ എത്തിയിരിക്കുന്നു. രണ്ടു ദിവസമായി റേഞ്ചിനു പുറത്തായിരുന്നല്ലോ!

പതിനൊന്ന്

യന്ത്രപ്പശുവിന്റെ അച്ചടക്കം

അഫ്രാസിന്റെ പതിവുള്ള വിളി. "ഏപീ ഭായ്...?"

ഓ, ഞാൻ ഓർത്തില്ല. ഞങ്ങൾ ഹൈവേയിൽ എത്താൻ പോകുന്നു. എങ്ങോട്ടാണെന്ന് അഫ്രാസിനോട് പറഞ്ഞിട്ടില്ല.

"സൽമാൻ... ബാക്ക് റ്റു റിയാദ്?"[1]

"യെസ്... ബട്ട് ഓൺ ദി വേ, വി വിൽ മീറ്റ് സിയാദ് അറ്റ് അൽമറായി... ഓക്കേ?"[2]

"വൈ നോട്ട്?"[3] എനിക്ക് സന്തോഷമാവാൻ കാരണമുണ്ട്. "നോട്ട് ഓൺലി മീറ്റ്, ബട്ട് വിൽ ഈറ്റ് വിത്ത് ഹിം..."[4]

സൽമാൻ ഉറക്കെ ചിരിക്കുന്നത് കേട്ടാണ് എല്ലാവരും ഉണർന്നത്.

"അഫ്രാസ്, അഭീ അൽമറായി ജാനാഹേ. ശാംകോ റിയാദ്..."[5]

"അച്ഛാ..." അഫ്രാസിനും സന്തോഷം. അവൻ കാറ് പറത്തി.

ഹർദ്ദിൽനിന്ന് അൽഖർജിലേക്കുള്ള വഴിമധ്യേയാണ് സൗദിയിലെ പാലുല്പാദനത്തിന്റെ വ്യവസായലോകം. അൽമറായി, അറബ് മിൽക്ക്, അൽസാഫി തുടങ്ങിയ വൻകിട കമ്പനികളുടെ കേന്ദ്രമേഖലയിലെ വിശാലമായ തോട്ടങ്ങളും ഫാക്ടറികളും ഈ പ്രദേശത്താണ്. എല്ലാ പാൽക്കമ്പനികളും പലപ്പോഴായി ഞാൻ സന്ദർശിച്ചിട്ടുണ്ട്. ഏറ്റവും കൂടുതൽ പോയിട്ടുള്ളത് അൽമറായിയിൽ തന്നെ. സൽമാന്റെ സുഹൃത്ത്

---

1. തിരിച്ച് റിയാദിലിക്കാണോ?
2. അതെ, പക്ഷെ, പോകുമ്പോൾ അൽമറയിൽ കയറി നാം സിയാദിനെ കാണും എന്താ?
3. പിന്നല്ലാതെ
4. കാണുക മാത്രമല്ല, അവനോടൊത്ത് ഭക്ഷണം കഴിക്കുകയും ചെയ്യും
5. ഇപ്പോൾ അൽമറായിയിൽ പോകണം വൈകുന്നേരം റിയാദിലും

സിയാദ് അൽ അത്താ അവിടെ ക്വാളിറ്റി കൺട്രോൾ മാനേജരാണ്. ആദ്യം ചെന്നപ്പോൾ മാത്രമേ കാഴ്ചകൾ കാണാൻ നടന്നുള്ളൂ. പിന്നീടൊക്കെ തീറ്റയായിരുന്നു വിനോദം. പാലുല്പന്നങ്ങൾ യഥേഷ്ടം കഴിക്കാം. ഒപ്പം അതിഥികൾക്കുള്ള ഗസ്റ്റ് ഹൗസിൽ മുന്തിയ ബർഗറും കപ്പൂച്ചിനോ കാപ്പിയും. എപ്പോൾ ചെന്നാലും ഒരു ദിവസത്തേക്ക് വയറുനിറച്ച് മടങ്ങാം.

ഞാൻ പിന്നെയും സൽമാനുനേരെ തിരിഞ്ഞു. അവൻ വിഷയം വിട്ടു പോകുമോ എന്ന് ഞാൻ ഭയപ്പെട്ടു.

"സൽമാൻ... അബുൽ ഖൈറും ഈ റാക്കറ്റുമായി...?" ഞാൻ ചോദ്യം മർമ്മത്തിൽ കൊണ്ടതുപോലെ, സൽമാൻ എന്റെ കണ്ണിൽ ആണ്ടിറങ്ങി. പിന്നെയും സിഗരറ്റ് കൊളുത്തി.

"വെറും ബിസിനസ് ബന്ധമല്ല. ശൈഖിന്റെ നിലപാടുകളിൽ കുറെ ശരിയുണ്ട് എന്ന് കരുതുന്നയാളാണ് അബുൽ ഖൈർ."

"ശൈഖ് മീൻസ് ബിൻലാദൻ?"

"യെസ്, രണ്ടുപേരും ഒരേ കാലത്താണ് സൗദി വിട്ടത്. സൂക്ഷിച്ചാണെങ്കിലും അബുൽ ഖൈർ അവരെ നന്നായി സഹായിക്കുന്നുണ്ട്. അൽ ഖാഇദയുടെ സാമ്പത്തിക ഏജന്റ് മുസ്തഫാ മുഹമ്മദ് അഹമ്മദ് മുഖേനയാണ് ഇടപാടുകൾ."

"പക്ഷേ സെപ്തംബർ 11ന് ശേഷം ലോകമെങ്ങും പണക്കടത്ത് അങ്ങേയറ്റം റിസ്കിയല്ലേ?"

"തീർച്ചയായും. ഭീകരവേട്ടപോലെ പണവേട്ടയും ഒരു ആഗോള അജണ്ടയായി മാറിയിട്ടുണ്ട്. 2001 വർഷത്തിലെ അവസാന മൂന്നുമാസം മാത്രം പിടികൂടിയത് 1040 ലക്ഷം ഡോളർ ആണ്. നൂറയുടെ കുടുംബം അന്ന് കുളംതോണ്ടിയെന്ന് ഞാൻ ഉറപ്പിച്ചതാണ്."

"പിന്നെങ്ങനെ അദ്ദേഹം തടി കാത്തു?"

"ശൈഖിന്റെ ആളുകൾ സഹായിച്ചു എന്നാണ് ഞാൻ കരുതുന്നത്. അവർക്ക് സഹായിച്ചൂടേ എന്റെ എബീ..,? പിടിയിലാകുന്നതൊക്കെ മഞ്ഞുമലയുടെ മുനമാത്രമല്ലേ? എത്രയോ ബില്യൻ കിട്ടിക്കഴിയുമ്പോഴാണ് ഒരു ആയിരം പിടിയിലാവുന്നത്. തമാശ അതൊന്നുമല്ല. സെപ്തംബർ 11-ന്റെ ആക്രമണത്തിന് ആകെ ചെലവ് അഞ്ചു ലക്ഷം ഡോളർ ആണ്. ഈ അഞ്ചു ലക്ഷം മുസ്തഫാ മുഹമ്മദിൽ നിന്ന് മുഹമ്മദ് അത്താ ഏറ്റുവാങ്ങുമ്പോൾ അബുൽ ഖൈർ സാക്ഷിയാണ്."

"ഓ മൈ ഗോഡ്! ചില്ലറക്കാരനല്ല നിന്റെ ഇൻലോ. 9/11 നായകനെ നേരിട്ടു കണ്ടയാൾ."

"വൈ നോട്ട്? ഉസാമയുടെ കൂട്ടുകാരന് അത്താ അദൃശ്യനാകുന്നത് എങ്ങനെ? "സൽമാൻ തുടർന്നു. "ഞാൻ പറഞ്ഞുവന്നത് ഒരിക്കലും നഷ്ടം വരാത്ത ഈ വ്യാപാരത്തെക്കുറിച്ചാണ്."

“ഏറ്റവും മുന്തിയ വ്യവസായം ഭീകരത തന്നെ. അല്ലേ? പക്ഷേ എന്തിനു വേണ്ടിയാണ് ജനങ്ങൾ ഈ പണം മുടക്കുന്നത്?”

“സെന്റിമെൻസ്.” സൽമാൻ വിശദീകരിക്കാൻ തന്നെ ഒരുങ്ങി. “ആദ്യം അഫ്ഗാൻ ജിഹാദ്-അത് സോവിയറ്റ് വിരുദ്ധ വികാരം-മതവിരുദ്ധ മായ ഒരു ലോകശക്തിയെ ശത്രുവാക്കിയുള്ള നീക്കം. പിന്നെ പലസ്തീൻ -അവിടെ ഇസ്രായേൽ വിരുദ്ധത-ജൂതന്മാരോടുള്ള മതപരമായ ശത്രുത. തുടർന്ന് ഇറാഖ്-അതുവഴി അമേരിക്കൻ വിരുദ്ധത-ഒപ്പം അമേരിക്കൻ വിധേയത്വം കാട്ടുന്ന സൗദി അറേബ്യയോടുള്ള വിരോധം. കൂട്ടത്തിൽ തരാതരം പോലെ സുന്നി തീവ്രത- ഷിയാ വിരുദ്ധത-അങ്ങനെ ഇറാൻ വിരോധം. ആകെക്കൂടി വെറുപ്പാണല്ലോ ഭീകരതയുടെ പ്രത്യയ ശാസ്ത്രം!”

“പക്ഷേ സൽമാൻ, ലോക രാഷ്ട്രീയമാകെ കുഴഞ്ഞുമറിഞ്ഞില്ലേ? ഇന്നിപ്പോൾ സൗദി മാത്രമല്ല ഇറാനും അമേരിക്കയുടെ സഖ്യകക്ഷിയെ പ്പോലെയല്ലേ പെരുമാറുന്നത്?”

“ശരിയാണ്. ഏറ്റവും പുതിയ ഇറാഖ് രാഷ്ട്രീയം അതാണ്. സൗദിവിരുദ്ധർക്കും അമേരിക്കൻവിരുദ്ധർക്കും ഇറാൻവിരുദ്ധർക്കും ഒന്നിക്കാൻ ഇത് അവസരമായി.”

“വീരകേസരിയായ ഇറാനെ ഓർത്താണ് എന്റെ സങ്കടം. ഒരു കാലത്ത് എല്ലാ രാഷ്ട്രീയ ചേരികളേയും വെല്ലുവിളിച്ച ഇറാൻ ഇന്ന് ഇറാഖിൽ അമേരിക്കയോടൊപ്പം; സിറിയയിൽ റഷ്യയോടൊപ്പം.”

“ശരിയാണ്. ഒരു ഷിയാ ആധിപത്യം മുസ്ലിം ലോകത്തിന് ഭീഷണി യായി വളരുന്നുണ്ട്. ഇറാനും ഇറാഖും സിറിയയും കുവൈറ്റും ആ വഴിക്ക് ചൂണ്ടുന്നു. സൗദി മണ്ണിലും ആ ചിന്തയ്ക്ക് വേരോട്ടം കിട്ടുന്നത് നാം കണ്ടില്ലേ? പഴയ പകയും പുതിയ പകപോക്കലും ചേർന്നാൽ കാലം രക്തപങ്കിലമായി.”

“അമേരിക്കയാണല്ലോ എല്ലാ ശാക്തികചേരികൾക്കും മാതൃക.” “രാഷ്ട്രങ്ങൾ നിർമ്മിച്ചും വിഭജിച്ചും തകർത്തും പുനർനിർമ്മിച്ചും അവന്റെ താണ്ഡവം തുടരുന്നു. അതാണ് ഇംപീരിയലിസ്റ്റ് എക്കോണമി.”*

സൽമാൻ ചിരിച്ചു: “അതൊക്കെ നിന്റെ മാർക്സിയൻ പദാവലിയാണ്. പക്ഷേ ഒരുകാര്യം സത്യമാണ്. എണ്ണയിലാണ് അമേരിക്കയുടെ കണ്ണ്. ഞങ്ങൾ അത് എന്നോ അടിയറ വെച്ചു. ഇറാനും കൂടി വരുതിയിലായാൽ എണ്ണ വ്യാപാരം മുച്ചൂടും അമേരിക്കൻ കുത്തകയാകും.”

“എണ്ണ മാത്രമല്ല ഈ ചോരക്കളിയിലെ ചരക്ക്. നശീകരണ ത്തിന്റെ ആയുധങ്ങളും നിർമ്മാണത്തിന്റെ കരാറുകളും ലോകത്തെ

---

* സാമ്രാജ്യത്വ സമ്പദ്ശാസ്ത്രം

കൊള്ളയടിക്കാൻ അമേരിക്ക പ്രയോജനപ്പെടുത്തുന്നുണ്ട്." വിഷയത്തിന്റെ ഗൗരവം വിപുലപ്പെടുത്തുകയായിരുന്നു ഞാൻ.

"യെസ്... കം റ്റു ദ പോയന്റ്*..." സൽമാൻ വിട്ട ഭാഗത്തേക്ക് തിരിച്ചുവന്നു. "ദുബൈ അണ്ടർവേൾഡിന്റെ ഡിമാന്റ് അബുൽ ഖൈറിന് തീർത്തും ഷോക്കായി. ഒരുകാലത്ത് അഫ്ഗാനിലേക്ക് പണത്തോടൊപ്പം ആയുധവും അദ്ദേഹം എത്തിച്ചുകൊടുത്തിരുന്നു. അന്ന് ഒരു ലക്ഷ്യമുണ്ടായിരുന്നു-സോവിയറ്റ് യൂണിയൻ. ആ ശക്തിയെ തകർക്കാനാണ് അമേരിക്കൻ പിന്തുണയോടെ ശൈഖ് അഫ്ഗാനിൽ താവളമുറപ്പിച്ചത്. ലക്ഷ്യം നേടിക്കഴിഞ്ഞ അമേരിക്ക പിന്നീട് അഫ്ഗാനിസ്ഥാനും ഇറാഖും തകർത്തു. ഇപ്പോഴും എന്തിനാണ് അഫ്ഗാനിലേക്ക് ആയുധങ്ങൾ എത്തിക്കുന്നതെന്ന് അബുൽ ഖൈർ അവരോട് ചോദിച്ചു."

"താലിബാന്റെ പ്രാകൃതരാജ്യം സ്ഥാപിക്കാൻ." ഞാൻ അല്പം വൈകാരികമായിത്തന്നെ ഇടപെട്ടു. "അക്ഷരം പഠിപ്പിക്കുന്ന വിദ്യാലയങ്ങൾ തകർക്കാൻ... തലമറയ്ക്കാത്ത കുറ്റത്തിന് പെൺകുട്ടികളെ വേട്ടയാടാൻ. വിഗ്രഹാരാധനയുടെ പേര് പറഞ്ഞ് ബുദ്ധപ്രതിമകൾ തകർക്കാൻ... ഒക്കെ ആയുധം വേണ്ടേ?"

സൽമാൻ വീണ്ടും മൗനിയായി. സിഗരറ്റ് ആഷ്ട്രേയിൽ തിരുകി എന്റെ തോളിൽ പിൻഭാഗത്ത് നിന്ന് കൈവെച്ചു. അഫ്രാസ് പതിഞ്ഞ ശബ്ദത്തിൽ രേഷ്മയുടെ പാട്ട് കേൾക്കുന്നുണ്ട്. സുഡാനികൾ ഇരുന്നുറക്കമാണ്.

"എബീ, നമ്മുടെ കാഴ്ചകൾക്കും കണക്കുകൾക്കും അപ്പുറമാണ് ഭീകരതയുടെ അധോലോകം!"

"ആയുധങ്ങൾക്കു പകരം അഫ്ഗാനിൽനിന്ന് തിരിച്ചെത്തിക്കേണ്ടത് പണമല്ല, മയക്കുമരുന്നാണ്. സാക്ഷാൽ ഹെറോയിൻ!"

"ഞാനിത് പണ്ടേ വായിച്ചറിഞ്ഞതാണ്. ശൈഖ് ഉസാമയും മുല്ലാ ഉമറും തമ്മിൽ ആദ്യം ഉറപ്പിച്ച പങ്കു കച്ചവടം അതായിരുന്നു. ലാഭം ഫിഫ്റ്റി-ഫിഫ്റ്റി."

"അബുൽ ഖൈർ ഇസ്‌ലാമിനു വേണ്ടിയാണ് അവരെ സഹായിച്ചിരുന്നത്. പറയുന്നതിൽ ചിലത് ശരിയാണ് എന്ന തോന്നൽ എനിക്കുമുണ്ടായിരുന്നു. പക്ഷേ ഈ കച്ചവടം ഞങ്ങൾ അറിഞ്ഞില്ല." സൽമാൻ തളർന്നപോലെ. ഒരു നിമിഷം നിർത്തി അവൻ തുടർന്നു.

"ലാഭത്തിന്റെ കണക്കു കേട്ടാണ് ഞാൻ ഞെട്ടിയത്. ഒരു കിലോ ഹെറോയിന് കാബൂളിൽ ആയിരം ഡോളർ ആണ് വില. കറാച്ചിയിൽ എത്തിയാൽ അതിന് അമ്പതിനായിരം ഡോളർ കിട്ടും. ന്യൂയോർക്കിൽ എത്തിച്ചാൽ അമ്പത് ലക്ഷം ഡോളറും."

---

* അതേ കാര്യത്തിലേക്ക് വരൂ

"ഹൊ... അമ്പരപ്പിക്കുന്ന പെരുപ്പം!" ഇപ്പോൾ ഞാനും ആ കണക്കിന്റെ ഞെട്ടലിൽ തന്നെയാണ്. "അപ്പോൾ സുൽത്താന്റെ കാര്യവും അവർ വിട്ടു അല്ലേ?"

"വിട്ടു. ദുബൈ ഇടനിലക്കാരുമായുള്ള വ്യാപാരവും അബുൽ ഖൈർ അവസാനിപ്പിച്ചു."

"അവർ ഇനി അദ്ദേഹത്തെ ഉപദ്രവിക്കുമോ?"

"നെവർ. ആ പേടി അബുൽ ഖൈറിനില്ല." "ശൈഖുമായി അദ്ദേഹത്തിന് നേരിട്ട് ബന്ധമുണ്ടെന്ന് അവർക്കറിയാം. ശൈഖിനെ തുണയ്ക്കാനും എതിർക്കാനുമില്ല എന്ന് ഇന്ന് അദ്ദേഹം പ്രഖ്യാപിച്ചു."

"ഏതായാലും സുൽത്താനെക്കൊണ്ട് അങ്ങനെയൊരു ഗുണമുണ്ടായി. സാത്വികനായ ഒരു തീവ്രവാദിക്ക് സത്യം ബോധ്യപ്പെട്ടു."

സൽമാൻ ചിരിച്ചു. പുറം കാഴ്ചകളിലേക്ക് ചാഞ്ഞു.

ഞങ്ങൾ അൽമറായിയുടെ പരിധിയിൽ എത്തിയിരിക്കുന്നു. കവാടത്തിനുമുമ്പിൽ വണ്ടി നിർത്തി അഫ്രാസ് സുഡാനികളെ വിളിച്ചിറക്കി. സൽമാൻ കാറിൽ ഇരുന്നുതന്നെ സിയാദിനെ വിളിച്ചു. അഞ്ചുമിനുട്ടു മാത്രമേ കാത്തിരിക്കേണ്ടി വന്നുള്ളൂ. സിയാദ് ക്ഷമാപണത്തോടെ ഇറങ്ങി വന്ന് സൽമാനെ പിടിച്ചിറക്കി ആലിംഗനം ചെയ്തു. സൽമാനോളം പൊക്കമുണ്ട് സിയാദിന്. പക്ഷേ തൂക്കം നേർ പകുതി. ഫലത്തിൽ സിഗരറ്റ് പോലെ നീണ്ട സുമുഖൻ. സിഗരറ്റ് വലിക്കുകയുമില്ല.

എന്റെ രണ്ടു തോളും സിയാദ് ചേർത്തുപിടിച്ചു. അഫ്രാസിനും സുഡാനികൾക്കും കിട്ടി ഊഷ്മളമായ സ്വീകരണം. പതിവുപോലെ ഓഫീസിലെ വിസിറ്റേഴ്സ്റൂമിൽ ഞങ്ങളെ ഇരുത്തി. ഫ്രിഡ്ജിൽനിന്നുള്ള പലതരം പാലുല്പന്നങ്ങൾ ഞങ്ങൾക്കു മുമ്പിൽ നിരന്നു. നല്ല വിശപ്പുണ്ട്. ഞാൻ ലബൻ കഴിച്ചു. സൽമാൻ റോസ് മിൽക്കും. അഫ്രാസും സുഡാനികളും ഒന്നിലേറെ കുപ്പികൾ കാലിയാക്കുന്നുണ്ട്.

സൽമാൻ തന്റെ പദ്ധതി ദുബൈയിൽനിന്നുതന്നെ സിയാദിനെ അറിയിച്ചിട്ടുണ്ട്. കമ്പനിയിൽനിന്ന് അവനെ റിയാദിലേക്ക് പൊക്കുക. ഇന്ന് രാത്രി ഗൗരവമായ ചില കാര്യങ്ങൾ ചർച്ച ചെയ്യാനുണ്ട്. രാവിലെ ഡ്യൂട്ടിക്ക് എത്തിക്കും.

സിയാദിന് ഹജ്ജ് അവധിയില്ല. രാജ്യത്തെ അവധികൾ ഒന്നും അവർക്ക് ബാധകമല്ല. പാൽ അവശ്യസർവ്വീസ് ആയതുകൊണ്ട് അവന് പരാതിയുമില്ല. എന്നാൽ സൗദി കമ്പനികൾ അവധിയിൽ കാണിക്കുന്ന വിവേചനത്തെക്കുറിച്ച് അവൻ വികാരഭരിതനായി സംസാരിക്കുന്നത് കേട്ടിരുന്നു. മുസ്ലീം ജീവനക്കാർക്ക് കിട്ടുന്ന അവധിദിവസങ്ങളിൽ പലതും ഇതരമതസ്ഥർക്ക് കിട്ടുന്നില്ല. 'ഇതെന്ത് ന്യായം സർക്കാരേ' എന്ന് വിദേശത്തൊഴിലാളികൾക്കു വേണ്ടി ചോദിക്കുന്നതുപോലെ.

അര മണിക്കൂറിനകം ഞങ്ങളോടൊപ്പം പുറപ്പെടാൻ സിയാദ് തയ്യാറായി. അപ്പോഴാണ് സുഡാനികൾ ഒരു മോഹം സൽമാനെ അറിയിച്ചത്. അവർക്ക് പശുത്തോട്ടവും ഫാക്ടറിയും കാണണം.

"ലെറ്റ് ദെം..."* സൽമാൻ എന്നോടാണ് സമ്മതം മൂളിയത്. കാട്ടിക്കൊടുക്കാനുള്ള ഏർപ്പാട് ചെയ്യാൻ സിയാദിനോടും അവൻ ആവശ്യപ്പെട്ടു. വിസിറ്റേഴ്സ് സർവ്വീസിൽ ജോലിചെയ്യുന്ന ഒരു ലബനീസ് പയ്യനെ വിളിച്ച് എല്ലാം വിശദമായി കാണിച്ചുകൊടുക്കാൻ സിയാദ് ഉത്തരവിട്ടു. അഫ്രാസ് ഒരുതവണ കണ്ടതാണ്. ഒന്നുകൂടി കാണാൻ അവനും പൂതി. അതും സൽമാൻ അനുവദിച്ചു. വേണമെങ്കിൽ പൊയ്ക്കൊള്ളാൻ എന്നോടും അവൻ പറഞ്ഞുവെങ്കിലും ഞാൻ മടിച്ചു. ഒന്നുരണ്ടു തവണ കണ്ടതാണ്. മാത്രമല്ല, പറ്റിയാൽ സൽമാനുമായി സംസാരിച്ചുവന്ന വിഷയം തുടരുകയും ചെയ്യാം. സിയാദിനും ഇഷ്ടവിഷയമാണ് സൗദിയുടെ രാഷ്ട്രീയഭാവി. ആദ്യത്തെ രാഷ്ട്രീയ ചർച്ചയിൽ തന്നെ അവൻ എന്നെ ഞെട്ടിച്ചിരുന്നു.

രാജ്യഭ്രഷ്ടനാക്കപ്പെട്ട ബിൻലാദൻ ഒരുനാൾ വിജിഗീഷുവായി മക്കയിലേക്ക് തിരിച്ചുവരുമെന്നായിരുന്നു സിയാദിന്റെ സ്വപ്നം! ഒരിക്കൽ പുറത്താക്കപ്പെട്ട ആയത്തുള്ളാഖുമൈനി ആഘോഷ പൂർവ്വം ഇറാനിലേക്ക് തിരിച്ചുവന്നതുപോലെ! വേണ്ടത്ര സമയമുള്ള സ്ഥിതിക്ക് ഞങ്ങൾക്ക് ഭക്ഷണം കൂടി ഏർപ്പാടാക്കുകയാണെന്ന് സിയാദ് സൽമാനെ അറിയിച്ചു.

കാഴ്ചക്കാരെ കൊണ്ടുപോകാനുള്ള പ്രത്യേക വാഹനം വന്നു. സുഡാനികളും അഫ്രാസും ചെന്നുകയറി. ശുചിത്വപരമായ കടുത്ത നിബന്ധനകൾ സന്ദർശകർ പാലിക്കണം. പാദരക്ഷകൾ പോലും നമ്മളറിയാതെ വൃത്തിയാക്കാൻ സംവിധാനമുണ്ട്. തല മൂടാനും മാസ്ക്കുകൾ ധരിക്കാനും നിർദ്ദേശം കിട്ടും. അകത്തുകഴിയുന്ന പശുക്കളുടെ ആരോഗ്യരക്ഷാർത്ഥം പാലിക്കുന്ന നിബന്ധനകളാണെല്ലാം. അവരെ യാത്രയാക്കി ഗേറ്റിനു പുറത്ത് തെല്ലിട ഞാൻ നോക്കി നിന്നു. അകത്തെ കാഴ്ചകൾ ഓർത്തു.

പശുക്കളുടെ ഒരു വിസ്മയലോകത്തേക്കാണ് നാം കയറിയ കൊച്ചു വാഹനം ചെന്നു ചേരുക. ആയിരക്കണക്കിന് പശുക്കളുടെ ഇനങ്ങളും ഊരും പേരും തിരിച്ചുള്ള വിവരങ്ങൾ ഗൈഡ് പറഞ്ഞു തരും. തുടർന്ന് പശുക്കളുടെ തീറ്റകൾ, അവയുടെ പോഷക ഗുണങ്ങൾ, തീറ്റ കൊടുക്കുന്നതിന്റെ രീതികൾ, സമയക്രമം, വളർച്ചയുടെ ഘട്ടങ്ങളിൽ തീറ്റയിലെ മാറ്റം തുടങ്ങിയ വിഭാഗങ്ങൾ കാണാം. കുളിപ്പിക്കുന്നതും പ്രജനനം നടത്തുന്നതും പ്രസവവുമെല്ലാം ശാസ്ത്രീയമായി കാട്ടിത്തരും. പശുക്കിടാവിനെ വേറിട്ടു വളർത്തുകയാണ് പതിവ്. മാത്രമല്ല ആൺകിടാവിന്

* ആയിക്കോട്ടെ

ഒട്ടും പരിഗണന കിട്ടാത്ത ഇടവുമാണത്. ആൺകുഞ്ഞുങ്ങളെ വിറ്റു കളയുകയോ ഉപേക്ഷിക്കുകയോ ചെയ്യുന്ന പെൺവാഴ്ചയുടെ ലോകം.

യാന്ത്രികമായ ശീലങ്ങളാണോ, ശീലങ്ങൾ ഉണർത്തിയ ബോധ മാണോ പശുക്കളെ നയിക്കുന്നതെന്ന് എനിക്ക് അദ്ഭുതം തോന്നിയിട്ടുണ്ട്. തീറ്റ, കുടി, കുളി, കിടപ്പ്, കറവ എന്നിവയൊന്നും അവയെ തേടിവരു ന്നില്ല. കൃത്യസമയത്തും സ്ഥലത്തും ഓരോ ആവശ്യങ്ങൾക്കായി പശു ക്കളെത്തി അച്ചടക്കത്തോടെ വരിനിൽക്കും. ഓരോ കൂട്ടത്തിനും വ്യത്യസ്ത ഷിഫ്റ്റ് ആണ് അനുവദിക്കുക. ഒരു പശുവും ഷിഫ്റ്റ് തെറ്റി ക്കാറില്ലത്രെ. എല്ലാ ആവശ്യങ്ങളും നിർവ്വഹിച്ചു കൊടുക്കുന്നത് യന്ത്ര ങ്ങളാണ്.

കറവയാണ് ഏറ്റവും കൗതുകം നൽകുന്ന കാഴ്ച. ഓരോ പശുവും തന്റെ സമയത്ത് കറവയുടെ വരിയിലെത്തും. കൺവെയർ ബെൽറ്റു പോലെ ഒരു സംവിധാനത്തിൽ അവ പിറകോട്ടു നീങ്ങും. കറവ പ്പോയിന്റിൽ എത്തിയാൽ പിന്നാമ്പുറത്ത് നിന്ന് സക്കിംഗ് പമ്പുകൾ നീണ്ടുവന്ന് അകിട്ടിലെ മുലകളിൽ തൂങ്ങും. സ്വിച്ചിട്ടാൽ ഒരേ താള ത്തിൽ കറവ തുടങ്ങി. ഒടുക്കത്തെ തുള്ളി പാലും ഊറ്റിയെടുത്തേ യന്ത്ര വിരലുകൾ അടങ്ങൂ. പരാതിയും പരിഭവവുമില്ലാതെ പശുക്കൾ വിശ്രമ സ്ഥാനത്തേക്ക് പിൻവാങ്ങും.

നാട്ടിലെ വിലയേറിയ വിവാദജീവി 'പശുവമ്മ'യാണല്ലോ ഈ യന്ത്ര ജീവിതം നയിക്കുന്നത് എന്ന് ഞാനോർത്തു. അമ്മപ്പശുവിന്റെ പാൽ പശു ക്കിടാവിന്റെ മാത്രം അവകാശമാണെന്ന പ്രകൃതിവാദവും 'അല്പം പൈക്കുട്ടിക്കും ബാക്കി മനുഷ്യനും' എന്ന പാതിചൂഷണവും എല്ലാം ഈ കറവക്കൂട്ടിൽ അസ്തമിക്കുന്നു.

മുലകളിൽനിന്ന് ചോര കിനിയുവോളം പാലൂറ്റിയെടുക്കുന്ന യന്ത്ര മുഖം ഓരോ അകിട്ടിനു പിറകിലും തെളിയുന്നുണ്ട്. പശുക്കളേയും മനുഷ്യനെയും ലാളിച്ചു പിഴിയുന്ന അമ്മയന്ത്രത്തിന്റെ മുഖം. കറവയന്ത്ര ത്തിലെ മീറ്റർ ആണത്. ഓരോ പശുവും ദിനേനെ നൽകുന്ന പാലിന്റെ അളവ് അത് കൃത്യമായി രേഖപ്പെടുത്തും. നന്നായി ചുരത്തുന്ന പശു ക്കൾക്ക് കഴുത്തിലണിഞ്ഞ ബാഡ്ജുകളിൽ സൽപ്പേരുണ്ട്. അവയുടെ ചുമതലക്കാർക്ക് സമ്മാനങ്ങളും. വാഴ്ത്തിയും വീഴ്ത്തിയും ജീവജാല ങ്ങളെ മയക്കി നയിക്കുന്ന അമ്മ യന്ത്രങ്ങളേ, നമോവാകം.!

കറവപ്പുരയിൽനിന്ന് പാലിന്റെ പൈപ്പുകൾ ഫാക്ടറിയിലെ ടാങ്കി ലേക്ക് ചെല്ലുന്നു. പിന്നെ അണുനശീകരണം, കൊഴുപ്പിന്റെ ക്രമീകരണം, പാക്കിംഗ്, സ്റ്റോറിംഗ്, ലോഡിംഗ്, എല്ലാം മുറതെറ്റാതെ യന്ത്രങ്ങൾ ചെയ്യുന്ന ശൃംഖലയാണ്. മോര്, തൈര്, നെയ്യ്, ശീതള പാനീയങ്ങൾ, ഐസ്ക്രീം തുടങ്ങിയ അനേകം വിഭാഗങ്ങളും ഇതേ ചിട്ടയിൽ ചലി ക്കുന്നു. ഒരിക്കലും നിലയ്ക്കാതെ.

ഈ കാഴ്ചകൾ ആദ്യം കണ്ടുമടങ്ങുമ്പോൾ ഒരേയൊരു ചോദ്യം എന്റെ ഉള്ളിൽ മുഴങ്ങി:

യന്ത്രസംസ്കാരം ഇങ്ങനെ പുരോഗമിക്കുമ്പോൾ പശുവിനെ കൂട്ടാതെ പാലുണ്ടാകുന്ന കാലം വരുമോ? അതോ ജീവൻ എന്ന വിസ്മയ സത്യവും ജൈവപ്രക്രിയ എന്ന സൃഷ്ടി രഹസ്യവും എക്കാലവും അജയ്യ മായിത്തന്നെ നിലകൊള്ളുമോ? ഫൂക്കൂവോക്ക എന്റെ ഉറക്കം കെടുത്തിയ നാളുകൾ ഓർത്തു. പ്രകൃതിയേക്കാൾ മുന്തിയ വല്ലതും പരീക്ഷണശാല കളിൽ നിന്ന് എന്നെങ്കിലും ലഭ്യമാവുമോ?

ഞാൻ തിരിച്ചു ചെല്ലുമ്പോഴും സൽമാനും സിയാദും സന്ദർശക മുറി യുടെ മൂലയിൽ ഗൗരവമായ വർത്തമാനം തന്നെ. സഹയാത്രികർ തിരി ച്ചെത്തിയതോടെ, ഉത്തരമില്ലാത്ത വലിയ ചോദ്യങ്ങളിൽ നിന്ന് തീന്മേശ യുടെ ഇളം തണുപ്പിലേക്ക് ഞങ്ങൾ നടന്നു.

പന്ത്രണ്ട്

പൊട്ടിത്തെറിയുടെ പിന്നാമ്പുറം

"പെന്റഗൺ തകർത്തത് ആരൊക്കെ?" സൽമാന്റെ ചോദ്യം.

"അത് ആർക്കാണ് അറിയാത്തത്?" എന്ന് ഞാനും.

"പങ്കെടുത്ത പത്തൊമ്പതുപേരിൽ പതിനഞ്ച് സൗദികൾ; രണ്ട് ഇമാറാത്തി(യു.എ.ഇ)കൾ, ഒരു സൂരി(സിറിയ), ഒരു മിസ്രി(ഈജിപ്ത്)"

"പതിനഞ്ച് സൗദികൾ ആരൊക്കെ?"

സൽമാൻ ഒരു ഇന്റർവ്യൂ നടത്തുന്ന മൂഡിലാണ്. സിയാദും അത് ആസ്വദിക്കുന്നു.

"ആറ് പൈലറ്റുമാർ, ഒമ്പത് സാദാ പോരാളികൾ... പേരൊക്കെ പഠിച്ചു വച്ചിരുന്നു. മറന്നുതുടങ്ങി."

"സംഘത്തലവൻ മുഹമ്മദ് അത്താ. മറ്റു പൈലറ്റുമാർ ഖാലിദ് അൽ മിദർ, നവാഖ് അൽ ഹംസി, മർവാൻ അൽ ഷെഹി, സിയാദ് സമീർ ജർറാ; ഹാനി ഹഞ്ചൂർ."

"കറക്ട്..." സിയാദ് എനിക്ക് ഹസ്തദാനം തന്നു. സൽമാൻ ഒരു കാരക്കയും.

സൽമാന്റെ പുൽത്തകിടിയിൽ അപ്രതീക്ഷിതമായി കിട്ടിയ സൊറ വട്ടമാണിത്. രാജ്യം മുഴുവൻ കറങ്ങിയിട്ടേ ഞങ്ങൾ തിരിച്ചെത്തുമായി രുന്നുള്ളൂ. നൂറയുടെ ആക്സിഡന്റും തിരിച്ചുവരവുമാണ് പദ്ധതികൾ തെറ്റിച്ചത്. എങ്കിലും നാളെ രാവിലെ ഈദ് നമസ്കാരം കഴിഞ്ഞ് യാത്ര തുടരാൻ തന്നെയാണ് തീരുമാനം. പെരുന്നാൾരാവ് നഷ്ടപ്പെടാതിരിക്കാ നാണ് സിയാദിനെ പൊക്കിയത്. സൽമാനും സിയാദിനും എന്തോ കാര്യമായി ആലോചിക്കാനുണ്ടെന്നും തോന്നി. ഹർദ്ദിൽനിന്ന് അൽഖർജ് വഴി റിയാദിൽ തിരിച്ചെത്തിയപാടെ സുഡാനികളേയും അഫ്രാസിനേയും വിട്ടു. രാവിലെ എത്തണമെന്ന നിബന്ധനയോടെ. ഖഹ്‌വയും കാരക്കയു മായി ഞങ്ങൾ ഇരിപ്പ് തുടങ്ങിയതേയുള്ളൂ.

"എബീ... ഇവൻ ആരാണെന്ന് അറിയാമോ?" സൽമാൻ സിയാദിനെ ചൂണ്ടി.

"അതെന്ത് ചോദ്യം! എത്ര കാലമായിട്ടറിയാം?" ഞാൻ പറഞ്ഞു. "സിയാദ് - സിയാദ് അൽ അത്താ."

"യേസ്... സിയാദ്-അൽ-അത്താ..." അവസാനത്തെ വാക്കിന് ഒരു ഊന്നലും താളവും കൊടുത്താണ് സൽമാൻ പറഞ്ഞത്.

"അത്താ...?" ആവർത്തിച്ചു പറഞ്ഞു നോക്കുമ്പോൾ എനിക്കും എന്തോ കൊളുത്തി. "മുഹമ്മദ് അത്തായുടെ...?" "ബ്രദർ... ചില്ലറ ബോംബല്ല മോനേ ഇന്നത്തെ വിശിഷ്ടാതിഥി. കരുതിയിരുന്നോ..." സൽമാൻ ഊറിച്ചിരിച്ചു.

"നത്തിംഗ് മിസ്റ്റർ എബീ..." സിയാദ് തിരുത്തി. "സഹോദരൻ നഷ്ടപ്പെടുകയും കുടുംബം ആഗോള നിരീക്ഷണത്തിലാവുകയും ചെയ്ത ഒരു നിർഭാഗ്യവാൻ. അതാണ് ഞാൻ."

"അപ്പോൾ ഈ രാത്രി ഞങ്ങളും നിരീക്ഷണത്തിലാവുമല്ലോ." ഞാൻ പാതി തമാശയായി പറഞ്ഞതാണ്. പക്ഷേ സിയാദ് ഗൗരവം പൂണ്ടു.

"ഡഫനിറ്റ്ലി... യൂ ആർ അണ്ടർ സർവെയലൻസ്."[1]

"യെസ്, പൂച്ചെടികൾക്ക് കണ്ണുണ്ടാവാം. കാറ്റിന് കാതുണ്ടാവാം." സൽമാൻ വാചാലനായി. "എന്നാലും എന്റെ സിയാദേ, നമുക്ക് സംസാരിച്ചേ പറ്റൂ..."

"കമോൺ... ഞാൻ റെഡി..." സിയാദ് ഉഷാറായി. "അയാം ആൾവെയ്സ് പ്രിപ്പയേഡ് റ്റു ഫെയ്സ് ദ വേഴ്സ്റ്റ്"[2]

"ഓ... കെ... സിയാദ്, ലെറ്റ് മീ സ്റ്റാർട്ട്..."[3] ഞാൻ തുടക്കമിട്ടു. "ഇത്രയും തീവ്രമായ ഒരു മനോനിലയിലേക്ക് സഹോദരൻ എങ്ങനെ എത്തിപ്പെട്ടു?"

"ഒന്നാമത് വിശ്വാസം. ഏത് മുസൽമാനേയും ഭീകരനാക്കാൻ ഉതകുന്ന ആശയങ്ങൾ ഖുർ-ആനിലുണ്ട്." സിയാദ് പറഞ്ഞു തുടങ്ങി. "എത്രയെത്ര ആയത്തുകൾ നരമേധങ്ങൾക്കായി വ്യാഖ്യാനിക്കപ്പെടുന്നു?"

"അതുതന്നെയാണ് ഒന്നാമത്തെ ശരി. ഇസ്ലാമിൽ മാത്രമല്ല എല്ലാ സെമിറ്റിക് മതങ്ങളിലും അത്തരം ആശയങ്ങളുണ്ട്." സൽമാൻ കൂട്ടിച്ചേർത്തു.

"സെപ്തംബർ പതിനൊന്നിനെക്കുറിച്ച് പുറത്തുവന്ന ആധികാരികമായ ഒരു പുസ്തകമുണ്ട്." ഞാൻ പറഞ്ഞു. "റ്റൂ അവേഴ്സ് ദാറ്റ് ഷുക്ക്

---

1. തീർച്ചയായും, താങ്കൾ നിരീക്ഷണത്തിലാണ്
2. ഞാൻ എപ്പോഴും ഏറ്റവും മോശമായത് നേരിടാൻ ഒരുങ്ങിയിരിക്കുകയാണ്
3. ആകട്ടെ, സിയാദ് ഞാൻ തുടങ്ങാം·

ദ വേൾഡ്...* ഫ്രെഡ് ഹലിഡേയാണ് കർത്താവ്. ആ പുസ്തകവും ഭീകരതയുടെ കാരണമായി ഈ പ്രത്യയശാസ്ത്രപ്രശ്നം തന്നെയാണ് ചൂണ്ടിക്കാണിക്കുന്നത്."

"രണ്ടാമത്തെ പ്രശ്നം നമ്മുടെ വിദ്യാഭ്യാസം." സൽമാൻ ശബ്ദം താഴ്ത്തി, ടീപ്പോയിക്ക് ചുവട്ടിൽ നിന്ന് ഒരു അറബി പുസ്തകം എടുത്തു നിവർത്തി. "ഇത് ഞാൻ പത്താം ക്ലാസിൽ പഠിച്ച ടെക്സ്റ്റ് ബുക്കാണ്. എബീ ഒരു വരി കേൾക്കൂ..."

അറബിവാക്യങ്ങൾ കേൾക്കുമ്പോൾ തന്നെ സിയാദ് ചിരിക്കുന്നു. ഒടുവിൽ സൽമാൻ തന്നെ പരിഭാഷപ്പെടുത്തി:

'മുസ്ലീങ്ങൾ പരസ്പരം കൂറു പുലർത്തേണ്ടതും അവിശ്വാസികളെ അവരുടെ ശത്രുക്കളായി കണക്കാക്കേണ്ടതും നിർബന്ധമാണ്.'

"ശരിയാണ്." സിയാദ് കൂട്ടിച്ചേർത്തു. "അവിശ്വാസികളുടെ നിർവ്വചനവും പട്ടികയുമൊക്കെ ആവശ്യാനുസരണം മാറ്റുകയും നീട്ടുകയും തിരുത്തുകയും ചെയ്യാമല്ലോ."

"പക്ഷേ... അമേരിക്കൻ വിരോധമാണല്ലോ ശൈഖിന്റെ അൽജസീറ പ്രസംഗങ്ങളിലൊക്കെ കത്തി നിൽക്കുന്നത്. അത് എങ്ങനെ ആത്മാർത്ഥമാവും?" ഞാൻ ചോദിച്ചു.

"എന്ത് പറയാനാ എബീ? വികാരജീവികളായ കുറെ സഹോദരങ്ങളെ പറ്റിക്കാൻ കഴിയും. ശൈഖ് തന്നെ അമേരിക്കൻ പിന്തുണ നേടിയല്ലേ വളർന്നത്? 9/11-ൽ പങ്കെടുത്ത ആറ് പൈലറ്റുമാരിൽ അഞ്ചുപേരും അമേരിക്കയിൽ പരിശീലനം നേടിയവരാണ്. ജർറാക്ക് മാത്രമാണ് യൂറോപ്പിൽ ട്രെയിനിംഗ് കിട്ടിയത്." സൽമാന്റെ ശബ്ദം ഉയർന്നു.

"പിന്നല്ലാതെ! അൽഖാഇദ എന്ന ചാരിറ്റി സംഘം സി.ഐ.എയുടെ സന്തതിയാണെന്ന് ആർക്കാണ് അറിഞ്ഞുകൂടാത്തത്?" സിയാദ് പുതിയ വെളിപ്പെടുത്തലുകൾ നടത്തുകയാണ്. "1982-ൽ കുവൈറ്റിലാണല്ലോ സംഘം സ്ഥാപിച്ചത്. അഫ്ഗാൻ മുജാഹിദുകൾക്ക് ആയുധമെത്തിക്കലായിരുന്നു ആദ്യം ഏറ്റെടുത്ത ജീവകാരുണ്യം. അറബ് രാജ്യങ്ങളുടെ പണവും അമേരിക്കൻ ഇന്റലിജൻസിന്റെ നിർദ്ദേശവും നിർലോഭം കിട്ടിയാണ് വളർന്നത്."

"സോവിയറ്റ് യൂണിയന്റെ തകർച്ച ലോകമാകെ ഇസ്ലാമിക മൗലികവാദികൾ ആഘോഷിച്ചല്ലോ." ഞാനോർമ്മിച്ചു. "അമേരിക്കൻ അതിമോഹങ്ങൾക്ക് ഒരു ശാക്തിക ബദൽ ഇല്ലാത്തതിന്റെ കുറവ് ഇന്ന് എല്ലാവരും അറിയുന്നുണ്ട്."

"അവിടംകൊണ്ട് നിർത്തിയോ?" സൽമാന്റെ ധർമ്മരോഷം. "1991ലെ ഗൾഫ് യുദ്ധത്തിൽ അമേരിക്കയ്ക്കുവേണ്ടി ചാരപ്പണി ചെയ്യുകയായിരുന്നില്ലേ കുവൈത്തിലെ അൽഖാഇദ? അന്ന് ഇറാഖ് ആണ് ശത്രു!

---

* ലോകത്തെ പിടിച്ചു കുലുക്കിയ രണ്ട് മണിക്കൂർ

ആർക്കുവേണ്ടിയായിരുന്നു ആ ജിഹാദ്? ഒരുകാലത്ത് സദ്ദാമിനെ പോറ്റി യതും ഇതേ അമേരിക്കയല്ലേ?"

"1996-ൽ ശൈഖ് അഫ്ഗാൻ മലകളിൽ താവളമുറപ്പിച്ചു." സിയാദ് കഥ തുടരുകയാണ്. "സി.ഐ.എ. സൃഷ്ടിയായ താലിബാൻ ആയിരുന്നല്ലോ കൂട്ടാളി. ആയുധക്കടത്തും മയക്കുമരുന്നും മാത്രമായിരുന്നില്ല അന്നത്തെ ഇടപാട്. 'യൂനോക്കോൾ' എന്ന അമേരിക്കൻ എണ്ണക്കമ്പനിക്കു വേണ്ടി അഫ്ഗാൻ വഴി മധ്യേഷ്യയിലേക്ക് വാണിജ്യപാത നിർമ്മിക്കുക യായിരുന്നു ആ സമർത്ഥനായ എഞ്ചിനീയർ. അറിയാമോ?"

"അറിയാം." ഞാൻ പറഞ്ഞു. "ജോർജ്ജ് ബുഷ് ആണ് യൂനോക്കോളിന്റെ ഡയറക്ടർ എന്നും അറിയാം."

"എന്തായാലും 2001 സെപ്തംബർ പതിനൊന്നോടുകൂടി അഫ്ഗാൻ താലിബാൻ ശൈഖിനെ കൈവിട്ടു." സൽമാൻ കൂട്ടിച്ചേർത്തു. "പാക് താലിബാനുമായി അദ്ദേഹം നേരിട്ട് ബന്ധം സ്ഥാപിച്ചു. വസീരിസ്ഥാനിലെ ബയ്തുള്ളാ മഹ്സൂദും സ്വാത് താഴ്വരയിലെ മൗലാനാ ഫസലുള്ളയും ശൈഖിന്റെ ശിഷ്യന്മാരാണ്. അവർക്കു വേണ്ടിയാണ് 2002-ൽ പാകിസ്ഥാനെ ഇസ്ലാമിന്റെ ശത്രുപ്പട്ടികയിൽ ശൈഖ് പെടുത്തിയത്."

"എന്നിട്ടെന്തായി?" സിയാദ് രോഷംകൊണ്ടു. "പാകിസ്ഥാനിലും കുറെ പൊട്ടിത്തെറികൾ സൃഷ്ടിച്ചു. കുറെ മനുഷ്യജീവനുകൾ കരിഞ്ഞു. വസീറിസ്ഥാനും സ്വാതും താലിബാൻ പിടിച്ചു. വർഷങ്ങളോളം അവിടെ യുദ്ധക്കളം തീർത്തു. 2009 ൽ പാക് സൈന്യം ആ പ്രദേശങ്ങൾ വീണ്ടെടുത്തു."

"ഓർമ്മയുണ്ട്." ഞാൻ യോജിച്ചു. "ബൈത്തുള്ളയും കുടുംബവും അമേരിക്കൻ ഡ്രോൺ ആക്രമണത്തിൽ കൊല്ലപ്പെട്ടു. ഫസലുള്ള എല്ലാ വീര്യവും തകർന്ന് ഒതുങ്ങി."

"കഴിഞ്ഞ വർഷം പാക് താലിബാനുമായി അമേരിക്ക ധാരണയിലെത്തിയല്ലോ." സൽമാൻ ഒന്ന് നിർത്തി. "നമ്മുടെ ശൈഖിനെ ഇനി പടച്ചവൻ തന്നെ രക്ഷിക്കണം."

"ആയുസ്സുണ്ടെങ്കിൽ കാത്തിരുന്ന് കാണാം." സിയാദും ഒന്ന് നെടുവീർപ്പിട്ടു. "ഒക്കെ കർമ്മഫലമാണ്. എന്നിട്ട് ഒടുക്കം അമേരിക്ക ഇസ്ലാമിന്റെ ശത്രുവാണെന്ന് പറയും. എബി പറയൂ... ഈ സാമ്രാജ്യത്വത്തിന് എവിടെയാണ് മതം? സോമാലിയ, ബോസ്നിയ, കൊസോവ, ചെച്നിയ... എവിടെയൊക്കെ ഈ അമേരിക്ക മുസ്ലീങ്ങളെ പിന്തുണച്ചു?"

"പക്ഷേ... ഇന്ന്... ഇസ്ലാമോഫോബിയ മാരകമായ തോതിൽ അമേരിക്ക പരത്തുന്നില്ലേ?" ഞാൻ ചോദിച്ചു.

"ഉണ്ട്. അതാണ് അമേരിക്കൻ ബുദ്ധി. ക്രിസ്തീയതയുടെ മുസ്ലീം വിരുദ്ധത ജ്വലിപ്പിച്ചെടുക്കുക. കുരിശുയുദ്ധത്തിന്റെ കലകൾ മാഞ്ഞു

കഴിഞ്ഞിട്ടില്ലല്ലോ. ലോകത്തിലെ ഏറ്റവും വലിയ സമുദായത്തെ ഇന്ന് തങ്ങൾ നടത്തുന്ന ആഗോള കൊള്ളയുടെ പങ്കുകാരാക്കുക. അതാണ് ലക്ഷ്യം. സാമുവൽ പി. ഹണ്ടിംഗ്ടൺ കൊളുത്തിവിട്ട 'സംസ്കാരങ്ങളുടെ സംഘട്ടനം', വർഗ്ഗീയമായ ഒരു ആഗോളയുദ്ധത്തിനുള്ള ആഹ്വാനമാണ്." സൽമാന്റെ ചിന്തകൾ വിഷയത്തിന്റെ ആഴങ്ങളിലേക്ക് കടന്നു.

"ശത്രുവിന്റെ ശത്രു മിത്രം എന്നൊരു ചൊല്ലുണ്ടല്ലോ." സിയാദ് വിശദീകരിച്ചു. "ആ യുദ്ധനീതി പക്ഷേ ഫലത്തിൽ ആത്മഹത്യാപരമാണ്. ഗൾഫ് യുദ്ധത്തിൽ സദ്ദാമിനെ നേരിടാൻ അമേരിക്കയെ വിളിച്ചു. ഇപ്പോൾ യമനിൽ ഹൂത്തി തീവ്രവാദികളെ നേരിടാനാണ് അമേരിക്കൻ പിന്തുണ. ഇവിടെ ആരാണ് ശത്രു? ആരാണ് മിത്രം?"

"യഥാർത്ഥത്തിൽ ഹൂത്തികളോടും ഷിയാക്കളോടും നയതന്ത്ര ചർച്ച നടത്തേണ്ടത് മുസ്‌ലീം ഉച്ചകോടിയാണ്. ഇസ്‌ലാമിനകത്തെ സാംസ്കാരിക വൈവിധ്യങ്ങൾ വകവെച്ചു കൊടുത്തുകൊണ്ട് സമാധാനത്തിന് വഴി തുറക്കണം. ബാഹ്യശക്തികളുടെ അധിനിവേശ താത്പര്യങ്ങളെ അകറ്റണം." ഞാനും നിലപാടുകൾ വ്യക്തമാക്കി.

"അതാണല്ലോ ഇപ്പോഴത്തെ പ്രശ്നം." സൽമാൻ വീണ്ടും സിഗററ്റ് കൊളുത്തി. എല്ലാവർക്കും ഖഹ്‌വ ഒഴിച്ചു. "സിറിയ സുന്നി ഭൂരിപക്ഷ രാജ്യം. അവിടെ ബഷർ അസാദ് എന്ന ഷിയാ ഭരണാധികാരി; കുവൈത്തിൽ ഷിയാ ഭൂരിപക്ഷം; അവിടെ സുന്നി രാജാവും. മുസ്ലീം ലോകം കീഴടക്കാനുള്ള അധിനിവേശശക്തികൾ അകത്തുതന്നെ വളരുന്നു എന്നർത്ഥം. ഇരു കൂട്ടരുടേയും പിന്തുണയോടെ ഭീകരപ്രസ്ഥാനങ്ങൾ എല്ലാ രാജ്യങ്ങളിലും കുരുതികൾ നടത്തുന്നു. ഞങ്ങളെ തകർക്കാൻ ഞങ്ങൾതന്നെ മതി എന്റെ എബീ..."

"സത്യം." സിയാദ് ഒന്ന് നെടുവീർപ്പിട്ടു. "അധിനിവേശത്തിനെതിരെയുള്ള പൊട്ടിത്തെറിയാണ് ഭീകരതയെങ്കിൽ ആരാണ് പെന്റഗൺ തകർക്കേണ്ടത്? ഒരു അഫ്ഗാനിയോ പലസ്തീനിയോ ഇറാഖിയോ 9/11 ടീമിലുണ്ടോ? ഇല്ലല്ലോ. നമ്മുടെ മക്കളെ കുരുതി കൊടുക്കുകയാണ് ശൈഖ് ചെയ്തത്."

"അപ്പോൾ പിന്നെ സാമ്പത്തിക മോഹങ്ങളാണോ ചെറുപ്പക്കാരെ ഭീകരതയിലേക്ക് നയിക്കുന്നത്?" എന്റെ സന്ദേഹം തീർത്തും സ്വാഭാവികമായിരുന്നു.

"അത് മുഖ്യമല്ല ഹബീബീ." സൽമാൻ പറഞ്ഞുതുടങ്ങി. "താഴേക്കിടയിൽ സഹായികളായും ചെറുകിട പോരാളികളായുമൊക്കെ ദരിദ്രരായ ചെറുപ്പക്കാരെ കൂലിക്കാരായി എടുക്കുന്നുണ്ട്. അവർക്ക് ജീവിക്കാനാണ് പണം വേണ്ടത്. മരിക്കാനല്ല."

"കറക്ട്." സിയാദ് സീരിയസായി. "എബി എണ്ണിപ്പറഞ്ഞ പൈലറ്റുമാരെ ഓരോരുത്തരേയും എനിക്കറിയാം. എല്ലാവരും സമ്പന്ന കുടുംബക്കാരാണ്. ആധുനിക വിദ്യാഭ്യാസം കിട്ടിയ മിടുക്കന്മാരുമാണ്." ഒരു

നിമിഷം സിയാദ് നിർത്തി. അവന്റെ വാക്കുകളിൽ നേരിയ ഇടർച്ച! "എന്റെ സഹോദരനെത്തന്നെ നോക്കൂ. അവൻ ദരിദ്രനോ പാമരനോ അല്ല. പാശ്ചാത്യവിദ്യാഭ്യാസമായിരുന്നു അവന്റെ കരുത്ത്. പടിഞ്ഞാറൻ ജീവിതമായിരുന്നു അവൻ നയിച്ചത്. എന്നിട്ടും ഈ തീക്കളിയാണ് അവൻ തിരഞ്ഞെടുത്തത്. എബീ... അന്നം കിട്ടാൻ ആയുധമേന്തിയ തെണ്ടികളൊന്നും ഒരു ലക്ഷ്യത്തിനുവേണ്ടി മരിക്കാൻ തയ്യാറാവില്ല. അത്താധീരനായിരുന്നു. എന്നാൽ ദുഃഖിതനും..."

സിയാദിന്റെ സ്വരത്തോടൊപ്പം അന്തരീക്ഷവും തണുത്തു. അപ്രതീക്ഷിതമായ ഒരു മൗനം ഞങ്ങളെ പുണർന്നു. അത് മുറിച്ചു കടക്കാൻ ഞാൻ തന്നെ മുൻകൈയെടുത്തു.

"ചാവേറുകൾക്ക്... ദുഃഖം... എനിക്ക് മനസ്സിലായില്ല." അന്തരീക്ഷം പതുക്കെ അലിഞ്ഞു. സിയാദ് തന്നെ സംസാരിച്ചുതുടങ്ങി:

"എബീ... ഒരു മനുഷ്യൻ അന്തിമസമരമായി മരണം തിരഞ്ഞെടുക്കുന്നത് ജീവിക്കാനുള്ള അദമ്യമായ മോഹം കൊണ്ടാണ്. അറിയാമോ?"

"റൈറ്റ്. മറ്റൊരു വിധത്തിൽ ഇക്കാര്യം ഞങ്ങളുടെ ഒരു കവി പറഞ്ഞിട്ടുണ്ട്. അല്ലാമാ ഇഖ്ബാൽ." ഞാൻ ഓർത്തു പറഞ്ഞു. "മരിക്കാൻ ഭയപ്പെടുന്ന ഒരു ജനതയ്ക്ക് ജീവിക്കാൻ അവകാശമില്ല എന്നോ മറ്റോ ആണ് ആ വരികൾ."

"എക്സാക്റ്റ്ലി." കവിത കേട്ടാൽ സൽമാൻ ഇളകും. "ബട്ട് ഡോക്ടർ ഇഖ്ബാൽ ഈസ് നോട്ട് യുവർ പോയറ്റ്. ഹീസ് ദ പോയറ്റ് ഓഫ് ഹ്യുമാനിറ്റി. (പക്ഷേ ഡോ. ഇക്ബാൽ നിങ്ങളുടെ കവിയല്ല. അദ്ദേഹം മാനവീകതയുടെ കവിയാണ്) എല്ലാ ദേശത്തിന്റെയും എല്ലാ കാലത്തിന്റെയും കവി."

"ഓൾ റൈറ്റ്... ഞാൻ പറഞ്ഞു വന്നത്..." സിയാദിനുവേണ്ടി ഞങ്ങൾ മൗനം കൊണ്ടു. "അത്തായുടെ അന്ത്യസന്ദേശം ദുഃഖപൂർണ്ണമായിരുന്നു. ഇനിയൊരു ജീവിതം ബാക്കിയില്ല എന്ന് ഉറപ്പിച്ചവന്റെ ദുഃഖം... ആറ് പൈലറ്റുമാരുടേയും അന്ത്യസന്ദേശം കണ്ണീരിൽ ചാലിച്ചവയായിരുന്നു..."

"ബാക്കി പതിമൂന്ന് പേരോ?" എന്റെ ശങ്ക സൽമാൻ ആണ് നേരിട്ടത്.

"അവർക്ക് ഒന്നുമറിയില്ലായിരുന്നു എബീ. ശൈഖിന്റെ വീഡിയോ ടേപ്പിൽ തന്നെ പറഞ്ഞുവല്ലോ. അവരോട് അമേരിക്കയിൽ പോകാൻ പറഞ്ഞു. വിമാനം തട്ടിയെടുക്കുന്ന കുട്ടിക്കളിയായിരുന്നു ആ ചെറുപ്പക്കാരുടെ മനസ്സിൽ. അവർ ആഹ്ലാദഭരിതരായിരുന്നു. അവരെന്തിന് അന്ത്യസന്ദേശം അയക്കണം?"

"അതു മാത്രമല്ല." സിയാദ് കൂട്ടിച്ചേർത്തു. "ഒരാൾക്കും മറ്റുള്ളവരെ അറിയില്ല. ആദ്യം ചെന്ന പൈലറ്റുമാർക്ക് പിന്നീടുവന്ന പതിമ്മൂന്ന് പോരാളികളേയും അറിയില്ല. ഓരോരുത്തർക്കും വെവ്വേറെ പരിശീലനം...

വെവ്വേറെ ഉത്തരവുകൾ... വെവ്വേറെ യാത്രാപഥങ്ങൾ... പക്ഷേ, ഒരേ കേന്ദ്രത്തിൽ നിന്ന് നിയന്ത്രണം; ഒരേ ലക്ഷ്യത്തിൽ ആക്രമണം..."

"എന്നിട്ടും പദ്ധതി ഒരുപാട് പാളിയല്ലോ?" ഞാൻ അറിഞ്ഞത് ശരിയാണോ എന്ന് ഉറപ്പു വരുത്താനാണ് ചോദിച്ചത്.

"നെവർ... ലോകത്തെ ഞെട്ടിച്ച ഒരു വമ്പൻ പദ്ധതി കൃത്യമായി ലക്ഷ്യം കണ്ടില്ലേ? നേരിയ വീഴ്ചകളൊന്നും പരാജയമേ അല്ല." സൽമാൻ തീർത്തുപറഞ്ഞു.

"പക്ഷേ കണക്കുകൾ ഒരുപാടു തെറ്റിയത് വാസ്തവമാണ്." സിയാദ് വിശദാംശങ്ങൾ നിരത്തി.

"ആറ് വിമാനങ്ങൾ റാഞ്ചാനായിരുന്നു പ്ലാൻ എന്നുവേണം കരുതാൻ. ലോക വ്യാപാര കേന്ദ്രവും പെന്റഗണും വൈറ്റ് ഹൗസും ഈരണ്ട് വിമാനങ്ങൾ വീതം ഇടിച്ചു തകർക്കുകയായിരുന്നു ലക്ഷ്യം. അത്താ പറത്തിയ അമേരിക്കൻ എയർലൈൻസ് വിമാനവും അൽഷെഹി പറത്തിയ യുണൈറ്റഡ് എയർലൈൻസ് വിമാനവും ലോക വ്യാപാരകേന്ദ്രത്തിന്റെ നോർത്ത്, സൗത്ത് ടവറുകളെ കൃത്യമായി ഇടിച്ചു. ഹഞ്ചൂർ പറത്തിയ അമേരിക്കൻ എയർലൈൻസ് വിമാനം പെന്റഗണിൽ ഇടിച്ചുവെങ്കിലും ഒപ്പം ഇടിക്കേണ്ടിയിരുന്ന രണ്ടാം വിമാനം ലക്കുതെറ്റി പറന്നു. ജർറാ പറത്തിയിരുന്ന ആ വിമാനം പെൻസിൽവാനിയക്കടുത്ത് ഒരു ഗ്രാമത്തിൽ നിലംപതിച്ചു. വൈറ്റ് ഹൗസിലേക്കുള്ള വിമാനങ്ങൾ മിദറും ഹംസിയുമാണ് പറത്തേണ്ടിയിരുന്നത്. രണ്ടും ലക്ഷ്യം കണ്ടില്ല. ഒരു വിമാനത്തിൽ അവസാനനിമിഷം ഒരു സംഘം പട്ടാളക്കാർ വന്നു കയറിയതാണ് പദ്ധതി പാളാൻ കാരണമായത്. മറ്റൊരു വിമാനത്തിൽ കൂടി സ്ഫോടകവസ്തുക്കൾ കണ്ടെടുത്തിരുന്നു. ഓർക്കണം, ഓരോ വിമാനത്തിലും ഒരു കിലോ ടൺ സ്ഫോടക വസ്തുക്കൾ...!"

ഞാനും സൽമാനും ഒരു രേഖാചിത്രം പോലെ സിയാദിന്റെ വിവരണം ആസ്വദിക്കുകയായിരുന്നു. സൽമാൻ താൻ മനസ്സിലാക്കിയ നിഗമനം ചൂണ്ടിക്കാട്ടി:

"ശരിതന്നെ. ഡബ്ല്യൂ.ടി.സി. പ്രതീക്ഷിച്ചതിലേറെ തകർന്നു. പെന്റഗൺ ഉദ്ദേശിച്ചത്രയും തകർന്നില്ല. വൈറ്റ് ഹൗസിനെ ആക്രമിക്കാനേ കഴിഞ്ഞില്ല. എന്നിട്ടും ആ രണ്ടു മണിക്കൂർ ലോകം കിടുങ്ങിയോ?" സൽമാൻ തന്റെ നിലപാടിൽ ഉറച്ചുതന്നെ.

"സത്യമാണ്. ലോകം ഞെട്ടി വിറച്ചു. പക്ഷേ ആ മഹാവിജയത്തിന്റെ ഫലമെന്താണ്?" ഞാൻ ചോദിച്ചു.

"വിപരീതഫലം. നോ ഡൗട്ട്." സിയാദ് ആവേശംകൊണ്ടു. "ഭീകരതയ്ക്കെതിരെ ആഗോളയുദ്ധം. ലോകരാജ്യങ്ങൾ ഒന്നാകെ ഭീകര വിരുദ്ധ സമാധാന ചേരി. നയിക്കുന്നത് അമേരിക്ക. ആയുധം വിൽക്കാനും

ലോകത്തെ കൊള്ളയടിക്കാനും എത്ര സൗകര്യമായി? തകർന്നുവെന്ന് കരുതിയ അമേരിക്ക കൂടുതൽ ശക്തിപ്പെട്ടു. അത്ര തന്നെ."

"അതേസമയം ഭീകരതയും പെരുകുന്നുണ്ട്." സൽമാൻ കൂട്ടിച്ചേർത്തു. "ലോകമാകെ പൊട്ടിത്തെറികൾ. ഒട്ടുമിക്ക രാജ്യങ്ങളുടേയും ബജറ്റിൽ ഭീകരതയെ നേരിടാൻ പ്രതിരോധ ബജറ്റ് കൂട്ടിയിട്ടുണ്ട്. വാൾട്ടർ ലാക്വറിന്റെ പുസ്തകം അന്നു ഞാൻ സിയാദിനു തന്നില്ലേ? ലോകത്തിലെ ഭീകരവാദസംഘർഷങ്ങളിൽ 90 ശതമാനവും മുസ്‌ലീം രാജ്യങ്ങളോ മുസ്‌ലീം ന്യൂനപക്ഷങ്ങളോ ഉൾപ്പെട്ടതാണെന്ന് ആ പുസ്തകം പറയുന്നത് സത്യമല്ലേ?"

"ആവാം." ഞാൻ പറഞ്ഞു. "അതിന്റെ കാരണം നമ്മൾ തുടക്കത്തിലേ പറഞ്ഞ പ്രത്യയശാസ്ത്രം തന്നെയാണ്. മുസ്‌ലീം ലോകത്തിന്റെ 15 ശതമാനം ജനസംഖ്യ ശുദ്ധ മതമൗലികവാദികളാണെന്ന് ഡാനിയൽ പൈപ്പ്സ് നിരീക്ഷിക്കുന്നുണ്ടല്ലോ."

പതിമ്മൂന്ന്

അരമനക്കളിയുടെ ആരവം

"പ്രത്യയശാസ്ത്രം ഇസ്‌ലാമിക ഭീകരവാദത്തിന്റെ പൊതുവായ അടിസ്ഥാന പ്രേരണ മാത്രമാണ്." സിയാദ് തുടർന്നു. "ഓരോ രാജ്യത്തും നടക്കുന്ന ഭീകര പ്രവർത്തനങ്ങൾക്ക് പ്രാദേശികമായ കാരണങ്ങളും പ്രത്യേകതകളുമുണ്ട്.

"ശരിയാണ്. അതുകൊണ്ടാണല്ലോ ഭീകരവാദികൾ തമ്മിൽ കടുത്ത മത്സരം നിലനിൽക്കുന്നത്" സൽമാൻ കൂട്ടിച്ചേർത്തു.

"കഷ്ടം! പൈശാചികതയുടെ തീവ്രതയിലാണ് മത്സരം." ഞാൻ പറഞ്ഞു.

"ആയിരിക്കും. എല്ലാ ഭീകരപ്രവർത്തനവും ക്രൂരമാണ്. മനുഷ്യത്വ രഹിതമാണ്." സിയാദ് സമ്മതിച്ചു. "എന്തായാലും ലോകത്തിലെ ഭീകര ഗ്രൂപ്പുകളൊന്നും തമ്മിൽ മിക്കപ്പോഴും രമ്യതയിലല്ല. പലപ്പോഴും ശത്രുതയിലാണുതാനും. അതുകൊണ്ടുതന്നെ 'അൽഖാ ഇദ' തകർന്നതിൽ ആർക്കും വലിയ വേവലാതിയുമില്ല."

"തകർന്നുവെന്ന് പറയാമോ സിയാദ്?" സൽമാൻ ചോദിച്ചു. "പാകിസ്ഥാനിലേക്ക് താവളം മാറ്റുകയും സാത് താഴ്‌വര കയ്യടക്കുകയും പൊട്ടിത്തെറികൾ തുടരുകയും ചെയ്യുന്നില്ലേ? ലോകമെങ്ങും അരിച്ചുപെറുക്കി വേട്ടയാടുമ്പോഴും ഇതൊക്കെ സാധിക്കുന്നത് ചെറിയ കാര്യമാണോ?"

സൽമാൻ, ആരായിരുന്നു ശൈഖ് എന്ന് മറന്നു പോകരുത്." സിയാദ് ഗൗരവം പൂണ്ടു. "40 രാജ്യങ്ങളിൽ ശക്തമായ പിന്തുണയുണ്ടായിരുന്നു അദ്ദേഹത്തിന്. അജയ്യരായ 5000 പോരാളികളെയാണ് ആദ്യഘട്ടത്തിൽ അദ്ദേഹം പരിശീലിപ്പിച്ചത്. അത്യന്താധുനികമായ എല്ലാ സാങ്കേതിക സൗകര്യങ്ങളും സംഘടിപ്പിച്ചിരുന്നു. എത്ര ഗംഭീരങ്ങളായിരുന്നു അഫ്ഗാനിലെ രഹസ്യത്താവളങ്ങൾ?"

"ഹൊ! കിടിലൻ..." ഞാൻ ശരിവച്ചു. "ഷാർജ ഫെസ്റ്റിവലിൽ നിന്ന് സൽമാൻ കൊണ്ടുവന്ന ആ പുസ്തകമുണ്ടല്ലോ. പീറ്റർ ബർഗൻ

എഴുതിയ 'ഇൻസൈഡ് ദ സീക്രട്ട് വേൾഡ് ഓഫ് ഉസാമാ ബിൻ ലാദൻ...'[1] സ്വന്തം ഉപഗ്രഹങ്ങളും വാർത്താവിനിമയ ശൃംഖലയുമുള്ള ഒരു സമാന്തര ലോകം! ഞെട്ടിപ്പോകും നമ്മൾ..."

"അത് ശരിയാണ്. ആ നില മാറി." സൽമാനും സമ്മതിച്ചു. "ഇന്ന് ശൈഖിന് ഒരു മാളം കൊടുക്കാൻ പോലും ഒരു രാജ്യവും തയ്യാറല്ല. പാകിസ്ഥാന്റെ മണ്ണിൽ കഴിഞ്ഞു കൂടുന്നത് അവിടുത്തെ ഭരണ കൂടത്തിന്റെ പോലും കണ്ണുവെട്ടിച്ചാണ്. എത്രകാലം സാധിക്കുമെന്ന് ഒരു ഉറപ്പുമില്ല."

"അതാണ് ഞാൻ പറഞ്ഞത്." സിയാദ് അടിവരയിട്ടു. 'അൽ ഖാഇദ' എന്നാൽ 'അടിത്തറ' എന്നാണർത്ഥം. അതിന്റെ അടിത്തറ തകർന്നിരി ക്കുന്നു എന്ന് വ്യക്തം. ഇനിയൊരു മുന്നേറ്റം അവർക്ക് സാധ്യമല്ല."

ഭക്ഷണം തയ്യാറെന്ന് ഖദ്ദാമ വന്ന് അറിയിച്ചു. പുൽമെത്തയിൽ സുപ്ര വിരിക്കാൻ സൽമാനും പറഞ്ഞു. നൂറ കിടപ്പിലായതിനാൽ മക്കളൊന്നും ഇന്ന് പുറത്തുവന്നില്ല. ഞങ്ങൾ മൂന്നുപേർ മാത്രം ഇരുന്നു. പിസ്സയാണ് ഇന്നത്തെ സ്പെഷ്യൽ. ആദ്യ ചീളുകൾ സൽമാൻ എടുത്തു നീട്ടി. പോഷകപ്രദമായ ആ ഇറ്റാലിയൻ വിഭവം ആസ്വദിച്ചു കഴിക്കുമ്പോഴും ഞങ്ങൾ സംവാദം തുടർന്നു.

"അനീതിക്കെതിരെ നടക്കേണ്ട അനിവാര്യമായ കലാപങ്ങളേയും നമ്മൾ ഭീകര പ്രവർത്തനമായി മുദ്രകുത്തുന്നില്ലേ?" ഞാൻ ചർച്ചയെ മറ്റൊരു വഴിക്ക് നയിച്ചു.

"ഉണ്ട്. അത് ഇന്ന് മാത്രമല്ല. പണ്ടുമുണ്ട്." സൽമാനാണ് ആ വഴി ഏറ്റുപിടിച്ചത്. "ഫ്രഞ്ചുവിപ്ലവത്തേയാണ് ലോകം ആദ്യം 'ടെറർ' എന്നു വിളിച്ചത്. പലസ്തീനികളുടെ ചെറുത്തുനില്പിനെ ഇന്ന് ഇസ്രായേൽ വിളിക്കുന്ന പേരും അത് തന്നെ."

"അത്തരം വിമോചനപ്പോരാട്ടങ്ങൾ ഈ ക്രൂരവിനോദങ്ങളിൽ മുങ്ങി പ്പോവുകയാണ്." സിയാദ് തുടർന്നു. "അന്ന് മൈക്കിൾ വാൾസറിന്റെ ഒരു പുസ്തകം തന്നില്ലേ സൽമാൻ? 'ജസ്റ്റ് ആന്റ് അൺജസ്റ്റ് വാർസ്.'[2] ഈ വിഷയമാണ് അതിന്റെ ഉള്ളടക്കം."

"ഞാനെപ്പോഴും ആലോചിക്കാറുണ്ട്. മുസ്ലീം ലോകത്തിന്റെ വിഭവ ശേഷിയും കർമ്മശേഷിയുമൊക്കെ പലസ്തീനു വേണ്ടിയല്ലേ വിനിയോഗി ക്കേണ്ടത് എന്ന്?" ഞാൻ ന്യായമായ ഒരു സംശയമുന്നയിച്ചു.

"അതില്ലല്ലോ." സൽമാൻ ഉടനെ പ്രതികരിച്ചു. "പലസ്തീൻ എല്ലാ വർക്കും ഒരു വായ്ത്താരി മാത്രമാണ്. പ്രശ്നത്തിന്റെ മർമ്മത്തിലേക്ക് കടക്കുമ്പോൾ മഹാരാജാക്കന്മാരൊക്കെ സിയോണിസ്റ്റുകൾക്ക്[3] വഴങ്ങും."

---

1. ഉസാമാ ബിൻലാദന്റെ രഹസ്യലോകത്തിനുള്ളിൽ
2. നീതികരിക്കാവുന്ന യുദ്ധങ്ങളും നീതീകരിക്കാനാവാത്ത യുദ്ധങ്ങളും
3. ജൂതവംശീയ തീവ്രവാദ പ്രസ്ഥാനം

“രാജ്യങ്ങളെ വിടൂ.” സിയാദിന്റെ വാദമുഖം വേറെയാണ്. “രാജാക്കന്മാരേയും സിയോണിസ്റ്റുകളേയും ഇമ്പീരിയലിസ്റ്റുകളേയുമൊക്കെ കത്തിച്ചുകളയുമെന്ന് വീമ്പിളക്കുന്ന ഉഗ്രവാദികൾ എന്തു ചെയ്തു? ഒരു ദിവസമെങ്കിലും ഗാസാ മുനമ്പിന് കാവലിരുന്നോ? അവിടെ കുറെ പാവങ്ങൾ ‘ഇൻതിഫാദ’* യുമായി പൊരുതുന്നു. സിയോണിസം അറബ് വംശത്തെ കൊന്നു തീർക്കുന്നു.”

“നീതിക്കുവേണ്ടിയല്ലാത്ത യുദ്ധങ്ങൾ മാപ്പർഹിക്കാത്ത പാപങ്ങൾ തന്നെ. അല്ലേ?” ഒരു നിശ്വാസത്തോടെ ഞാൻ പറഞ്ഞു.

“തീർച്ചയായും. നിരപരാധികളുടെ ജീവൻ... പ്രിയപ്പെട്ടവരുടെ കണ്ണീർ... ആർക്ക് പരിഹരിക്കാനാവും?” സൽമാൻ ചോദിച്ചു.

“എബീ... നഷ്ടപ്പെട്ടുവെന്ന് ഉറപ്പായവരേക്കാൾ ഭീകരമാണ്, എന്തു പറ്റിയെന്നറിയാതെ അപ്രത്യക്ഷരായവരുടെ കാര്യം. എന്റെ അത്തായെക്കാൾ വേദനാജനകമാണ് സൽമാന്റെ സുൽത്താന്റെ തിരോധാനം.” സിയാദ് വ്യക്തിപരമായ വേദനകളിലേക്ക് കടന്നു.

“സുൽത്താന്റെ കാര്യത്തിൽ ഇനി നമുക്ക് എന്ത് ചെയ്യാനാവും?” ഞാൻ ഉള്ളു നീറിത്തന്നെയാണ് ചോദിച്ചത്. “ഗ്വാണ്ടിനാമോ ജയിലിൽ 124 സൗദി പൗരന്മാരുണ്ട് എന്നാണ് വാർത്ത.”

സൽമാൻ, സിയാദിനെ നോക്കി. പിന്നെ പരിസരവും വീക്ഷിച്ചു. സ്വകാര്യം പോലെ പറഞ്ഞു: “എബീ... ഞങ്ങൾ ഒരു പ്രൈവറ്റ് ഇന്റലിജൻസിനെ ഏല്പിക്കുകയാണ്. സിംഗപ്പൂർ ബേസ്ഡ്. എല്ലാം സിയാദ് മാനേജ് ചെയ്യും.”

“യേസ്... ഫാൽക്കൺ ഏജൻസീസ് ഫോർ ഗ്ലോബൽ ഇൻവെസ്റ്റിഗേഷൻ... മിഡിൽ ഈസ്റ്റിൽ അവർക്ക് മികച്ച നെറ്റ്‌വർക്കുണ്ട്.” സിയാദ് കൂടി മനസ്സു തുറന്നതോടെ, സൽമാൻ ഇന്നുതന്നെ സിയാദിനെ കാണാൻ തിരക്കിട്ടു തീരുമാനിച്ചതിന്റെ പൊരുളും എനിക്ക് പിടികിട്ടി.

“വെരി ഗുഡ്.” ഞാൻ സിയാദിനെ ഹസ്തദാനം ചെയ്തു.

“അല്ല സിയാദ്, ആഗോള ഭീകരവാദം തളരുമ്പോഴും സൗദികളുടെ മനസ്സിൽ അതിന് വേരോട്ടം കിട്ടുകയല്ലേ?”

“ശരിയാണ്.” സിയാദ് പറഞ്ഞു. “ഇവിടുത്തെ തീവ്രവാദത്തിന് ഇസ്‌ലാമിക ഭീകരവാദത്തിന്റെ പൊതുവായ അടിസ്ഥാന കാരണങ്ങൾ മാത്രമല്ല. സൗദി അറേബ്യയുടേതുമാത്രമായ ചില കാരണങ്ങളുമുണ്ട്.”

“ശൈഖ് ഉസാമയുടേത് ‘അൺ ജസ്റ്റ് വാർ’ ആണെങ്കിൽ പോലും സൗദി യുവത്വം പൊരുതുന്നത് ഒരു ‘ജസ്റ്റ് വാർ’ തന്നെയാണ് എന്നർത്ഥം.”- സൽമാൻ വക്കീലിനെപ്പോലെ വ്യാഖ്യാനിക്കുന്നു.

---

* പലസ്തീൻ പ്രതിരോധ പ്രസ്ഥാനം

“സൗദിയിലെ ഭീകരവാദം ഇസ്ലാമിക ഭീകരതയല്ല എന്നാണോ?” ഞാൻ തർക്കിച്ചു.

“അതെ, ഇവിടുത്തെ ഇസ്ലാം, ഭരണകൂടത്തിന്റെ ഒരായുധമാണ്.” സിയാദ് പറഞ്ഞു.“1744 ൽ നജ്ദ് എന്ന കൊച്ചു രാജ്യത്തിന്റെ രാജാവായിരുന്ന മുഹമ്മദ് അൽ സൗദ്, ഇസ്ലാമിലെ ശുദ്ധീകരണ വാദിയായ പണ്ഡിതൻ മുഹമ്മദ് ബിൻ അബ്ദുൽ വഹാബിന്റെ പുത്രിയെ വിവാഹം ചെയ്തു. മതവും ഭരണകൂടവും തമ്മിലുള്ള ബാന്ധവമായിരുന്നു അത്. രാജ്യം വിപുലമാക്കാൻ വഹാബിസവും വഹാബിസം ജനകീയമാക്കാൻ ഭരണകൂടവും പരസ്പരം ഒപ്പിട്ട കാരാർ.”

“ആ മുന്നണി മുക്കാൽ നൂറ്റാണ്ടു കാലം രാജ്യം ഭരിച്ചു.” ചരിത്ര കഥനം സൽമാൻ തുടർന്നു. “ഉസ്മാനിയാ ഖിലാഫത്തിന്റെ ഭാഗമായിരുന്ന മക്കയും മദീനയും നജാഫും കർബലയും ദമാസ്കസും പിടിച്ചടക്കി. പക്ഷേ 1818 ൽ ഉസ്മാനിയാ ചക്രവർത്തി തിരിച്ചടിച്ചതോടെ സൗദി സാമ്രാജ്യമോഹം തകർന്നു. റിയാദിലെ വെറുമൊരു നാട്ടുരാജ്യമായി ഞങ്ങൾ പിന്നേയും ചുരുങ്ങി. ഹമ്പലീ മദ്ഹബിന്റെ വഹാബി സങ്കുചിതവാദമായി ഞങ്ങളുടെ ഇസ്ലാമും ചുരുങ്ങി.”

“പതിന്നാലാം നൂറ്റാണ്ടിലെ ഇബ്നുതൈമിയായുടെ ചിന്തകൾ തന്നെയല്ലേ നാലുനൂറ്റാണ്ടിനുശേഷം അബ്ദുൽ വഹാബിലും പ്രകടമായത്?”

“ഇസ്ലാമിനെ അധികാര രാഷ്ട്രമാക്കുന്നതിൽ രണ്ടുപേരുടേയും ചിന്തകളിൽ ചില സാമ്യങ്ങളുണ്ട്.” സിയാദ് വ്യക്തമാക്കി.

ഉടനെ സൽമാൻ ഇടപെട്ടു: “കുരിശുയുദ്ധത്തിന്റെ വികാരമാണ് ഇബ്നുതൈമിയയെ നയിച്ചത്. അതിന് സാമുദായികമായ ഒരു ന്യായമുണ്ട്. അറേബ്യയുടെ പരമ്പരാഗത ഇസ്ലാമിനോട് യുദ്ധം പ്രഖ്യാപിച്ച അബ്ദുൽ വഹാബിൽ ആ ന്യായമില്ല.”

“പക്ഷേ ബദുക്കളുടെ ആർദ്രവും ഉദാരവുമായ പരമ്പരാഗത വിശ്വാസം വഹാബിസവുമായി എളുപ്പത്തിൽ രാജിയായോ?” എന്റെ സംശയം ഏറെക്കാലമായുള്ളതാണ്.

“ആരു പറഞ്ഞു, രാജിയായെന്ന്?” സിയാദ് വികാരഭരിതനായി. “അറബ് ജനതയുടെ മനസ്സും സംസ്കാരവും ഒരിക്കലും വഹാബിസത്തെ അംഗീകരിച്ചിട്ടില്ല. വിയോജിച്ചുനിന്ന ഞങ്ങളുടെ പൂർവ്വ പിതാക്കളെ രാജഭരണം ഇടിച്ചു നിരത്തുകയാണുണ്ടായത്.”

“ഇടിച്ചു നിരത്തുകയോ?” വിശ്വാസം വരാത്തതുപോലെ ഞാൻ കണ്ണുമിഴിച്ചു. സൽമാനാണ് മറുപടി പറഞ്ഞത്.

“സത്യമാണ് എബീ... ഇന്നത്തെ റിയാദിലെ ദരയ്യ മുതൽ അയയ്ന വരെ അന്ന് ഒറ്റ നഗരമായിരുന്നു. അമ്പത് കിലോമീറ്ററോളം ദൂരം വരുന്ന ഒരു ജനപഥം. അബ്ദുൽവഹാബിന്റെ മതപാഠങ്ങൾ അംഗീകരിക്കാൻ

ജനങ്ങൾ കൂട്ടാക്കിയില്ല. മുഹമ്മദ് ബിൻ സൗദ് ആ നഗരം അപ്പാടെ തകർത്തുവെന്നാണ് ചരിത്രം."

"സംസ്കാരത്തെ തകർക്കുന്നതിൽ അമേരിക്കയും താലിബാനുമൊക്കെ വഹാബികളെയാണ് ഗുരുവാക്കേണ്ടത്." സിയാദിന്റെ വാക്കുകളിൽ ഒരു തമാശയുടെ ലഘുത്വം.

"രാജകുടുംബം അനുഭവിക്കുകയും ചെയ്തല്ലോ." വായിച്ചത് വച്ച് ഞാൻ പറഞ്ഞു. "സൗദ് വംശത്തിന് രാജ്യം നഷ്ടമായില്ലേ? അബ്ദുൽ അസീസ് രാജാവിന്റെ പിതാവ് അബ്ദുറഹിമാൻ ബിൻ സൗദ് 1891-ൽ അമ്മാവന്റെ നാടായ കുവൈത്തിൽ അഭയം തേടിയില്ലേ?"

"റൈറ്റ്. ദുർബലനായിരുന്നു അയാൾ." സൽമാൻ വിശദീകരിച്ചു. "ഉസ്മാനിയാ ഖിലാഫത്തിന്റെ ഭാഗമായിരുന്ന ഹായിൽ രാജാവിന്റെ സാമന്തനായ മുഹമ്മദ് ബിൻ റഷീദ് ആയിരുന്നു അന്ന് റിയാദ് ഭരിച്ചിരുന്നത്. അബ്ദുറഹിമാൻ 1897-ൽ കുവൈത്തിൽ നിന്നുവന്ന് രാജ്യം വീണ്ടെടുക്കാൻ ഒരു പടനീക്കം നടത്തിയെങ്കിലും തോറ്റോടി."

"അബ്ദുൽ അസീസിന്റെ ശൂരത്വമാണ് യഥാർത്ഥത്തിൽ ഇന്നത്തെ സൗദി അറേബ്യ." സിയാദ് തുടർചരിത്രത്തിലേക്ക് കടന്നു. "1901-ൽ നാല്പത് ബദു പടയാളികളെക്കൂട്ടി കുവൈത്തിൽ നിന്ന് ഒളിച്ചു കടന്ന അദ്ദേഹം കേവലം അഞ്ചു പേരെക്കൂട്ടി കൊട്ടാരത്തിൽ നുഴഞ്ഞുകയറിയാണ് മുഹമ്മദ് ബിൻ റഷീദിനെ വധിച്ച് രാജ്യം പിടിച്ചടക്കിയത്."

"രാജ്യം നേടിയത് ധീരത കൊണ്ടാണെങ്കിലും, അത് വിസ്തൃതമാക്കിയത് കുശാഗ്രബുദ്ധി കൊണ്ടല്ലേ?"

"രണ്ടും ഒരു നല്ല ഭരണാധികാരിയുടെ യോഗ്യത തന്നെയാണ്." സൽമാൻ പറഞ്ഞു."പക്ഷേ വഹാബിസം തന്നെയാണ് അദ്ദേഹവും പ്രയോഗിച്ച രാഷ്ട്രീയായുധം."

"ശരിയാണ്." സിയാദ് കുറെക്കൂടി വിശദീകരിച്ചു.

"രാജ്യത്തിന് സൈന്യം സ്വരൂപീകരിക്കുന്നതിനുമുമ്പേ അദ്ദേഹം ചെയ്തത് വഹാബിസത്തിന്റെ 'ഇഖ്വാൻ സേന' രൂപീകരിച്ച് അതിന്റെ 'അമീർ' ആയി വിളംബരപ്പെടുകയാണ്. മതരക്ഷയ്ക്കുവേണ്ടി നിയോഗിക്കപ്പെട്ട ഇഖ്വാനുകൾ അമീറിനുവേണ്ടി ജീവൻ ത്യജിക്കാൻ പ്രതിജ്ഞയെടുത്തവരാണ്. ഇഖ്വാൻ സംഘങ്ങളെ അബ്ദുൽ അസീസ് രാജാവ് എല്ലാ അയൽരാജ്യങ്ങളിലേക്കും പ്രബോധനത്തിന് അയച്ചു. അവിടെയൊക്കെ ഇഖ്വാൻ സംഘങ്ങൾ രൂപം കൊണ്ടു. മതത്തിന്റെ അമീറിനെ അംഗീകരിക്കാത്ത രാജാക്കന്മാർക്കെതിരെ ഓരോ രാജ്യത്തും ആഭ്യന്തര കലഹങ്ങളുണ്ടായി. തക്ക സമയത്ത് അബ്ദുൽ അസീസ് പടനീക്കം നടത്തി രാജ്യങ്ങൾ കീഴ്പ്പെടുത്തി."

“അതായിരുന്നു യഥാർത്ഥ ഭീകരപ്രവർത്തനം. അല്ലേ?” ഞാൻ ചിരിച്ചു. പക്ഷേ സൽമാൻ ഗൗരവം വിട്ടില്ല.

“തെക്ക് അൽഹസ മുതൽ വടക്ക് ഹായിൽ വരെ അറേബ്യൻ ഉപഭൂഖണ്ഡം മുഴുവൻ ഇഖ്‌വാൻ സേനകളുടെ ബലത്തിൽ അബ്ദുൽ അസീസ് ജയിച്ചടക്കി. ഏറ്റവുമൊടുവിൽ 1925-ലാണ് മക്കയും മദീനയും അടങ്ങുന്ന ഹിജാസിലേക്ക് അദ്ദേഹം പടനയിച്ചത്. ജോർദ്ദാനിലെ ശരീഫ് ഹുസൈൻ രാജാവിന്റെ അധീനതയിലായിരുന്നു അതുവരെ ഹിജാസ്.” സൽമാൻ തുടർന്നു.

“ഇല്ല. ശരീഫ് ഹുസൈന്റെ കസ്റ്റഡിയിൽ തിരുഗേഹങ്ങൾ എട്ടൊമ്പത് കൊല്ലമേ നിന്നിട്ടുള്ളൂ.” സിയാദ് പറഞ്ഞു. “തുർക്കിയിലെ ഉസ്മാനിയ സാമ്രാജ്യത്തിന്റെ വരുതിയിലായിരുന്ന ഹിജാസിനെ 1916ൽ ബ്രിട്ടീഷ് പിന്തുണയോടെ ജോർദ്ദാൻ രാജാവ് പിടിച്ചടക്കിയതാണ്.”

“ഒടുവിൽ പടയോട്ടങ്ങൾ അവസാനിപ്പിച്ച് 1932 സെപ്തംബർ 13ന് ഏകീകൃത ‘സൗദി അറേബ്യ’ നിലവിൽ വന്നു. അല്ലേ?” ഞാൻ ചോദിച്ചു. “അന്നാണല്ലോ രാജ്യത്തിന്റെ ദേശീയദിനം.”

“പടയോട്ടം പിന്നെയും ഉണ്ടായി.” സൽമാൻ പറഞ്ഞു. “1934ൽ ആണല്ലോ യമന്റെ ഭാഗമായിരുന്ന നജ്റാൻ സ്വന്തമാക്കിയത്. അതുവരെ കൊടിയ യുദ്ധമാണ് അവിടെ നടന്നത്. എന്തായാലും രാജ്യത്തിന് ശക്തിയും വിസ്തീർണവും വന്നു. അതേ സമയം വഹാബിസത്തിന്റെ സങ്കുചിതത്വം രാജ്യത്ത് അസഹിഷ്ണുത വളർത്തി. ഇസ്‌ലാമിനകത്തെ ബഹുസ്വരത അവർ തകർത്തു. ചരിത്രത്തിന്റെ തിരുശേഷിപ്പുകൾ നാമാവശേഷമാക്കി. അന്യമതങ്ങളുടെ സാന്നിധ്യവും പ്രചാരണവും വിലക്കി. ഇസ്‌ലാം വിട്ടുപോകാനുള്ള സ്വാതന്ത്ര്യവും കുറ്റകരമായി.”

“ഏറ്റവും വലിയ തമാശ ഇതൊന്നുമല്ല.” സിയാദ് അറിയിച്ചു. “രാജാധികാരം സൗദിന്റെ കുടുംബത്തിന് ജന്മാവകാശമാണെങ്കിൽ കോടതിയിലെ ജഡ്ജി പദവികൾ അബ്ദുൽ വഹാബിന്റെ കുടുംബത്തിനുള്ളതാണ്. രാജ്യവും നീതിയും ഒരുപോലെ അനന്തരാവകാശമാകുന്നത് ഏത് ഇസ്‌ലാമിക ധർമ്മപ്രകാരമാണാവോ?”

“ഓ. ശരിയാണ്.” ഞാൻ ഓർത്തെടുത്തു. “ശൈഖ് ഇബ്രാഹിം അൽ വഹാബ് ആണല്ലോ ഇപ്പോഴത്തെ ഗ്രാന്റ് മുഫ്തി ആന്റ് ചീഫ് ഖാസി.”

“പക്ഷേ സിയാദ്, വഹാബിസത്തെ ഒരുമിച്ചു നിന്ന് തകർക്കാൻ അറബ് ജനതയ്ക്ക് കഴിയാതെ പോയത് എന്തുകൊണ്ടാണ്?” സൽമാൻ ഒരു അടിസ്ഥാന പ്രശ്നത്തിലേക്ക് തിരിഞ്ഞു. “നമ്മുടെ ആദിമമായ ഗോത്രപ്പോരുകളല്ലേ ഭരണകൂടം മുതലാക്കിയത്?”

“സത്യമാണ്.” സിയാദ് സമ്മതിച്ചു. “പ്രവാചകന്റെ മദീനാകാലത്തു മാത്രമാണ് ഗോത്രപ്പോരുകൾ ഒന്നൊതുങ്ങിയത്. നബിയുടെ ഖബറടക്കത്തിനുമുമ്പേ വീണ്ടും വംശീയത പത്തിവിടർത്തി.”

“ഇന്ത്യയിലെപ്പോലെ ജന്മി-കുടിയാൻ പ്രശ്നമാണ് ഈ ഗോത്രപ്പോരുകളുടെ അടിത്തറയെന്നും പറയുന്നുണ്ടല്ലോ.” ഞാൻ ഒരു സംശയ നിവാരണം നടത്തി.

“അടിത്തറ എന്തായാലും അധികാരമാണ് ഗോത്രങ്ങളെ ആയുധമാക്കിയത്.” സൽമാൻ ഇടപെട്ടു.

“കറക്ട്.” സിയാദ് വിശദീകരിച്ചു. “പ്രമുഖ ബദൂഗോത്രങ്ങളിൽ നിന്നെല്ലാം വിവാഹം ചെയ്ത് ശത്രുക്കളെ ബന്ധുക്കളാക്കാനാണ് അബ്ദുൽ അസീസ് ആദ്യം ശ്രമിച്ചത്. അനാസാ ഗോത്രക്കാരനായ അബ്ദുൽ അസീസിന് സുദൈരികളും ഷമ്മാരികളും ബന്ധുക്കളായത് അങ്ങനെയാണ്. മറ്റു പല ഗോത്രങ്ങളോടും യുദ്ധം ചെയ്തുതന്നെ ജയിക്കേണ്ടിവന്നു. അധികാരത്തിനു വേണ്ടിയുള്ള ഗോത്രപ്പോരുകൾ വിശ്വാസത്തിനുവേണ്ടിയുള്ള ധർമ്മയുദ്ധമാക്കി മാറ്റി. എന്നിട്ടും മുതയ്രികളും ഉത്തയ്ബികളും രാജാധികാരത്തോട് പൊരുതിയ ഗോത്രങ്ങളാണ്.

അൽഗംദിയും ഖഹ്താനിയും ഇപ്പോഴും രാജഭരണത്തോട് പൂർണമായി പൊരുത്തപ്പെട്ടിട്ടില്ല. 9/11-ൽ പങ്കെടുത്ത പതിനഞ്ച് സൗദികളിൽ പതിനൊന്ന് പേരും അൽഗംദികളാണ്. ഞാൻ മാത്രമല്ല സൽമാനും ഭീകരവാദി കുടുംബമാണ് എന്നർത്ഥം.”

എല്ലാവരും ചിരിച്ചു. സൽമാന്റെ കുടുംബപ്പേര് ഞാൻ തീർത്തും മറന്നുതുടങ്ങിയിരുന്നു. പേരും ഊരും അതിരുകളും ആകാശങ്ങളും നിഷ്പ്രഭമായിപ്പോകുന്ന ഒരു മഹാവൃക്ഷമായി സൽമാൻ ഉമർ അൽ ഗാദി എന്റെ മനസ്സിൽ പന്തലിച്ചുകഴിഞ്ഞിരിക്കുന്നു. സിയാദ് ഗൗരവം വീണ്ടെടുത്ത് തുടർന്നു: “നാടോടികളായ ബദുക്കളെ സ്ഥിരവാസികളാക്കാനും രാജഭരണം തീരുമാനിച്ചത് വലിയൊരു തന്ത്രം തന്നെയായിരുന്നു. ഗോത്രാഭിമാനത്തെ ദേശാഭിമാനമാക്കി മാറ്റി അധികാരത്തിന് മുതൽക്കൂട്ടാൻ. നജ്റാനിലെ യാം ഗോത്രക്കാരെ അങ്ങനെ സ്വന്തമാക്കിയതല്ലേ?” സിയാദും സൽമാനും ചിരിച്ചു. ഞാനും.

“ഹായിൽക്കാരിയായ ഒരു ഭാര്യതന്നെ സ്വന്തം ഗോത്രത്തിനു വേണ്ടി രാജാവിനെ വിഷം കൊടുത്തു കൊല്ലാൻ ശ്രമിച്ചു എന്നു കേട്ടിട്ടുണ്ടല്ലോ. ഞാനും അറിയുന്നത് പറഞ്ഞു.

“അതെ, റഷീദി വംശത്തിന്റെ ചതിയായിരുന്നു അത്.” സൽമാൻ പറഞ്ഞു. “പക്ഷേ രാജാവ് ആ സ്ത്രീക്ക് മാപ്പുകൊടുത്തു മൊഴി ചൊല്ലി തിരിച്ചയച്ചു. പക്ഷേ ഗോത്രപ്പോരുകൾ രാജകുടുംബത്തിലാണ് ഇന്ന് ഏറ്റവും പ്രകടമായിട്ടുള്ളത്.”

“ഇസ്ലാമിക രാജവാഴ്ചയുടെ പൊറാട്ടുകൾ ബഹുരസമാണല്ലോ.” സിയാദിന്റെ ഗൗരവം ഒന്നയഞ്ഞു. “ഫഹദിന്റെ സുദൈരി സെവൻസ് ടീമും അബ്ദുല്ലയുടെ ഷമ്മാരി റോയൽസ് ടീമും തമ്മിലായിരുന്നു ആദ്യകാലത്തെ പ്രധാന കളി. ഉമ്മമാരുടെ വംശപ്പേരിൽ സ്ഥാപിക്കപ്പെട്ട ടീമുകളാണ് രണ്ടും. നായകന്മാർ മാറിയെങ്കിലും ടീമുകളുടെ സ്വഭാവം

മാറിയിട്ടില്ല. മൂന്നാം സ്ഥാനത്ത് ബനീ ഫൈസൽ ഗ്രൂപ്പും തക്കം നോക്കി കളിക്കുന്നുണ്ട്. ഫൈസൽ രാജാവിന്റെ എട്ടു മക്കളുടെ ടീമാണത്."

"ഈ ഗോത്രപ്പോരിൽ മൂന്ന് രാജകുമാരന്മാരെ മറികടന്നാണ് അബ്ദുള്ള രാജാവായത് എന്നു കേട്ടിട്ടുണ്ട്." ഞാൻ പറഞ്ഞു.

"ശരിയാണ്. മുഹ്സിനും മിഷാലും അങ്ങനെ ഔട്ടായി." സൽമാൻ പറഞ്ഞു. "വടക്കൻ മേഖലയിലെ തന്റെ ഗോത്രപ്പെരുമ വച്ചാണ് അബ്ദുള്ള കളിച്ചത്. പക്ഷേ അബ്ദുള്ളയ്ക്കുശേഷം അധികാരം സുദൈരികൾ തിരിച്ചുപിടിച്ചു. ഭരണത്തിൽ മാത്രമല്ല, ബിസിനസ്സിലും സേനയിലും വിദ്യാലയങ്ങളിലും ഉദ്യോഗങ്ങളിലും കളിയിലും കലയിലുമെല്ലാം ഈ ഗോത്രമത്സരം അസഹ്യമാണ്. ഗോത്രസേനകളെ ചേർത്ത് 'നാഷണൽ ഗാർഡ്' രൂപീകരിച്ചതും ഒരു രാജ്യ തന്ത്രം."

"ഒരു ഗോത്രം ഭരിക്കുമ്പോൾ മറ്റു ഗോത്രങ്ങൾ ഭീകരന്മാരെ സഹായിക്കുകയും ചെയ്യും." സിയാദ് പറഞ്ഞു. "9/11 ൽ കൊല്ലപ്പെട്ട അമേരിക്കക്കാരുടെ കുടുംബങ്ങൾ അന്താരാഷ്ട്ര കോടതിയിൽ കൊടുത്ത കേസ് കണ്ടില്ലേ? സൗദി രാജകുമാരന്മാർ ഒരു ട്രില്യൻ ഡോളർ നഷ്ടപരിഹാരം കൊടുക്കണം. കാരണം രാജകുമാരന്മാരാണ് അൽഖാ ഇദക്ക് ഫണ്ട് കൊടുത്തത് എന്ന് ഇരകളുടെ കുടുംബങ്ങൾ വാദിക്കുന്നു."

"എബീ, ഞങ്ങൾ കളിതുടരും." സിയാദിനാണ് ആദ്യം സമയബോധം വീണത്. "നേരം ഒരുപാടായി."

അവർ എന്നെ യാത്രയാക്കി. മലാസിലെ എന്റെ മുറിയിലേക്ക് ആ പാതിരാത്രിയിൽ വണ്ടിയോടിക്കുമ്പോൾ എന്റെ മനസ്സും നിറഞ്ഞ ഒരു കളിക്കളമായിരുന്നു. കാഴ്ചയ്ക്കപ്പുറം നടക്കുന്ന അധികാരത്തിന്റെയും കുരുതിയുടേയും കളികൾ...

പതിന്നാല്

ഇതിഹാസക്കുളം കഥ പറയുന്നു

ലൈല കുളിച്ചിരുന്ന കുളം!

അഫ്‌ലാജിൽ ആദ്യം വന്നത് ആ കുളം കാണാനാണ്. അന്നും ഒരു തിങ്കളാഴ്ചയായിരുന്നുവെന്ന് ഞാനോർത്തു. മരുഭൂമിയുടെ മണൽവിതാനത്തിൽ അല്പം കുഴിഞ്ഞ് ചതുരാകൃതിയിൽ വിശാലമായ ഒരു മണലിടം... നൂറ്റാണ്ടുകൾക്കുമുമ്പ് വറ്റിപ്പോയ കുളമാണെന്ന് വഴികാട്ടാൻ വന്ന കൂട്ടുകാരൻ പറഞ്ഞത് വിശ്വസിക്കാൻ തന്നെ തീരുമാനിച്ചു.

മലയാളത്തിന്റെ പ്രിയപ്പെട്ട എഴുത്തുകാരൻ പെരുമ്പടവം ശ്രീധരൻ സൗദിയിൽ വന്നപ്പോൾ അദ്ദേഹത്തിന്റെ സഹായിയായി പിന്നെയും വന്നു അഫ്‌ലാജിൽ. റിയാദ് ഇന്ത്യൻ ഫ്രണ്ട്ഷിപ്പ് അസോസിയേഷന്റെ അതിഥിയായിട്ടാണ് പെരുമ്പടവം വന്നത്. ജിദ്ദയിലായിരുന്ന ഞാൻ റിയാദിന്റെ ഭാഗമായതും അതേ സംഘടനയുടെ ഉത്സാഹത്തിലാണ്.

അന്ന് മടക്കയാത്രയിൽ പെരുമ്പടവം ചോദിച്ചു: "ഈ മരുഭൂമിയിൽ ഒരു കുളം? അതോ ലൈലയുടെ അനശ്വര പ്രണയഗാഥ പോലെ കുളവും ഒരു കാല്പനിക സ്വപ്നമാണോ?"

അറിയാവുന്ന മറുപടി അന്ന് ഞാൻ പറഞ്ഞു: "സൗദിയിൽ സ്ഥിരം ജലാശയങ്ങളില്ല എന്നേയുള്ളൂ. ഉപരിതല ജലസ്രോതസ്സുകൾ എല്ലാം സീസണൽ ആണ്. കുളങ്ങൾ, തടാകങ്ങൾ, നദികൾ... എല്ലാമുണ്ട്. ഏതാനും ദിവസങ്ങളോ, ചിലപ്പോൾ ആഴ്ചകളോ, അപൂർവ്വമായി മാസങ്ങളോ മാത്രം നിലനിൽക്കുന്ന താത്ക്കാലിക ജലസമൃദ്ധികൾ..." റിയാദ് വാദീ ഹനീഫയിലെ തടാകങ്ങളെക്കുറിച്ച് ഞാൻ പറഞ്ഞു. അബഹയിലും നജ്റാനിലും ജിസാനിലും കണ്ട അണക്കെട്ടുകളെക്കുറിച്ചും.

ഇന്ന് വീണ്ടും മറ്റൊരു തിങ്കളാഴ്ച. ലൈലയുടെ കുളിക്കടവിലൂടെ ഞങ്ങൾ കടന്നുപോവുകയാണ്. റിയാദിൽനിന്ന് അൽഖർജ് വഴി ലൈല അഫ്‌ലാജും വാദി ദവാസിറും കടന്നുവേണം അസീർ മലകളിലേക്ക് കയറാൻ.

നുസ്റത്ത് ഫത്തഹ് അലിഖാന്റെ ഒരു സി.ഡി കിട്ടിയതിന്റെ ആവേശത്തിലാണ് അഫ്രോസ്. പുറപ്പെട്ട നേരം മുതൽ, ആ അനശ്വര ഗീതങ്ങൾ പതിഞ്ഞ സ്വരത്തിൽ ആവർത്തിച്ച് കേൾക്കുകയാണ് അവൻ. സുഡാനികൾ ഇന്നലെ പെരുന്നാൾ രാവ് ആഘോഷിച്ചത് അറിയാനുണ്ട്. രണ്ടുപേരും ഉറങ്ങിയിട്ടില്ലെന്ന് രാവിലെ വന്നിറങ്ങിയപ്പോൾ തന്നെ മനസ്സിലായി. ഇപ്പോൾ ഇരുവരും ആടിയുറങ്ങുകയാണ്. ഇടയ്ക്കിടെ തലകൾ മുന്നോട്ടാഞ്ഞ് അറിയാതെ പരസ്പരം ആസ്വദിക്കുന്നുണ്ട്.

സൽമാനും മയക്കത്തിലാണെന്നു തോന്നിയതുകൊണ്ട് ഞാനും സംസാരിച്ചില്ല. മൊബൈലിൽ വന്നുകിടക്കുന്ന സന്ദേശങ്ങൾ വായിച്ചും മറുപടി കുത്തിയും നേരം പോക്കി. കാറ് അഫ്‌ലാജ് വരെ ഓടിയത് അറിഞ്ഞതേയില്ല. സൽമാന്റെ ചോദ്യം കേട്ടാണ് ഞാൻ സ്ഥലബോധം നേടിയത്.

“എബീ, പേർഷ്യൻ നടോടിക്കഥയല്ലേ ലൈലാ മജ്നു?”

“അതെ.”

“ഇന്നത്തെ ഇറാനിലെ ജൂസ് നഗരത്തിൽ വളർന്ന ലൈല കുളിക്കാനായി എങ്ങനെ ഇത്രയും ദൂരം വന്നു?”

ഞാൻ ചിരിച്ചു. അഫ്‌ലാജിൽ ആദ്യം വന്ന കാലത്ത് ഈ ചോദ്യം എന്നെയും ഉണർത്തിയിരുന്നു. അഫ്‌ലാജിനെക്കുറിച്ച് എഴുതപ്പെട്ട ചില സഞ്ചാരക്കുറിപ്പുകളിൽ ലൈല ഇവിടത്തുകാരിയാണെന്ന് വായിക്കുകയും ചെയ്തിരുന്നു. എന്തായാലും ‘ലൈലാ മജ്നു’വിന്റെ ഗദ്യ-പദ്യ ഭാഷ്യങ്ങൾ പലതും സൂക്ഷ്മമായി വായിക്കാൻ ആ ചോദ്യം പ്രേരകമായി. നാടോടിക്കഥകളെ ഉപജീവിച്ച് പിറവികൊള്ളുന്ന സ്ഥലനാമങ്ങൾക്കും യുക്തിഭദ്രതയുണ്ടെന്ന് ബോധ്യമായി.

“ഖൈസിനോടുള്ള തീവ്രപ്രണയത്തിൽ നിന്ന് ലൈലയെ പിന്തിരിപ്പിക്കാൻ പ്രമാണിയായ പിതാവ് തീവ്രയത്നം നടത്തി. പ്രലോഭനവും ഭീഷണിയും വിലപ്പോകാതെ വന്നപ്പോൾ വീട്ടുതടങ്കലിലാക്കി. അതും വിഫലമായപ്പോൾ അവളെ നജ്ദിലെ ബന്ധുവീട്ടിലേക്ക് മാറ്റിപ്പാർപ്പിച്ചു. ആ ബന്ധുവീട് ഈ ഭാഗത്ത് എവിടെയോ ആകാമല്ലോ. അക്കാലത്ത് ലൈലയും തോഴിമാരും നീരാട്ടിനുവന്ന കുളമായിരിക്കണം പിന്നീട് ‘ലൈലയുടെ കുള’മെന്ന് അറിയപ്പെട്ടത്...” ഞാൻ വിശദീകരിച്ചു.

“ഓ... പ്രണയത്തിനു വേണ്ടി നാടുകടത്തപ്പെട്ട നായിക!”

സൽമാൻ ചിരിച്ചുകൊണ്ട് പറഞ്ഞു.

“അതേ; പ്രണയത്തിന്റെ പേരിൽ പ്രവാസിയാകേണ്ടിവന്ന നിർഭാഗ്യവതി എന്നും പറയാം.”

ഞാനും തമാശയിൽ പങ്കുചേർന്നു.

“ആദ്യത്തെ ഇറാൻ-ഇറാഖ് യുദ്ധമുണ്ടായതും ലൈലയ്ക്ക് വേണ്ടിയാണെന്നല്ലേ കഥ?” സൽമാൻ ഓർമ്മയിൽനിന്ന് ഒരു സംശയം ഉന്നയിച്ചു.

"അതേ, ഇറാൻ രാജകുമാരൻ ഇബ്നു സലാഹിന് ലൈലയെ വിവാഹം ചെയ്തുകൊടുക്കാമെന്ന് പിതാവ് വാക്കുകൊടുത്ത സമയത്താണ്, കാനനവാസിയായി പ്രണയഭ്രാന്തിൽ അലയുന്ന ഖൈസിനെ, നായാട്ടിനു ചെന്ന ഇറാഖ് രാജാവ് നൗഫൽ കാണുന്നത്. ഖൈസിനു വേണ്ടി ലൈലയുടെ പിതാവിനെ നൗഫൽ യുദ്ധം ചെയ്ത് ജയിച്ചു. പക്ഷേ 'കൊടുത്ത വാക്ക് പിൻവലിക്കാമോ?' എന്ന പിതാവിന്റെ ചോദ്യത്തിനു മുമ്പിൽ 'വാക്കാണു വലുത്' എന്നു പ്രഖ്യാപിച്ച് നൗഫൽ വാൾ പിൻവലിച്ചു."

"പക്ഷേ, ആദ്യരാത്രിയിൽ ഇബ്നു സലാഹ് ഹൃദയം പൊട്ടി മരിച്ചു വല്ലേ?" സൽമാൻ ഓർത്തെടുക്കുകയാണ്.

"അതേ, ലൈലയുടെ പ്രണയതീവ്രതയിൽ അയാൾ തകർന്നു. ഒടുവിൽ നായികാനായകന്മാരുടെ സമാഗമത്തിന്റെ ആഹ്ലാദ മൂർച്ഛയിൽ നായകന് മതിഭ്രമം വരുന്നതാണ് ശ്രദ്ധേയമായ കഥാന്ത്യം." ഞാൻ ഓർമ്മിപ്പിച്ചു.

"നായകൻ മറഞ്ഞുപോയതിന്റെ മനോവ്യഥയിൽ ലൈല മരിക്കുന്നു. അതോടെ ഖൈസ് വീണ്ടും പ്രത്യക്ഷപ്പെട്ട് കാമിനിയുടെ ഖബറിന്റെ മീസാൻകല്ലിൽ തലയിടിച്ച് മരണം വരിക്കുന്നു."

"ലൈലയുടെ ഖബറിൽതന്നെ ഖൈസിനെയും അടക്കുന്നു." സൽമാൻ പറഞ്ഞു. "ഒരേ കല്ലറയിൽ അന്തിയുറങ്ങുന്ന നായികാനായകന്മാരുടെ അനശ്വരമായ പ്രണയജീവിതം!"

മനസ്സ് വല്ലാതെ തരളമാവുമ്പോഴാണ് സൽമാന്റെ കൈകൾ കാർ സ്റ്റീരിയോയിലേക്ക് നീണ്ടുചെല്ലുക. സി.ഡി. ഓഫ് ചെയ്ത് യു.എസ്.ബിയിൽ വിരൽതൊട്ടനേരം, ഒഴുകിവന്ന പാട്ടിന്റെ ഔചിത്യമോർത്ത് ഞാനൊന്നമ്പരന്നു. സൽമാന്റെ ശേഖരത്തിൽ ഹിന്ദിഗാനങ്ങൾ ധാരാളമുണ്ടെങ്കിലും യാദൃച്ഛികമായി തൊട്ടനേരത്ത് സന്ദർഭത്തിനും മനോനിലയ്ക്കും ചേർന്ന പാട്ടുതന്നെ ഒത്തു കിട്ടിയത് അതിശയം തന്നെ. ചില നേരങ്ങളിൽ യന്ത്രങ്ങൾക്കും വിവേകം ലഭിക്കുന്നുണ്ടാവാം.

"സൗ സാൽ പഹലേ
മുഝേ തുംസെ പ്യാർ ഥാ..."

മുഹമ്മദ് റാഫിയും ലതാ മങ്കേഷ്കറും ചേർന്ന് ചരിത്രം കുറിച്ച പ്രണയത്തിന്റെ സ്വരസൗകുമാര്യം. 'ജബ് പ്യാർ കിസീ സെ ഹോത്താ ഹേ' എന്ന പടത്തിനുവേണ്ടി സഹീർ ലുധിയാൻവി രചിച്ച് ശങ്കർ ജയകൃഷ്ണൻ സംഗീതം നൽകിയ ആ ഗാനത്തെക്കുറിച്ച് സംഗീതജ്ഞനായ ജ്യേഷ്ഠസുഹൃത്ത് ഇ. ജയകൃഷ്ണന്റെ ആസ്വാദനം പലപ്പോഴും കേട്ടിട്ടുണ്ട്.

"ഇന്ന് പ്രണയത്തിന്റെ ചിറകുകളിലാണല്ലോ സൽമാൻ." ഞാൻ സന്ദർഭമറിഞ്ഞ് ഒരു തമാശ പറഞ്ഞു.

"എബീ... പ്രണയം മനുഷ്യനെ ശാന്തനാക്കും. അത്ര തന്നെ ദുർബലനുമാക്കും, അല്ലേ?" സൽമാൻ ചോദിച്ചു.

"ഇല്ലല്ലോ..." ഞാൻ തർക്കിച്ചു. "പ്രണയം ശക്തിതന്നെയാണ്. പ്രണയത്തിനുവേണ്ടി ജീവനോ ജീവിതമോ സമർപ്പിക്കുന്നതു പോലും ശക്തിയാണ്, ദൗർബല്യമല്ല."

"എബിക്ക് ഒരു വിശേഷം കേൾക്കണോ?" സൽമാൻ മനസ്സിലുള്ളത് പറഞ്ഞുതുടങ്ങി. "ഇന്നലെ രാത്രി സിയാദിനെ കിടത്തിയുറക്കി ഞാൻ ബെഡ്റൂമിൽ ചെല്ലുമ്പോൾ വാതിൽ അടച്ചിരിക്കുന്നു. മുട്ടിയപ്പോൾ ഏതോ ഒരു സ്ത്രീയാണ് തുറന്നത്. ഒടിഞ്ഞ കൈമുട്ടുമായി കട്ടിലിൽ ഇരിക്കുന്ന നൂറയെ ഫേഷ്യൽ ചെയ്ത് ഒരുക്കുകയായിരുന്നു അവർ! മേക്കപ്പ് സാധനങ്ങൾ പെറുക്കിക്കൂട്ടി 'സോറി' പറഞ്ഞു ആ സ്ത്രീ പുറത്തുപോയി. അപ്പുറത്തെ മുറിയിൽ ഖദ്ദാമയോടൊത്ത് ഉറങ്ങാൻ."

"ഓ... പെരുന്നാൾ പ്രമാണിച്ച് ഒരുങ്ങിയതാവും നൂറ. അല്ലേ?" ഞാൻ ചോദിച്ചു.

"അതായിരിക്കുമെന്നാണ് ഞാനും കരുതിയത്. ചോദിച്ചപ്പോൾ അതല്ല." സൽമാൻ തമാശ പറയുംപോലെ വിശദീകരിച്ചു. "നാലഞ്ച് ദിവസം ദുബൈയിൽ താമസിച്ച് തിരിച്ചു വന്നതല്ലേ? എന്നെ സ്വീകരിക്കാനാണത്രെ അവൾ ഒരുങ്ങിയത്."

"കയ്യൊടിഞ്ഞു കിടക്കുന്നവൾ എന്തിനുള്ള ഒരുക്കമാണ്?" ഞാൻ പൊട്ടിച്ചിരിച്ചു.

"ഇതേ ചോദ്യം ഞാനും ചോദിച്ചു എബീ." സൽമാന്റെ മുഖത്തെ ചിരിമാഞ്ഞു. "നൂറ കുറെ കരഞ്ഞു. കൈയിന് വയ്യെങ്കിലും മുഖകാന്തി കുറഞ്ഞാൽ എനിക്ക് മടുപ്പ് തോന്നുമോ എന്നാണ് ആ സാധുവിന്റെ വേവലാതി. അതാണ് പാതിരായ്ക്ക് ബ്യൂട്ടീഷ്യനെ വിളിച്ചുവരുത്തിയത്."

ഞാൻ അപ്പോഴും ചിരിച്ചു. "മൂന്ന് മക്കളുടെ തള്ളയായി. ഇനിയിപ്പോൾ സൽമാന് മടുത്താലെന്താ?"

സൽമാൻ പക്ഷേ ചിരിച്ചില്ല. "എന്താണെന്നോ? ഞാൻ പോയി വേറെ പെണ്ണുകെട്ടും. അതാണവളുടെ പേടി. അത് ഏത് സൗദി ഭാര്യയുടേയും പേടിയാണ്."

"പാവം..."

എനിക്കും കാര്യത്തിന്റെ ഗൗരവം മനസ്സിലായിത്തുടങ്ങി. "ഓ... നിങ്ങൾക്ക് മൊഴി ചൊല്ലാൻ കാരണം ബോധിപ്പിക്കേണ്ടതില്ലല്ലോ."

"വേണ്ട. വേറെ കെട്ടാൻ മൊഴി ചൊല്ലുകയും വേണ്ട." സൽമാൻ പറഞ്ഞു.

"പക്ഷേ... കെട്ടാൻ അത്ര എളുപ്പമാണോ സൽമാൻ?" ഞാൻ ചോദിച്ചു. "പെണ്ണിന്റെ ഭാരിച്ച നിബന്ധനകൾ പാലിക്കണ്ടേ?"

"അതൊക്കെ ആദ്യമായി കെട്ടുന്ന മണവാളന്മാർക്കാണ്. എബീ..." സൽമാൻ പറഞ്ഞു. "രണ്ടും മൂന്നും കെട്ടുകാർക്ക് ഒന്നും ബാധകമല്ല.

ഉപേക്ഷിക്കപ്പെട്ട ഭാര്യമാരും അമ്മമാരും നിറഞ്ഞു നിലവിളിക്കുന്ന നാടാണിത്."

"എങ്കിലും വിവാഹക്കാര്യത്തിൽ പെണ്ണിനല്ലേ ഇവിടെ കൂടുതൽ അധികാരം?" "ഞങ്ങളുടെ സ്ത്രീധനത്തിനു പകരം നിങ്ങൾ 'പുരുഷ ധനം' ആവശ്യപ്പെടുന്നു. ഒരു തരം പെൺകോയ്മയല്ലേ അത്?"

"പെൺകോയ്മ പോയിട്ട് ലിംഗസമത്വംപോലും ഇവിടെയുണ്ടെന്ന് നിനക്ക് തോന്നുന്നുണ്ടോ?" സൽമാൻ വിട്ടുതരുന്ന മട്ടില്ല. "ഈ പുരുഷ ധനം പോലും ഫലത്തിൽ സ്ത്രീവിരുദ്ധമാണ്. പെൺകുട്ടിയുടെ രക്ഷിതാവിന്റെ ആർത്തിയും ദുരഭിമാനവും അനുസരിച്ച് വരനോട് കൂടുതൽ പണം ആവശ്യപ്പെടും. പെൺകുട്ടികൾക്ക് വിവാഹം അസാധ്യ മാവും. അത്രതന്നെ. എബീ, നൂറയുടെ രണ്ട് അനിയത്തിമാർക്ക് 35 ഉം 32 ഉം പ്രായമുണ്ട്. രണ്ടുപേരും അവിവാഹിതരല്ലേ?"

"പക്ഷേ രണ്ടുപേരും ദുബൈയിൽ ജോലിയിലല്ലേ?"

"അതേ. അവിടെയായതുകൊണ്ട് സ്വന്തം കാറോടിച്ച് ജോലി ക്കെങ്കിലും പോകാം. ഇവിടെ അതും സാധ്യമല്ലല്ലോ." സൽമാൻ രോഷം കൊള്ളുന്നതുപോലെ.

"പക്ഷേ സ്ത്രീകളുടെ ഡിമാന്റുകൾ മൂലം പുരുഷന്മാർക്കും വിവാഹം അസാധ്യമാകുന്നില്ലേ?" ഞാൻ തർക്കിച്ചു. "ഉദാഹരണത്തിന് നമ്മുടെ ഓഫീസിലെ തുർക്കി. നാല്പതോടടുത്തു. പുരുഷധനം ഒപ്പിക്കാൻ പാടു പെടുന്നു. ഇപ്പോഴും തികഞ്ഞിട്ടില്ല."

"ശരിയാണ്. തുർക്കിമാർ അനവധിയുണ്ട് രാജ്യത്ത്." സൽമാൻ ഒന്നു തണുത്തു. "അതിന്റെ പ്രത്യാഘാതം ഈ നാട് അനുഭവിക്കുന്നുമുണ്ട്. വിദേശീഭാര്യമാർ വലിയ തോതിൽ വരുന്നുണ്ട്. ഖദ്ദാമമാരോടുള്ള അതിക്രമം പെരുകുന്നുണ്ട്. സർവ്വോപരി ലൈംഗിക അരാജകത്വം നിറഞ്ഞുവാഴുന്നതും കാണുന്നില്ലേ?"

"സത്യമാണ് സൽമാൻ." "ലൈംഗികത ഒരു ജീവിതലക്ഷ്യമായി നിങ്ങളുടെ പുതിയ തലമുറയെ ഒരു ഭ്രമം പോലെ ബാധിച്ചിട്ടുണ്ട്. ജിദ്ദ യിലെ 'വെൽഡൺ സർജിക്കൽ സെന്റർ' ചെറുപ്പക്കാരെ കൊള്ളയടി ക്കുന്നത് എന്തിനാണെന്നറിയാമല്ലോ."

"അറിയാം. ലിംഗത്തിന് വലിപ്പം കൂട്ടാനുള്ള ശസ്ത്രക്രിയ." സൽമാൻ നെടുവീർപ്പിട്ടു. "ലോകമെങ്ങും കറങ്ങി ഈ ആവശ്യത്തിന് കാശു കളയു ന്നുണ്ട് ഞങ്ങളുടെ മക്കൾ."

"ഒരു നാടിന്റെ പതനം!" "പ്രവാചകന്റെ വിവാഹങ്ങൾക്കുപോലും ലൈംഗികത ഒരു ലക്ഷ്യമേ ആയിരുന്നില്ല."

"നെവർ." സൽമാൻ പറഞ്ഞു. "ഖദീജാബീവിക്കുശേഷമുള്ള വിവാഹങ്ങളെല്ലാം സാമൂഹികമായ ധർമ്മങ്ങൾ നിറവേറ്റാനായിരുന്നു വല്ലോ. എന്നിട്ടും പ്രവാചകനെ സ്ത്രീലമ്പടനായി ചിത്രീകരിക്കു ന്നവരുണ്ട്. എത്ര ക്രൂരമാണത്."

"അത് അറിവില്ലായ്മയല്ല സൽമാൻ." "കരുതിക്കൂട്ടിയുള്ള മുസ്‌ലീം വിരുദ്ധതയാണ്. പെൺകുട്ടികൾ ജീവനോടെ കുഴിച്ചുമൂടപ്പെട്ടിരുന്ന ഒരു സമൂഹത്തെയാണ് പ്രവാചകൻ ലിംഗനീതിയുടെ ബാലപാഠങ്ങൾ പഠിപ്പിച്ചത്."

"പ്രവാചകന്റെ മദീനയിൽ ആ പത്തുവർഷം ലിംഗനീതിയുടെ പരിമളം നിറഞ്ഞു." സൽമാൻ തുടർന്നു. "പക്ഷേ പ്രവാചകന്റെ കാലശേഷം ഞങ്ങൾ വല്ലാതെ പിറകോട്ടുപോയി. സ്ത്രീവിരുദ്ധ പ്രവണതകൾ അറേബ്യയിൽ പെരുകി. സ്ത്രീവിരുദ്ധ കലർപ്പുകൾ ഇസ്‌ലാമികപാഠങ്ങളിലും വ്യാഖ്യാനങ്ങളിലും കടന്നുകൂടി."

"അത് അറേബ്യയുടെ മാത്രം പ്രശ്നമല്ല, സൽമാൻ. ലോക ഇസ്‌ലാം തന്നെ അത് അനുഭവിക്കുന്നുണ്ട്. അത്തരം കലർപ്പുകൾക്കെതിരായുള്ള സ്ത്രീപക്ഷ വായനയാണല്ലോ ഇസ്‌ലാമിക് ഫെമിനിസം."

"തീർച്ചയായും." സൽമാൻ യോജിച്ചു. "ഫാത്തിമാ മെർനിസ്സിയും ആമിനാ വദൂദും മറ്റും കൊളുത്തിയ നാളങ്ങൾക്ക് സൗദി സമൂഹത്തിലും നല്ല സ്വീകാര്യതയുണ്ട്. ഞങ്ങൾക്കത് പ്രകടിപ്പിക്കാൻ പരിമിതികൾ ഉള്ളതുകൊണ്ടാണ്."

"പെൺകുട്ടികളിലാണ് ഈ രാജ്യത്തിന്റെ ഭാവിയെന്നാണ് എനിക്ക് തോന്നുന്നത്. അവർ നന്നായി പഠിക്കുന്നുണ്ട്. നന്നായി ജോലി ചെയ്യുന്നുമുണ്ട്."

"ശരിയാണ്. അത്രയേറെ അനുഭവിച്ചവരാണ് ഞങ്ങളുടെ സ്ത്രീകൾ." സൽമാൻ തുടർന്നു.

"സ്വന്തം കാലിൽ ജീവിക്കുകയാണ് ഏകരക്ഷാ മാർഗ്ഗം എന്ന് അവർ തിരിച്ചറിഞ്ഞിട്ടുണ്ട്."

"ഭരണകൂടവും അത് മനസ്സിലാക്കുന്നുണ്ട് എന്ന് തോന്നുന്നു. പെൺകുട്ടികളുടെ വിദ്യാഭ്യാസത്തിന് ഇപ്പോൾ മുന്തിയ പരിഗണന നൽകുന്നുണ്ടല്ലോ. പ്രിൻസ് നൂറാ യൂണിവേഴ്സിറ്റി ലോകത്തിലെത്തന്നെ ഏറ്റവും വലിയ വനിതാ സർവ്വകലാശാലയല്ലേ?"

"വിദ്യാഭ്യാസത്തിൽ മാത്രമല്ല, ഉദ്യോഗങ്ങളിലും ബിസിനസ്സിലും മുൻസിപ്പൽ കൗൺസിലുകളിലും അവർക്ക് ധാരാളം അവസരങ്ങൾ സൃഷ്ടിക്കുന്നുണ്ട്." സൽമാനും സമ്മതിച്ചു. "അവസരം കിട്ടിയാൽ സ്ത്രീകൾ നന്നായി ശോഭിക്കുന്നുമുണ്ട്."

പതിനഞ്ച്

കോടക്കുന്നിന്റെ കുളിരിൽ

"**സാ**ഹിത്യത്തിലും പത്രപ്രവർത്തനത്തിലും അറബ് പെൺകുട്ടികളുടെ ധീരമായ ചില നീക്കങ്ങൾ കാണുന്നുണ്ടല്ലോ." 'ഡോട്ടർ ഓഫ് റിയാദ്'[1] എന്ന നോവൽ ഞാൻ ഓർമ്മിപ്പിച്ചു. 'ചെയ്ഞ്ച്ഡ് വോയ്സസ്'[2] എന്ന സമാഹാരവും. ഈ പുസ്തകങ്ങൾ പെൺമനസ്സിന്റെ രോഷം മാത്രമല്ല, അറബ് സാമൂഹികഘടനയുടെ മാനസികനിലയും വെളിപ്പെടുത്തുന്നുണ്ടല്ലോ."

"പക്ഷേ 'ഡോട്ടർ ഓഫ് റിയാദ്' വിദേശത്താണ് പുറത്തിറങ്ങിയത്." സൽമാൻ വിശദീകരിച്ചു. "കാനഡയിൽ വൈദ്യപഠനത്തിനു പോയ ഒരു പെൺകുട്ടിയുടെ ഇംഗ്ലീഷ് രചനയാണ്. 'ചെയ്ഞ്ച്ഡ് വോയ്സസ്' അറബിയിൽ തന്നെ വന്ന പെൺമൊഴികളുടെ സമാഹാരമാണ്. ഒതുക്കിപ്പിടിച്ചാണെങ്കിലും പല കഥകളിലും സാമൂഹ്യവിമർശനമുണ്ട്."

"പക്ഷേ ഇപ്പോഴും കലാരൂപങ്ങളോടുള്ള നിങ്ങളുടെ സമീപനം വളരെയൊന്നും മുന്നേറിയിട്ടില്ല. അല്ലേ?"

"സിനിമാ തിയേറ്ററുകൾ ഇപ്പോഴും കാർട്ടൂൺ ഫിലിംവരെ എത്തിയിട്ടേയുള്ളൂ." സൽമാൻ ചിരിച്ചു. "ഇറാൻ സിനിമകൾ ലോകം കീഴടക്കുമ്പോഴും ഞങ്ങൾ ആ കലാരൂപത്തെ അവഗണിക്കുകയാണ്. ടി.വി ചാനലുകളും സീരിയലുകളും നല്ല പുരോഗതി നേടിയിട്ടുണ്ട്. നാടകവും മുന്നേറുന്നുണ്ട്. പക്ഷേ എല്ലാ സംഗീതവും ജനകീയമാവുമ്പോഴും നൃത്തം ഇപ്പോഴും പരമ്പരാഗത പുരുഷ നാടോടി രൂപങ്ങളിൽ ഒതുങ്ങുന്നു."

"പുതിയ കാലവും ലോകവും കലാപരമായ വിലക്കുകൾ അനുവദിക്കുമോ സൽമാൻ?"

"ഇല്ലെന്ന് വ്യക്തമല്ലേ?" "ഓരോ വാരാന്ത്യവും ഞങ്ങളുടെ യുവത്വം അതിർത്തി കടക്കുന്നു. അപ്പുറത്ത് എല്ലാം നിയമാനുസൃതമായിത്തന്നെ

1. റിയാദിന്റെ പുത്രിമാർ
2. മാറിയ സ്വരങ്ങൾ

ലഭ്യമാണ്. ലോക കമ്പോളത്തിൽ ഞങ്ങൾ ഒഴുക്കുന്ന കോടികൾ ഈ രാജ്യത്തിനുതന്നെയാണ് നഷ്ടം."

"നിയമവിരുദ്ധമായി ഇതൊക്കെ ഇവിടെയും നടക്കുന്നു. യഥാർത്ഥ ത്തിൽ ഭരണകൂടമാണ് കുറ്റകൃത്യങ്ങളെ വളർത്തുന്നത്."

"അതേ, അടിമുടി അഴിമതി വാഴുന്ന ഒരു വ്യവസ്ഥയിൽ എന്താണ് നടന്നുകൂടാത്തത്?" സൽമാൻ രോഷംകൊണ്ടു. "ബലമേറിയ ഇരുമ്പു മറകൾക്കുള്ളിൽ എപ്പോഴും അരാജകത്വമാണ് വാഴുക എന്നു കേട്ടിട്ടില്ലേ?"

"അപ്പോൾ പിന്നെ പാവം പെൺകുട്ടികൾ ഈ വ്യവസ്ഥയോട് കലഹിച്ചിട്ട് എന്തു ഫലം?"

"ഫലമുണ്ടാകും." സൽമാന്റെ ശുഭാപ്തി. "ഞങ്ങളുടെ ആൺകുട്ടി കൾ നിയമം ലംഘിക്കുന്നത് സുഖിക്കാനും നശിക്കാനുമാണ്. പെൺ കുട്ടികൾ അതിജീവനത്തിന്റെ പോരാട്ടമാണ് നയിക്കുന്നത്. അവൾ പരസ്യമായി വാഹനമോടിച്ച് അറസ്റ്റ് വരിക്കുന്നത് അന്തഃപ്പുരങ്ങളിൽ വമ്പിച്ച വേലിയേറ്റം സൃഷ്ടിക്കുന്നുണ്ട്. ഒരു പെൺകുട്ടി രാജ്യം വിട്ടു പോയി കഥയെഴുതുമ്പോഴും നൃത്തം ചെയ്യുമ്പോഴും സിനിമയിൽ അഭിനയിക്കുമ്പോഴും ക്ലബ്ബുകളിൽ മദ്യപിക്കുമ്പോൾപോലും അതു യർത്തുന്ന കലാപക്കൊടി ഞങ്ങളുടെ വീട്ടകങ്ങൾ കുലുക്കും. സംശയി ക്കേണ്ട എബീ... ഞങ്ങളുടെ വിപ്ലവം അടുക്കളയിലൂടെ വരും."

"ഏതായാലും ലൈലയുടെ കുളത്തിൽനിന്ന് പ്രണയത്തിന്റെ അലകൾ നമ്മെ വിപ്ലവവും വിമോചനവും വരെ എത്തിച്ചു."

"അതാണ് ശരിയായ മാർഗ്ഗം." സൽമാൻ ഗൗരവത്തിൽതന്നെ. "പ്രണയമാണ് സ്ത്രീവിമോചനത്തിന്റെ വിപ്ലവപാത. ഖദീജാ ബീവിക്കും റസൂലിനുമിടയിൽ പൂത്തുനിന്ന വികാരമല്ലേ യഥാർത്ഥ പ്രണയം?"

"അങ്ങനെ എനിക്കും തോന്നിയിട്ടുണ്ട്." "പുരുഷനെ പൂർണ്ണനാക്കുന്ന എല്ലാ ഭാവങ്ങളും സമഗ്രമായി പ്രദാനം ചെയ്യാൻ കഴിയുന്ന പ്രതിഭാസ മാണ് പ്രണയം. രക്ഷകയായും അമ്മയായും കാമിനിയായും സഹോദരി യായും മകളായും സുഹൃത്തായും സേവികയായും രൂപാന്തരപ്പെടാൻ അസാമാന്യശേഷിയുള്ള ഭാവസ്വരൂപമാണ് പ്രണയിനി."

"ഖദീജയുടെ മരണംവരെ മറ്റൊരു സ്ത്രീക്കും പ്രവാചകന്റെ മനസ്സിലോ ജീവിതത്തിലോ ഇടം കിട്ടാതിരുന്നതും അതുകൊണ്ടാണ്." സൽമാൻ പറഞ്ഞു.

"അബ്ദുൽ അസീസ് രാജാവിലും പ്രണയത്തിന്റെ പെരുങ്കടൽ ഇരമ്പിയിരുന്നു എന്നാണല്ലോ ചരിത്രം പറയുന്നത്." ഞാൻ മറ്റൊരു പ്രണയകഥയിലേക്ക് ചർച്ച നയിച്ചു.

“വാസ്തവമാണ്. അദ്ദേഹം എത്രയെത്ര സ്ത്രീകളെ വിവാഹം ചെയ്തു? എന്നിട്ടും ജൗഹറയായിരുന്നുവല്ലോ രാജമനസ്സിന്റെ ആജീവ നാന്ത വെളിച്ചം!” സൽമാൻ കൂട്ടിച്ചേർത്തു. “അജയ്യനായ ആ പോരാളി നിർമ്മലഹൃദയനായ കാമുകനും കാല്പനികഭാവങ്ങളുള്ള കവിയു മായിരുന്നു എന്നതാണ് കൗതുകം നിറഞ്ഞ കാര്യം.”

“ശരിയാണ്. അബ്ദുൽ അസീസ് രാജാവിന്റെ ജീവചരിത്രത്തിൽ പ്രണയതീവ്രതയുടെ വിളംബരം നടത്തുന്ന ഒരു പ്രസ്താവനയുണ്ട്.”

“അപകടങ്ങളുടെ നടുവിൽ ഞാൻ വഴിമുട്ടി നിൽക്കുമ്പോൾ ജൗഹറ യ്ക്കുവേണ്ടി ഒരു പ്രണയഗീതം രചിക്കും. അത് തീരുമ്പോഴേക്കും ലോകം പ്രകാശപൂർണ്ണമായിത്തീരും. ഞാൻ എന്താണ് ചെയ്യേണ്ടതെന്ന് അപ്പോൾ എനിക്കു വെളിവാകും.”

പ്രണയകഥകളിൽ മുങ്ങിനിവർന്ന് ഞങ്ങൾ അസീറിലേക്ക് അടുക്കുക യാണ്. അസീർ അറേബ്യയുടെ ശീതളഭൂമിയാണ്. സമുദ്രനിരപ്പിൽ നിന്ന് മൂവ്വായിരം മീറ്റർ ഉയരമുള്ള ജബൽ സൗദയും ആ പർവ്വതനിരകളുടെ പച്ചപിടിച്ച താഴ്വരകളും അനുബന്ധ സമതലങ്ങളിലെ കൃഷിയിടങ്ങളും സംരക്ഷിതപാർക്കുകളും എല്ലാം ചേർന്ന ഹരിതമേഖലയാണ് അസീർ. പടിഞ്ഞാറ് ചെങ്കടൽ തീരംതൊട്ട് ജബൽ സൗദ ഉൾപ്പെടെ പത്ത് ലക്ഷം ഏക്കർ ഭൂപ്രദേശത്തെ ‘അസീർ നാഷണൽ പാർക്ക്’ എന്ന് അടയാള പ്പെടുത്തിയിരിക്കുന്നു.

തീർത്ഥാടനത്തിനല്ലാതെ, അറേബ്യ കാണാനെത്തുന്ന സഞ്ചാരികളെ ഹഠാദാകർഷിക്കുന്ന മനോഹര ലോകമാണിത്. ഏസിയില്ലാതെ വർഷം മുഴുവൻ ഉറങ്ങാൻ കഴിയുന്ന ‘അറേബ്യൻ കേരളം’ എന്നും മലയാളി കൾ അസീറിനെ വിളിക്കാറുണ്ട്.

അബഹയും ഖമീസ് മുഷൈത്തുമാണ് അസീറിന്റെ ഹൃദയഭാഗത്തെ ഇരട്ട നഗരങ്ങൾ. രാജ്യത്തിന്റെ വേനൽക്കാല തലസ്ഥാനമായ തായിഫ്, അസീറിന്റെ പടിഞ്ഞാറൻ താഴ്വാരനഗരമാണ്. തായിഫിൽനിന്ന് അബഹ നിരലക്കുള്ള വഴിയിൽ അൽബഹ എന്ന കൊച്ചു പട്ടണവുമുണ്ട്.

അറബ് കഥാസാഹിത്യത്തിലെ അതുല്യപ്രതിഭയായിരുന്ന അബ്ദുൽ അസീസ് മിഷ്രിയുടെ നാടാണ് അൽബഹ. ഭരണകൂടത്തിലെ അഴി മതിക്കും അനീതിക്കുമെതിരെ പരിഹാസത്തിന്റെ കൂരമ്പുകൾ എയ്ത എഴുത്തുകാരൻ അല്പായുസ്സായിരുന്നു.

തെക്കൻ താഴ്വരയോട് ചേർന്ന സമതലത്തിൽ യമൻ അതിർത്തി യോട് ചേർന്നുള്ള ചരിത്രനഗരമാണ് നജ്റാൻ. അബഹയിലും നജ്റാ നിലും കാർഷികാവശ്യങ്ങൾക്കായി നിർമ്മിച്ച അണക്കെട്ടുകളുണ്ട്. പൂന്തോപ്പുകളും പഴത്തോട്ടങ്ങളും നിറഞ്ഞ അസീറിലേക്ക്, ചെങ്കുത്തായ മലമടക്കുകളിലൂടെ വളഞ്ഞുപുളഞ്ഞ റോഡുകൾ കയറി യാത്രചെയ്യു ന്നത് തന്നെ സാഹസികമായ ഒരനുഭൂതിയാണ്.

മരുഭൂമിയുടെ പൊള്ളുന്ന ചൂടിൽനിന്ന് പച്ചപ്പിന്റെ കുളിരുന്ന തണുപ്പിലേക്ക് കടന്നുകയറുന്ന ഈ സഞ്ചാരം അറേബ്യയുടെ ഭൂമിശാസ്ത്ര വൈവിധ്യം മാത്രമല്ല കാലാവസ്ഥാവൈരുദ്ധ്യവും അനുഭവവേദ്യമാക്കും. കേരളത്തിന്റെ സമശീതോഷ്ണാവസ്ഥയിൽ നിന്ന് ഊട്ടിയിലെ നീലഗിരിയിലേക്ക് കയറുമ്പോൾ അറിയുന്ന ഊഷ്മാവിന്റെ വ്യതിയാനമല്ല ഈ യാത്രയിൽ നാം അറിയുക. ശൂന്യദേശത്തെ ഉഷ്ണക്കൊടുമയിൽ നിന്ന് അസീറിന്റെ കോടമലകളിലേക്കുള്ള യാത്ര ഇന്ദ്രിയങ്ങളെ സാന്ദ്രമാക്കുന്ന ഒരു രാസാനുഭൂതി തന്നെയാണ്. കുന്നിന്റെ നെറുകയിലെത്തി താഴോട്ട് നോക്കുമ്പോൾ കാക്കകൾ കണ്ണിനു താഴെ പറക്കുന്ന കാഴ്ച. മഴമേഘങ്ങൾ മേലോട്ട് പൊങ്ങിവരുന്ന ഈ അദ്ഭുതത്തെയാണ് 'മേഘങ്ങളുടെ ഉദ്യാനം' എന്ന് സഞ്ചാരികൾ വിളിക്കുന്നത്.

ഭക്ഷണക്കാര്യം ഓർമ്മിപ്പിച്ചത് സുഡാനികളാണ്. ദീർഘമായ ഉറക്കത്തിൽനിന്ന് വിശപ്പായിരിക്കണം അവരെ ഉണർത്തിയത്. ഇന്നത്തെ ഉച്ചഭക്ഷണം രാവിലെത്തന്നെ സൽമാന്റെ ഖദ്ദാമമാർ തന്നയച്ചിട്ടുണ്ട്. അസീസിയയിലെ വിശാലമായ പാർക്കിൽ മരച്ചുവട്ടിലെ പുൽമെത്തയിൽ ഇരുന്നു കഴിക്കാമെന്ന് അഫ്രാസ് നിർദ്ദേശിച്ചു. അവന് അസീർ ചിരപരിചിതമായ നാടാണ്.

അസീസിയ്യ-സൗദിയിലെ എല്ലാ നഗരങ്ങളിലും ആ പേരിൽ ഒരു പ്രദേശമുണ്ടാകും. അബ്ദുൽ അസീസ് രാജാവിനോടുള്ള ആദര സൂചകമാണത്. ഫൈസലിയ്യയും ഖാലിദിയ്യയും മിക്ക നഗരങ്ങളിലുമുണ്ട്. അവയും മൺമറഞ്ഞ രാജാക്കന്മാരുടെ സ്മാരകങ്ങൾ തന്നെ. ഒലയ്യയും ഷറഫിയ്യയും റൗളയുമൊക്കെ പല നഗരങ്ങളിലും പ്രാദേശികനാമങ്ങളായി പൊതുവിൽ കണ്ടുവരുന്നുണ്ട്.

ഭക്ഷണം കഴിഞ്ഞ് അബഹാ ഡാം വരെ ഞങ്ങൾ സഞ്ചരിച്ചു. ഏസി ഓഫ് ചെയ്ത് സൈഡ് ഗ്ലാസുകൾ പൂർണമായും താഴ്ത്തി വച്ച് അന്തരീക്ഷത്തിന്റെ ആർദ്രതയും കാറ്റിന്റെ കുളിർമ്മയും ശ്വാസത്തിലും ദേഹത്തിലും ഏറ്റുവാങ്ങി. മുന്തിരിത്തോപ്പുകളും നാരങ്ങാ തോട്ടങ്ങളും പച്ചക്കറികളുടെ വിസ്മയലോകവും കണ്ട് പതുക്കെ ഖമീസ് മുഷൈത്തിലേക്ക്.

എന്റെ കൂട്ടുകാരൻ വിവേകിന്റെ മുറിയിൽ ഒന്ന് കയറിയാലോ എന്ന് ഞാൻ സൽമാനോട് ചോദിച്ചു. മലബാരികളോട് പരിചയം സ്ഥാപിക്കാൻ അവനെന്നും സന്തോഷമാണ്.

"അല്പനേരം കൂടി തണുപ്പു കൊണ്ടിട്ട് മലയിറങ്ങാം." എന്ന് സൽമാൻ പറഞ്ഞതോടെ കാറ് വിവേകിന്റെ വില്ലയിലേക്ക് ഒഴുകി.

അഫ്രാസും സുഡാനികളും കാറിലിരുന്നു. ഞാനും സൽമാനും കടന്നുചെല്ലുമ്പോൾ വിവേകിന്റെ വില്ലയുടെ മുറ്റത്ത് കരീംക്ക ഇരുന്ന് പത്രം വായിക്കുന്നു. വിവേകിന്റെ ബിസിനസ്സ് പങ്കാളിയാണ് ഷൊർണ്ണൂർകാരൻ കരീംക്ക. അകത്ത് ഒച്ചയനക്കങ്ങളില്ല.

കരീംക്ക ഓടിവന്ന് എന്നെ കെട്ടിപ്പിടിച്ചു. സൽമാനെ ആദരപൂർവ്വം പരിചയപ്പെട്ടു. മുറ്റത്തെ അത്തിമരച്ചുവട്ടിൽ കസേരകൾ കൊണ്ടുവന്നു ഞങ്ങളെ ഇരുത്തി. സൽമാൻ സിഗരറ്റ് കൊളുത്തി.

വിവേകും കരീംക്കയും ചേർന്നാണ് ആ വില്ല നടത്തിക്കൊണ്ടു പോകുന്നത്. അഞ്ചെട്ട് കൂട്ടുകാർ മിതമായ വാടകയിൽ താമസിക്കുന്നു. എല്ലാവരും കൂടി ഭക്ഷണമുണ്ടാക്കി കഴിക്കുന്നു. ഏത് മലയാളി ചെന്നാലും അവിടെ ഉണ്ടുറങ്ങാം. പെരുന്നാൾ ആഘോഷം കഴിഞ്ഞ് എല്ലാവരും നല്ല മയക്കത്തിലാണെന്ന് കരീംക്ക പുഞ്ചിരിയോടെ പറഞ്ഞു. 'മയക്ക'ത്തിന്റെ നാനാർഥങ്ങൾ ആ ചിരിയിലുണ്ട്.

"അപ്പോൾ വിവേക്?" അവൻ മയങ്ങുന്ന കൂട്ടത്തിലല്ല എന്നറിയാവു ന്നതുകൊണ്ടാണ് ചോദിച്ചത്. കരീംക്ക സൽമാനെ നോക്കി എന്നെ അക ത്തേക്ക് വിളിച്ചു.

"തലവാറ്റ് പൊലീസ് മുദീറിന് എത്തിച്ചു കൊടുക്കാൻ പോയതാണ് വിവേക്." അദ്ദേഹം സ്വകാര്യം പറഞ്ഞു. "എന്തു ചെയ്യാം? ഭക്ഷണം കഴിഞ്ഞപ്പോൾ വാറ്റുകാർക്കൊന്നും ബോധമില്ല." ഞങ്ങൾ ഉറക്കെത്തന്നെ ചിരിച്ചു. കൂട്ടുകാർക്കുവേണ്ടി എന്തു സാഹസവും ഏറ്റെടുക്കുന്ന വിവേകി നേയും ഇവരെയൊക്കെ സഹിക്കുന്ന കരീംക്കയേയും മനസ്സാ നമിച്ചു. ഇരുവരും മദ്യവിരോധികളാണല്ലോ എന്നോർത്ത് ആശ്ചര്യപ്പെട്ടു.

കരീംക്ക തന്ന സുലൈമാനി കുടിച്ച് മടങ്ങുമ്പോൾ കാറിലിരുന്ന് സൽ മാനോട് കാര്യം പറഞ്ഞു. അല്പം മുമ്പ് അവൻ പറഞ്ഞുകൊണ്ടിരുന്ന ഇരുമ്പുമറയ്ക്കുള്ളിലെ അരാജകത്വവും അഴിമതിയുടെ കൂത്താട്ടവും ഇന്നുതന്നെ കൺമുമ്പിൽ കണ്ടില്ലേ എന്ന് അവൻ ചോദിക്കുകയും ചെയ്തു. "നിയമത്തിൽ മദ്യം നിഷിദ്ധമാണ്. പ്രയോഗത്തിൽ ഓരോ മുറിയും ഡിസ്റ്റിലറിയാണുതാനും." സൽമാൻ ഉറക്കെ ചിരിച്ചു.

ഖമീസിൽ നിന്ന് നജ്റാനിലേക്കാണു ഞങ്ങളുടെ യാത്ര. നാലായിരം വർഷത്തെ പഴക്കമുള്ള ഒരു നാഗരികത ആ ദേശത്തിനുണ്ട്. നാലാം നൂറ്റാണ്ടുമുതൽ ക്രിസ്ത്യാനികൾ അധിവസിക്കുന്ന ദേശവുമാണത്. വിശ്വാസത്തിന്റെ പേരിൽ മനുഷ്യമക്കൾ ചുട്ടെരിക്കപ്പെട്ട സ്തോഭജനക മായ ഒരു ചരിത്രവും നജ്റാന് സ്വന്തം.

ആറാം നൂറ്റാണ്ടിൽ(എ.ഡി. 523) ജൂതചക്രവർത്തി ധൂനുവാസ് നജ്റാനെ ആക്രമിച്ച് ദേശവാസികളെ ജൂതമതത്തിൽ ചേരാൻ നിർബ ന്ധിച്ചു. അതിനു കൂട്ടാക്കാത്ത ഇരുപതിനായിരത്തോളം ക്രിസ്ത്യാനി കളെ ചുട്ടുകൊന്നു എന്നാണ് ചരിത്രം. 'അൽ ഉഖ്ദൂദ്' എന്ന പേരിൽ ആ ദുരന്ത നഗരം ഇന്നും നജ്റാനിലുണ്ട്. പിന്നെയും അവശേഷിച്ച ക്രിസ്ത്യാനികളെ ഖലീഫ ഉമറിന്റെ ഇസ്ലാമിക ഭരണകൂടം മെസൊ പ്പൊട്ടേമിയയിലേക്ക് നാടുകടത്തി. അറേബ്യൻ ഉപദ്വീപിൽ അമുസ്ലീ ങ്ങൾ പാടില്ല എന്ന നിലപാടിന്റെ പ്രാരംഭമായിരുന്നു അത്.

ഖുർ-ആനിലും ബൈബിളിലും പരാമർശിക്കപ്പെട്ട ആ നഗരം സൗദിയുടെ തെക്കേ അറ്റത്ത് യമനുമായി അതിരിട്ടു നിൽക്കുന്ന പർവ്വതനിരകളുടെ മടിത്തട്ടിലാണ്. യമനിൽ നിന്നുദ്ഭവിച്ച് സൗദിയിലേക്ക് ഒഴുകുന്ന ഒരു മഴക്കാലനദിയും ആ നദിയിൽ ജലസേചനത്തിനായി പണിത അണക്കെട്ടും അണക്കെട്ടിലേക്കുള്ള തുരങ്ക മാർഗവുമാണ് നജ്റാന്റെ മുഖ്യ ആകർഷണം. യമനിൽ മഴ പെയ്താൽ മാത്രം ഒഴുകിയെത്തുന്ന നദിയാണ് വാദീനജ്റാനെ ഫലഭൂയിഷ്ഠമാക്കുന്നത്. പുരാതനമായ കൊട്ടാരവും മ്യൂസിയവും പരമ്പരാഗത കമ്പോളവും സന്ദർശകരെ പിടിച്ചു നിർത്തും. അറേബ്യൻ ജനതയുടെ ആദിമജീവിതത്തിന്റെ അടയാളങ്ങളെല്ലാം നജ്റാൻ അങ്ങാടിയിൽ ലഭ്യമാണ്. 'മലപ്പുറംകത്തി' പോലെ ബദുക്കൾ അരപ്പട്ടയിലണിയുന്ന 'ജംബിയ്യാ' കത്തികൾക്കു മാത്രമായി വിശാലമായൊരു മാർക്കറ്റുണ്ട്. ആ മാർക്കറ്റിനുള്ളിലെ പള്ളിയിൽ 30 കൊല്ലമായി ക്ലീനിംഗ് ജോലികൾ ചെയ്യുന്ന ഹരിപ്പാട്ടുകാരൻ സുബ്രഹ്മണ്യനെ ഒരിക്കൽ കൂടി കണ്ടു. പരമ്പരാഗത തുന്നൽകാരുടെ നാടായ നജ്റാനിലാണ് പണ്ട് കഅ്ബയെ അലങ്കരിക്കാനുള്ള കിസ്‌വ തയ്യാറാക്കിയിരുന്നത്. ഇന്ന് കിസ്‌വ തയ്യാറാക്കാനായി മാത്രം മക്കയിൽ ഒരു വൻകിട ഫാക്ടറിയുണ്ട്.

യമനും സൗദിയും തമ്മിലുള്ള അതിരുകൾ പരസ്യപ്പെടുത്തിയിട്ടില്ല. പട്ടാളക്കാർക്ക് ചില്ലറ കൊടുത്തും കൊടുക്കാതെയും യമനികൾ രേഖയില്ലാതെ അതിർത്തി കടക്കുന്നത് അധികാരികൾ കണ്ണടയ്ക്കുന്നുമുണ്ട്. വീര്യം കൂടിയ നാട്ടുമദ്യവും കഞ്ചാവുപോലുള്ള ചില ലഹരിപ്പുല്ലുകളും മലയിറങ്ങി ചന്തയിലെത്തുന്നുമുണ്ട്.

പല തവണ കണ്ട കാഴ്ചകൾക്കായി ഞങ്ങൾ ഏറെ നേരം കളഞ്ഞില്ല. സൽമാന്റെ അമ്മായിയെ കാണാനാണ് സത്യത്തിൽ ഇന്നത്തെ വരവ്.

ഞങ്ങൾ ചെല്ലുമ്പോൾ കൊട്ടാരസദൃശ്യമായ വീട്ടിൽ അമ്മായി ഇല്ല. മക്കളും പേരമക്കളുമായി വീട്ടിനകത്തും പുറത്തും പെരുന്നാൾ ആഘോഷത്തിന്റെ ബഹളമാണ്.

വീട്ടുവളപ്പിന്റെ മൂലയ്ക്ക് പുരാതന അറബിവീടുകളുടെ മാതൃകയിൽ ഒരു മൺകൂര! അതിനുള്ളിൽ നുഴഞ്ഞു കയറിയാണ് സൽമാൻ അമ്മായിയെ കണ്ടത്! നാടും കാലവും മാറിയാലും താൻ വന്നു കയറിയ മൺവീട്ടിൽ കിടന്നാലേ ആ വയോധിക ഉറങ്ങൂ എന്ന് സൽമാൻ പറഞ്ഞു. അമ്മായി മുഖം മറച്ച് പുറത്തുവന്നു. വീട്ടിലിരുത്തി വിശേഷസ്വാദുള്ള പഴച്ചാറ് കുടിപ്പിച്ചാണ് വിട്ടത്.

"അമ്മായിയുടെ കുടുംബം ഇസ്മായിലികളാണ്." യാത്രയാകുമ്പോൾ സൽമാൻ പറഞ്ഞു. "ഇസ്മായിലികൾ പ്രക്ഷോഭമാർഗത്തിൽ തന്നെയാണ്. അവരുടെ നേതാവ് മുരീഅ് ബിൻ അലി ബിൻ ഈസ അൽ അസീരിക്ക് കഴിഞ്ഞ വർഷം വധശിക്ഷ കൊടുത്തുവല്ലോ. അതിന്റെ മുറിവുകൾ ഇവിടെ ഉണങ്ങിയിട്ടില്ല."

അസീറിൽ നിന്ന് രാത്രിയോടെ മലയിറങ്ങി. ജിസാൻ നഗരത്തിലേക്കുള്ള യാത്ര നല്ലൊരനുഭവമാണ്. സൗദിയുടെ പടിഞ്ഞാറൻ തീരത്ത് തെക്കേ അറ്റത്തെ തുറമുഖനഗരമാണ് ജിസാൻ. മത്സ്യ വിപണനമാണ് ഇവിടുത്തെ പ്രധാന വ്യാപാരം.

ജിസാനിൽ നൂറയുടെ അമ്മാവന്റെ വീട്ടിലാണ് ഞങ്ങൾ അന്തിയുറങ്ങിയത്. അഫ്രാസും സുഡാനികളുമായിരുന്നു വിശാലമായ അതിഥി മുറിയിൽ എന്റെ അന്തിക്കൂട്ടുകാർ. സൽമാനെ സംസാരത്തിന് കിട്ടാത്തതിന്റെ കുറവ് സുഡാനികളുടെ കാപ്പിരിപ്പാട്ട് പരിഹരിച്ചു.

ചൊവ്വാഴ്ച അതിരാവിലെ ചെങ്കടലിലെ ഫുർസാൻ ദ്വീപിലേക്ക് ബോട്ടുമാർഗം പുറപ്പെട്ടു. കപ്പൽ യാത്ര പോലെ നാല്പത് കിലോമീറ്റർ ദൂരത്തെ കടലനുഭവമല്ലാതെ, പലതവണ പോയിട്ടും ഫുർസാൻ എന്നെ സ്വാധീനിച്ചിട്ടില്ല.

പതിനാറ്

സന്ദേഹിയുടെ സഹയാത്രികൻ

അറേബ്യൻ കാപ്പി ഒരു കലാസൃഷ്ടിയാണ്!

ജിസാനിൽ നിന്ന് ജിദ്ദയിലേക്കുള്ള ഹൈവേയിൽ ഖുൻഫുദയിൽ എത്തുമ്പോൾ ഒരു പട്ടാള വണ്ടി ഞങ്ങളെ കാത്തുനിന്നിരുന്നു. സൽമാന്റെ കൂട്ടുകാരൻ മിസ്ബാ ആയിരുന്നു അത്. ആ വണ്ടിയെ പിന്തുടർന്ന് കടൽതീരത്ത് ചെന്ന ഞങ്ങൾ കാർ പാർക്ക് ചെയ്ത് പട്ടാള ബോട്ടിൽ കയറി. സന്ദർശകർക്ക് പ്രവേശനമില്ലാത്ത ഉമ്മുൽ ഖമറി ദ്വീപിന്റെ സുന്ദരദൃശ്യങ്ങൾ മിസ്ബാ ഞങ്ങൾക്ക് സമ്മാനിച്ചു. ഫുർസാനേക്കാൾ സുന്ദരിയാണ് ഈ കൊച്ചു ദ്വീപ്.

തിരിച്ച് ഖുൻഫുദയിലെത്തി മരുഭൂമിയിലെ ഇടുങ്ങിയ റോഡിലൂടെ അരമണിക്കൂർ സഞ്ചരിച്ചാണ് ഞങ്ങൾ ഈ മരുപ്പച്ചയിലെത്തിയത്. സൽമാന്റെ പിതാവിന്റെ ജീവിച്ചിരിക്കുന്ന ഒരേയൊരു സഹോദരൻ ഇവിടെയാണ്. അബൂബക്കർ ഷരീഫ് അൽഗംദി, ഈ ഗ്രാമത്തിലെ പൗര പ്രമുഖനും ഗ്രാമമുഖ്യനുമാണ്.

പുതിയ കാലത്തിന്റെ ആക്രമണം ഗ്രാമത്തെ വല്ലാതെ ബാധിച്ചിട്ടില്ല. വിശാലമായ കാരക്കാത്തോപ്പുകൾ സമൃദ്ധമായി കായ്ച്ച് നിൽക്കുന്ന ഈ മലയോരദേശം ഉപരിതലജലം തന്നെ ലഭ്യമായ കിണറുകളാൽ സമൃദ്ധമാണ്. മണ്ണും മരവും ഈന്തപ്പനയോലകളും കൊണ്ട് പണിതീർത്ത വീടുകൾ കുമ്മായം മെഴുകിയതാണ്.

വയോധികനായ അബൂബക്കർ ഷരീഫിന്റെ പുത്രൻ നായിഫ്, സുൽത്താന്റെ ഏറ്റവും അടുത്ത കൂട്ടുകാരനായിരുന്നു. തന്റെ മാനസ പദ്ധതികൾ വല്ലതും സുൽത്താൻ നായിഫിനോട് പറഞ്ഞിരുന്നുവോ എന്നറിയാനാണ് യാത്ര അതുവഴി തിരിച്ചുവിടാൻ സൽമാൻ തീരുമാനിച്ചത്. പിതൃവര്യനും പുത്രനുമായി സൽമാൻ അകത്തെ മുറിയിലിരുന്ന് സ്വകാര്യം പറയുമ്പോഴാണ് കാപ്പി നിർമ്മാണത്തിന്റെ കല ആസ്വദിക്കാൻ അവസരം കിട്ടിയത്.

വീടിനെക്കാൾ വിശാലമായ മജ്‌ലിസിൽ ഹുക്ക വലിക്കാനും അതിന്റെ സൗകര്യങ്ങൾ ഒരുക്കാനുമായി ഒരു മൂല തന്നെ നീക്കി വച്ചിരിക്കുന്നു. മറുവശത്ത് പരമ്പരാഗതരീതിയിൽ കാപ്പി(ഖഹ്‌വ) പാകം ചെയ്യാൻ എല്ലാ സജ്ജീകരണങ്ങളുമായി മറ്റൊരു മൂലയും.

അബ്ബാസ് ബാബ ആ കുടുംബത്തിന്റെ വേലക്കാരനല്ല. പിതാമഹന്റെ കാലം തൊട്ടേ അൽഗംദി കുടുംബത്തിലെ ഒരംഗമായ നീഗ്രോ അടിമയാണ് അയാളെന്ന് സൽമാൻ പറഞ്ഞിരുന്നു. കറുകറുത്ത ആ മുഖത്തെ ചുളിവുകൾക്കും മടക്കുകൾക്കും ഒരു പുരാതന കലാശില്പത്തിന്റെ ചാരുതയുണ്ട്.

അടിമത്തം നിയമപരമായി നിരോധിക്കാതെ, പ്രായോഗികമായി നിഷ്ക്കാസനം ചെയ്ത പ്രവാചകനീതിയുടെ അവശേഷിക്കുന്ന കണ്ണികളിൽ ഒരാൾ! പ്രായം നൂറു കവിഞ്ഞുവെന്ന് സൽമാൻ ഉറപ്പിച്ചു പറയുന്നു. മുഖത്തെ ചർമ്മച്ചുഴികളും തൊലിയിലെ ചുളിവുകളുമല്ലാതെ അബ്ബാസിന്റെ ദേഹം പ്രായം പറയില്ല. നടക്കുമ്പോൾ മുമ്പോട്ട് ഒരു നേരിയ കുനിച്ചിലൊഴിച്ചാൽ കാര്യമായ അനാരോഗ്യം അയാളെ തീണ്ടിയിട്ടുമില്ല. കണ്ണുകളിലെ കത്തുന്ന തീക്ഷ്ണത പ്രായം ചോദിക്കാനുള്ള എന്റെ മോഹത്തെ തകർത്തുകളഞ്ഞു. അകത്തെ വാതിൽക്കർട്ടനപ്പുറത്ത് നിന്ന് നന്നേ പതിഞ്ഞ ശബ്ദത്തിൽ ഒഴുകിവരുന്ന "ഹമ്മദ്..." എന്ന വളകിലുക്കം ആഞ്ഞുപിടിച്ച് ഓടിച്ചെല്ലാനുള്ള കേൾവിശക്തിയും അബ്ബാസ് ബാബയ്ക്കുണ്ട്.

'മുഹമ്മദ്' എന്ന അഭിസംബോധനയുടെ ലോപിച്ച രൂപമാണ് 'ഹമ്മദ്'എന്ന വിളി. അപരിചിതരായ മനുഷ്യരെയും പേരില്ലാത്ത അടിമകളെയും പ്രവാചകന്റെ തിരുനാമത്തിൽ വിളിക്കുന്നത് ആദരവ് കാട്ടാനുള്ള അറബ് മര്യാദയാണ്.

അബ്ബാസ് ബാബ കാപ്പി തയ്യാറാക്കുകയാണ്. ചില്ലളുക്കിൽ നിന്ന് കാപ്പിക്കുരു വറചട്ടിയിലേക്കിട്ട് അടുപ്പത്ത് വെച്ചു. ചൂടാകുന്തോറും കാപ്പിയുടെ നിറം മാറിമറിഞ്ഞുകൊണ്ടിരുന്നു. മണ്ണുകൊണ്ട് കലാപരമായി മെഴുകിയുണ്ടാക്കിയ അടുപ്പിൽ വിറകുതന്നെയാണ് കത്തിക്കുന്നത്. ഇളക്കി വറുത്ത് പാകമായ കാപ്പിക്കുരു ചട്ടിയിൽനിന്ന് ഒരു കല്ലുരലിന്റെ വായിലേക്ക് ചരിയുന്നു. അമ്മിക്കുട്ടി പോലെ ഉരുണ്ടു നീണ്ട കല്ലുകൊണ്ട് കാപ്പിക്കുരു ഇടിച്ചുപൊടിക്കുന്നു. ഇപ്പോൾ കാപ്പിക്കുരുവിന്റെ നിറം പോയി, കാപ്പിപ്പൊടിക്ക് മറ്റൊരു നിറം. വലതുകൈകൊണ്ട് ഇടിക്കുന്നതും ഇടിയേൽക്കാതെ ഇടതുകൈ കൊണ്ട് പുറത്തേക്ക് തെറിക്കുന്ന കുരുമണികൾ കുഴിയിലേക്ക് നീക്കിയിടുന്നതും ഒരു പ്രത്യേക താളത്തിലാണ്. ഒരു തരിപോലും തെറിച്ചുവീഴാതെ അല്പനേരം കൊണ്ട് കാപ്പിക്കുരു മുഴുവൻ നേർത്ത കാപ്പിപ്പൊടിയായി. പിടിയുള്ള ഒരു പിച്ചളപ്പാത്രത്തിലേക്ക് തിളങ്ങുന്ന കാപ്പിപ്പൊടി വാരിയിട്ട് പാകത്തിന് വെള്ളം ചേർത്ത്

അടുപ്പത്ത് വെച്ച് തിളപ്പിക്കുന്നു. തിളച്ചുപൊങ്ങുന്ന കാപ്പിക്ക് മറ്റൊരു നിറമാണ്. ഏതാനും ഏലക്കായ്കൾ അതേ ഉരലിൽ ചതച്ച് കാപ്പിയിൽ ചേർക്കുന്നു. ഈന്തപ്പനയോലയുടെ നാരുകൊണ്ട് നിർമ്മിച്ച അരിപ്പയിൽ അരിച്ചാണ് കാപ്പി ജഗ്ഗിലൊഴിക്കുന്നത്. ഇതുവരെ കാണാത്ത പുതിയൊരു നിറമാണ് കുടിക്കാൻ തയ്യാറായി കൺമുമ്പിലെത്തുന്ന കാപ്പിക്ക്.

നിർമ്മാണത്തിന്റെ ഓരോ ഘട്ടത്തിലും ഉപയോഗിക്കുന്ന പാത്രങ്ങൾക്കെല്ലാം കുലീനമായ ഒരു ശില്പഭംഗിയുണ്ട്. അബ്ബാസ് ബാബയുടെ ചലനങ്ങൾക്കെല്ലാം സവിശേഷമായ ഒരു താളമുണ്ട്. കാപ്പിയടുപ്പിൽ എരിയുന്ന വിറകിലെ കനലുകൾക്കും നാളങ്ങൾക്കും അസാധാരണമായ ഒരു നിറക്കൂട്ടുണ്ട്. മാത്രമല്ല, കുരുവിൽനിന്ന് കാപ്പിയിലേക്കുള്ള പ്രയാണത്തിൽ ഓരോ ദിശയിലും വേറിട്ട സ്വാദിന്റെ മണമുണ്ട്. വറക്കുമ്പോഴും പൊടിക്കുമ്പോഴും തിളയ്ക്കുമ്പോഴും ഒഴിക്കുമ്പോഴും വെവ്വേറെ രുചികൾ നമ്മുടെ നാസാരന്ധ്രങ്ങളെ കൊതിപ്പിക്കും. ചെറുകപ്പുകളിൽ വായിലെത്തുമ്പോൾ മറ്റൊരു രുചിയും മണവും ലഹരിയും നമ്മെ ഉണർത്തുകയും ചെയ്യും. മധുരം അറബിക്കാപ്പിയെ തീണ്ടുകയുമില്ല. 'ബ്ലാക്ക് കോഫി' എന്നു വിളിക്കുന്ന തുർക്കി കാപ്പി ഇതിന്റെ മറ്റൊരു വകഭേദമാണ്.

അറബ് മജ്‌ലിസുകളിൽ കാപ്പി കുടിക്കുന്നതിനും ചില കലാവിധികളുണ്ട്. കൊച്ചുകപ്പിൽ ഒഴിച്ചുവെക്കുന്ന കാപ്പി ഒരിക്കലും ഒരു തവണ കുടിച്ച് അവസാനിപ്പിക്കരുത്. അത് ബദു മര്യാദകൾക്ക് എതിരാണ്. ഓരോ തവണയും കപ്പ് കാലിയാക്കി ഉയർത്തിക്കാട്ടണം. ജഗ്ഗിൽ നിന്ന് കാപ്പി പകരാനുള്ള അവസരം ആതിഥേയർക്കുതന്നെ കൊടുക്കണം. ഏറ്റവും കൂടുതൽ തവണ കാപ്പിക്കപ്പ് ഉയർത്തുന്നത് അവരുടെ മുഖത്ത് സന്തോഷം വിരിയിക്കും. മതിയാവുമ്പോൾ കാലിക്കപ്പ് ഒന്ന് കുലുക്കിക്കാട്ടി താഴെവെയ്ക്കാം. അതോടെ ആ കപ്പ് എടുത്തുമാറ്റും.

ശീലങ്ങളാണ് ഇവിടെ സംസ്കാരത്തിന്റെ വിനിമയമുദ്രകൾ. ഒരു വാക്കുപോലും ഉച്ചരിക്കാതെ ആദരവ് കൊടുക്കുകയും അന്തസ്സ് വഹിക്കുകയും ചെയ്യുന്ന പ്രാക്തനമായ ഒരു ജൈവസമൂഹത്തിന്റെ സംവേദനത്തിൽ ഭാഷ അനാവശ്യമോ അപ്രസക്തമോ ആയിത്തീരുന്നു.

കാപ്പിയെന്ന പ്രാഥമിക പാനീയത്തിൽ പോലും സംസ്കാരനിഷ്ഠമായ ഒരു സാമൂഹികക്രമം പാലിക്കുന്ന അറബ് സമൂഹത്തെ കപ്പാച്ചിനോ കാപ്പിയും കെന്റക്കി ചിക്കനും മാക്ഡൊണാൾഡ് ബർഗറും കീഴടക്കുന്ന പുതിയ കാലം എന്നെനോക്കി ചിരിക്കുന്നുണ്ട്. ഹോട്ട് ഡോഗും അൽബെയ്കും വിമ്പിയും പിസ്സാഹട്ടും ബാരിസ്റ്റയും മറ്റനേകം ഫാസ്റ്റ് ഫുഡ് കമ്പനികളും അറേബ്യൻ നഗരങ്ങൾ കടന്ന്, പതുക്കെ പതുക്കെ കൊച്ചുപട്ടണങ്ങളിലേക്കും ഖർയകൾ എന്നു വിളിക്കുന്ന മരുപ്പച്ചകളിലേക്കും എത്തിക്കൊണ്ടിരിക്കുന്ന കാഴ്ച ഒരമ്പരപ്പോടെ കാണുന്നുണ്ട്.

അറേബ്യയുടെ പാശ്ചാത്യവൽക്കരണം കൗതുകം നിറഞ്ഞ ചില സമീകരണങ്ങൾക്ക് പ്രേരിപ്പിക്കാറുണ്ട്. സംസ്കാരത്തിന്റെ അടിസ്ഥാന ഘടകമായ ആഹാരത്തിൽ സമ്പൂർണ്ണ പരിഷ്കാരം സ്വീകരിക്കുന്ന ഒരു നാട്, പരിഷ്കാരത്തിന്റെ മറ്റൊരു സൂചികയായ വസ്ത്രധാരണത്തിൽ കണിശമായ സ്വദേശി നിഷ്ഠകൾ പാലിക്കുന്നതാണ് അതിലേറ്റവും വിചിത്രം.

കാരക്കാ തോട്ടത്തിൽ ചുറ്റിയടിക്കാൻ പോയ അഫ്രാസും സുഡാനികളും തിരിച്ചുവന്നു. അവരും കൂടി ഖഹ്‌വ കുടിച്ചതോടെ സൽമാനും ഇറങ്ങിവന്നു. ഞങ്ങൾ പുറപ്പെടാനൊരുങ്ങി. അകത്ത് നിന്ന് കേട്ട സ്ത്രീ ശബ്ദം എനിക്ക് വ്യക്തമായില്ല. എങ്കിലും "ഇൻശാ അല്ലാഹ്..." എന്ന സൽമാന്റെ മറുപടി ബന്ധുജനങ്ങളുടെ യാത്രാമൊഴി വ്യക്തമാക്കി. അബൂബക്കർ ഷരീഫും പുത്രൻ നായിഫും കാറിനടുത്തേക്ക് വന്നു. അബ്ബാസ് ബാബ ഈന്തപ്പനയോലയിൽ മെടഞ്ഞ ഒരു തടിച്ച വട്ടി കൊണ്ടുവന്ന് കാറിൽ വച്ചു. തേടിവന്ന അതിഥികളെ ഒരിക്കലും അറബ് സമൂഹം വെറുംകൈയോടെ മടക്കാറില്ല. കാറ് നീങ്ങുമ്പോൾ ആ പിതൃവര്യന്റെ കുഴിഞ്ഞ കണ്ണുകൾ ഈറനണിയുന്നത് ഞാൻ കണ്ടു.

സൽമാന്റെ മുഖത്ത് പതിവില്ലാത്ത ഒരു ഊർജ്ജത്തിന്റെ തിളക്കം. ഹൈവേയിൽ കയറുന്നതുവരെ അവൻ മൗനം പാലിച്ചു. മൊബൈൽ ഫോണുകൾ റേഞ്ചിലായതിന്റെ ടോൺ കിട്ടിയതോടെ സൽമാൻ ഫോണെടുത്ത് ഡയൽ ചെയ്തു.

"ഹലോ സിയാദ്... അഹ്‌ലൻ..." എന്നു കേട്ടതോടെ ഞാനും ശ്രദ്ധിക്കാൻ തുടങ്ങി.

സിങ്കപ്പൂർ ഏജൻസിയുമായുള്ള ഇടപാടുകളാണ് അവർ സംസാരിക്കുന്നത്. അഡ്വാൻസ് തുക സിയാദ് ട്രാൻസ്ഫർ ചെയ്തുവെന്നും അവന് ആവശ്യമുള്ളപ്പോൾ സൽമാൻ പണം എത്തിച്ചുകൊടുത്താൽ മതിയെന്നുമാണ് ആദ്യഭാഗം. പിന്നീട് സുൽത്താന്റെ വീടും പരിസരവും നിരീക്ഷിക്കാൻ അവരുടെ മിഡിൽ ഈസ്റ്റ് ടീം ദുബൈയിൽ നിന്ന് സൗദിയിലെത്തിയിട്ടുണ്ടെന്നും സന്ദർശനം മറ്റാരുമറിയാത്ത രഹസ്യസ്വഭാവത്തിലായിരിക്കുമെന്നും സിയാദ് അറിയിച്ചു.

റിയാദ് പ്രക്ഷോഭത്തിന്റെ ഒരാഴ്ചമുമ്പ് സുൽത്താൻ, അബൂബക്കർ ഷരീഫിനെ കാണാൻ വന്നിരുന്നുവെന്നും അദ്ദേഹത്തോട് പറഞ്ഞ ഗൗരവമായ കാര്യങ്ങളിൽ ചില സൂചനകളുണ്ടെന്നും സൽമാൻ പറഞ്ഞു. പിന്നീടുള്ള ദിവസങ്ങളിൽ നായിഫിനെ സുൽത്താൻ വിളിച്ചിരുന്നത് മറ്റാരുടെയോ ഫോണിൽനിന്നായിരുന്നു. നായിഫിന്റെ ഫോണുകളെല്ലാം രഹസ്യപ്പൊലീസ് പിടിച്ചെടുത്തു. എങ്കിലും അവൻ ഉപയോഗിച്ചിരുന്ന രണ്ട് സിം നമ്പറുകളും ഇതാ എസ്.എം.എസ്. അയയ്ക്കുന്നു. ഉടനെ ഫാൽക്കൺ ടീമിന്റെ നമ്പറിൽ അയച്ചു കൊടുക്കണം-ഇത്രയുമാണ് സൽമാൻ കൈമാറിയ സന്ദേശം.

സംഭാഷണം അവസാനിച്ചപ്പോൾ സംതൃപ്തിയുടെ ഒരു പുഞ്ചിരി ഞാനും സൽമാന് സമ്മാനിച്ചു. മുഖത്തെ ഇളംചിരി മായാതെ അവൻ ചായുന്നത് ഒരു മയക്കത്തിലേക്കാണെന്ന് അറിഞ്ഞു. അഫ്രാസ് സംഗീതത്തിൽ ലയിച്ചുതന്നെ ചെങ്കടലിന്റെ തീരദേശപാത തരണം ചെയ്യുകയാണ്. സുഡാനികൾ ഉറങ്ങാൻ കിട്ടുന്ന ഒരു നിമിഷവും കളയാറുമില്ല.

ഞാൻ മൊബൈലിൽ പുതിയ സന്ദേശങ്ങൾ തുറന്നു. കൊച്ചിക്കാരി ഇന്ദിരാമേനോൻ യാത്രയുടെ നിത്യകാമുകിയാണ്. റിയാദിൽ നിന്ന് കിട്ടിയ അമൂല്യസൗഹൃദമാണത്. മെക്സിക്കോയിലെ ധ്യാന കേന്ദ്രത്തിൽ നിന്നാണ് ഇന്ദിരയുടെ സന്ദേശങ്ങൾ. ഹരേകൃഷ്ണാ ആശ്രമത്തിലെ രണ്ടാഴ്ചത്തെ ധ്യാനം കഴിഞ്ഞ് അവർ മടങ്ങുന്നത് ഹിമാലയത്തിലേക്കാണ്. പിന്നെ മാസങ്ങൾ നീളുന്ന ഹിമവാസം...

യാത്ര അവൾക്ക് തപസ്സും തീർത്ഥാടനവുമാണ്. ദേഹകാമനകളെ ആത്മാവിന്റെ അഗ്നിയിൽ എരിച്ചുകളയാനുള്ള കഠിന തപസ്സ്. തന്നെത്തന്നെ അദൃശ്യധൂളികളാക്കി അജ്ഞാതതീരങ്ങളിൽ നിമജ്ജനം ചെയ്യാനുള്ള ഒടുങ്ങാത്ത തീർത്ഥയാത്രകൾ. ഒരു നിമിഷം സാത്വികയായ ആ കൂട്ടുകാരിയോട് അസൂയതോന്നി. ഭൗതിക ബന്ധനങ്ങളിൽനിന്ന് സ്വയം മുക്തി പ്രഖ്യാപിച്ച് പ്രാപഞ്ചിക ചലനനിയമങ്ങൾക്കനുസരിച്ച് വായുപോലെ ഉലകം ചുറ്റാനുള്ള സ്വാതന്ത്ര്യവും സൗകര്യവും അവർ ആർജ്ജിച്ചിരിക്കുന്നു! ലക്ഷ്യമേ ഇല്ലാത്ത ഒരു അനന്തയാത്രയുടെ അനുഭൂതി എനിക്ക് ഊഹിക്കാവുന്നതിലും എത്രയോ അപ്പുറമാണ്...

ജിദ്ദയിലെ കൂട്ടുകാരെ പലരെയും ഫോണിൽ വിളിച്ചു. അപ്പോഴാണ് അവർ ഓർമ്മിപ്പിച്ചത്. പെരുന്നാൾ ആഘോഷത്തോടനുബന്ധിച്ച് ഇംപാല ഹോട്ടലിൽ ഇന്ന് 'റാഫി നൈറ്റ്' നടക്കുന്നു. സാമൂഹികമാധ്യമങ്ങളിൽ പ്രചരിച്ച നോട്ടീസ് കണ്ടിരുന്നു. പക്ഷേ റാഫിരാവ് ഇന്നാണെന്ന് ഒട്ടും ഓർത്തതേയില്ല.

അൽലിത്ത് കടന്ന് പാടിപ്പറക്കുകയാണ് ഞങ്ങൾ. അബ്ബാസ് ബാബ കൊണ്ടുവെച്ച വട്ടിതുറന്ന് സുഡാനികൾ വിതരണം ചെയ്ത ഉണക്കക്കാരക്ക എല്ലാവരും നുണഞ്ഞുകൊണ്ടിരുന്നു. ജിദ്ദയിലേക്കും മക്കയിലേക്കുമുള്ള റോഡുകൾ പിരിയാൻ തുടങ്ങുന്നു. "ഈ വഴിയിൽ അമുസ്ലീങ്ങൾക്ക് പ്രവേശനമില്ല" എന്ന പരസ്യപ്പലകകൾ പതിവുപോലെ ഇന്നും എന്നെ അസ്വസ്ഥനാക്കുന്നു. മക്കയിലും മദീനയിലും സന്ദർശനം നടത്തിയ സന്ദർഭങ്ങളിലെല്ലാം മനസ്സിൽ ദഹിക്കാതെ കിടക്കുന്ന ഒരാശയമായി ഈ വിലക്ക് എന്റെ ഉള്ളിലുണ്ട്.

"ഈ വിലക്കുകളുടെ നീതിയെന്താണ്?" ഒരിക്കൽ മാത്രമേ ഞാൻ ആ ചോദ്യം സൽമാനോട് ചോദിച്ചുള്ളൂ.

"എബീ... എന്റെയുള്ളിലും നിറയെ ചോദ്യങ്ങളാണ്..." പിന്നെ അവൻ ചോദ്യങ്ങൾ ഉതിർത്തുകൊണ്ടേയിരുന്നു. "മാനവരാശിയുടെ വിമോചനത്തിനായി അവതരിക്കപ്പെട്ട ഒരു പ്രവാചകന്റെ ജന്മഭൂമിയിൽ ഏതെങ്കിലും

മനുഷ്യൻ വിലക്കപ്പെടാൻ പാടുണ്ടോ? സെമിറ്റിക് മതങ്ങളുടെ കുലഗുരുവായ ഇബ്രാഹിം നബി പടുത്തുയർത്തിയ ദേവാലയം മുസ്‌ലീങ്ങൾക്കു മാത്രം അവകാശപ്പെട്ടതാകുന്നത് എങ്ങനെ? ഖദീജാബീവിക്കുശേഷം പ്രവാചകനിൽ വിശ്വസിച്ച ആദ്യത്തെ പുരുഷൻ ക്രിസ്ത്യാനിയായ ദാർശനിക പണ്ഡിതൻ വറഖയായിരുന്നില്ലേ? വറഖത്ത് ബിൻ നൗഫൽ. വറഖയുടെ നാട് എങ്ങനെ മുസ്‌ലീങ്ങൾക്ക് മാത്രമാവും?"

ഉത്തരം കിട്ടാത്ത ചോദ്യങ്ങൾ; അഥവാ കിട്ടിയതൊന്നും ഉത്തരമല്ലാത്ത ചോദ്യങ്ങൾ...

"അവ്വൽ മക്ക... സ?"[1] അഫ്രാസിന്റെ ചോദ്യം അപ്പോഴാണ് ഉയർന്നത്. ജിദ്ദയിലേക്കുള്ള യാത്രയിലെല്ലാം സൽമാൻ അങ്ങനെയാണെന്ന് അഫ്രാസിന് അറിയാം. മക്കയിൽ ഒന്ന് കറങ്ങിയിട്ടേ സൽമാൻ ജിദ്ദയിലേക്ക് കടക്കൂ. ആരും മറുപടി പറഞ്ഞില്ലെങ്കിലും കാറ് മക്കാ റോഡിലേക്ക് തിരിഞ്ഞു.

"അവ്വൽ ആകിൽ..."[2] അതായിരുന്നു സൽമാന്റെ പ്രതികരണം. അടുത്തുകണ്ട 'ഡോനട്ട്സി'ൽ കാറ് കയറ്റി പാർസൽ വാങ്ങാനുള്ള വരിയിൽ ഇട്ടു. ചിക്കൻ ബർഗറും പെപ്സിയും വാങ്ങി കഴിച്ചുകൊണ്ടാണ് പിന്നെ യാത്ര തുടർന്നത്.

സൽമാന്റെ ഭക്തിമാർഗ്ഗം അവന്റേതുമാത്രമായ ഒരു വേറിട്ട വഴിയാണ്. "എന്നെ ആരും മാതൃകയാക്കരുത്" എന്ന് കൂടെയുള്ളവരോട് അവൻ ആവർത്തിച്ചുപറയും. മറ്റുള്ളവർക്ക് പ്രാർത്ഥിക്കാനായി എത്ര നേരവും അവൻ കാത്തിരിക്കും.

നമസ്കാരത്തെക്കുറിച്ച് ഒരിക്കൽ മാത്രമേ ഞാൻ അവനോട് ചോദിച്ചിട്ടുള്ളൂ.

"നമസ്കാരം അഞ്ചുനേരം മതിയോ?" എന്നായിരുന്നു മറുചോദ്യം. പിന്നെ സൗമ്യസ്വരത്തിൽ ഖുർ-ആൻ പാഠം പഠിപ്പിച്ചു തുടങ്ങി:

'അഖീമു സ്സ്വലാത്ത' എന്ന പ്രയോഗമാണ് നമസ്കരിക്കാനുള്ള ഖുർ-ആന്റെ ശാസന. 'നമസ്കാരം നിലനിർത്തുക' എന്നാണ് ആ പ്രയോഗത്തിന്റെ സാരം. 'അഖീമു' എന്ന പദത്തിന് ഞങ്ങളുടെ ഭാഷയിൽ 'നിശ്ചിതസമയങ്ങളിൽ പതിവാക്കുക' എന്നല്ല അർത്ഥം. 'ഇടവേളയില്ലാതെ രാപകൽ നിലനിർത്തുക' എന്നാണ്. അങ്ങനെ വരുമ്പോൾ 'സ്വലാത്തി'ന്റെ അർത്ഥവും തിരുത്തേണ്ടിവരും. ബുദ്ധിയും ബോധവുമുള്ള സകലമനുഷ്യരും ഇടവേളയില്ലാതെ അനുഷ്ഠിക്കേണ്ട മനോവ്യാപാരമായ 'ദൈവസ്മരണ'യാണ് നമസ്കാരം എന്നുവരും. അത് ഞാൻ ഇടമുറിയാതെ പാലിക്കുന്നുണ്ട്.

---

1. ആദ്യം മക്കയിലേക്ക്. അല്ലേ?
2. ആദ്യം ആഹാരം

'അനന്തമായ പ്രാർത്ഥനയാകുന്നു ജീവിതം' എന്ന ബഷീർ വചനം ഓർമ്മയിൽ ഓളംതള്ളി. എന്നിട്ടും എന്റെയുള്ളിൽ ചോദ്യങ്ങൾ പെരുത്തു. കാലങ്ങളായി തുടരുന്ന ശീലങ്ങൾ? പണ്ഡിതപരമ്പരയുടെ ആഹ്വാനങ്ങൾ? മുസ്ലീംലോകത്തിന്റെ ആരാധനാമുറകൾ? ഒരേ താളത്തിൽ വ്യാഖ്യാനിക്കപ്പെട്ട വേദവാക്യങ്ങൾ?

എല്ലാ ചോദ്യങ്ങൾക്കും കൂടി ഒരേയൊരു പ്രതിവചനം. "എബീ... ഞാനൊരു സന്ദേഹിയാണ്..."

മക്കയിൽ ഞാൻ പലതവണ വന്നിട്ടുണ്ട്. ഹജ്ജിന്റെ പാരാവാരത്തിലും ഉംറയുടെ പുഴയൊഴുക്കിലും ഒരുതുള്ളിയായി അലിഞ്ഞാണ് ആദ്യം വന്നുപോയത്. ചിലപ്പോൾ തീർത്ഥാടനത്തിനു വന്ന നാട്ടുകാരെ കാണാൻ... ഹജ്ജിനുവന്ന ഉമ്മയെ സഹായിക്കാൻ... എന്നാൽ സൽമാനോടൊപ്പം വന്ന യാത്രകളിലൊക്കെ ഞാൻ മക്കയും പരിസരവും അരിച്ചുപെറുക്കി ചുറ്റി നടന്നു മടങ്ങും.

ഒരു ഭീമൻ ചതുരക്കട്ടപോലെ മക്കയിൽ നിലകൊള്ളുന്ന പുരാതന ദേവാലയമാണ് കഅ്ബ. കറുത്ത നിറത്തിൽ പതിനഞ്ച് മീറ്റർ ഉയരമുള്ള ഈ കെട്ടിടത്തിന്റെ പ്രാഗ്‌രൂപം മുസ്ലീങ്ങളുടെയും ക്രിസ്ത്യാനികളുടെയും പൂർവ്വപിതാവായ ഇബ്രാഹിം നബി നിർമ്മിച്ചതാണെന്ന് വിശ്വസിക്കപ്പെടുന്നു. മുസ്ലീങ്ങൾ നമസ്കാരത്തിന് മുഖം തിരിക്കേണ്ടത് ഈ പ്രതീകത്തിലേക്കാണ്.

കഅ്ബയുടെ മൂലയിൽ പ്രതിഷ്ഠിച്ചിരിക്കുന്ന കൃഷ്ണശില, ആദിമനുഷ്യനായ ആദംനബിക്ക് അല്ലാഹു സമ്മാനിച്ചതാണത്രെ. മക്കയിൽ തീർത്ഥാടനത്തിനെത്തുന്ന ഭക്തജനങ്ങൾ ഈ കറുത്ത കല്ലിനെ ചുംബിക്കുന്നത് പുണ്യമായി കണക്കാക്കുന്നു.

സൽമാൻ കഅ്ബയ്ക്ക് ചുറ്റും ഒരു വട്ടമേ കറങ്ങൂ. അതോടെ അവന്റെ ത്വവാഫ്[1] തീർന്നു. ഇബ്രാഹിം മഖാമും[2] ഹജറുൽ അസ്‌വദും[3] ഒരു നിമിഷം നോക്കി നിൽക്കും. പിന്നെ കുറെനേരം ദേശഭാഷകൾ കടന്നുവന്ന ജനസഞ്ചയത്തിന്റെ ഭാവഹാവാദികൾ നിരീക്ഷിച്ചു നടക്കും. സഫയിലോ മർവയിലോ[4] ഏറെനേരം നിന്ന് ഭക്തജനങ്ങളുടെ വികാരവായ്പുകളിലേക്ക് കണ്ണയക്കും.

"ദൈവത്തിന്റെ ദിവ്യസൃഷ്ടി മനുഷ്യനാണ്; ദേവാലയങ്ങളല്ല." ഒരിക്കൽ പറഞ്ഞത് ഓർക്കുന്നു. "പടപ്പുകളിൽനിന്ന് പടച്ചവനിലേക്ക്

1. മക്കയിൽ കഅബയ്ക്കു ചുറ്റും തീർത്ഥാടകർ നടത്തുന്ന പ്രദക്ഷിണം
2. ഇബ്രാഹിം നബിയുടെ പാദം പതിഞ്ഞ സ്ഥലം - മക്കയിൽ കഅബയോട് ചേർന്ന്
3. കഅ്ബയുടെ മൂലയിൽ സ്ഥാപിച്ചിരിക്കുന്ന കൃഷ്ണശില
4. മക്കയിലെ രണ്ട് പുരാതന കുന്നുകൾ -ഇന്ന് ദേവലായത്തിനുള്ളിലായി മാറിയിരിക്കുന്നു

പെയ്തൊഴിയുന്ന ആവലാതികളുടെ പേമഴ വല്ലാത്തൊരു കാഴ്ചയാണ്. അത് കാണാനാണ് ഞാൻ മക്കയിൽ വരുന്നത്."

മക്കയിലെ വികസന പ്രവൃത്തികളോട് കടുത്ത വിയോജിപ്പും അവൻ പ്രകടിപ്പിക്കും. "മക്കാ താഴ്വര സമ്പൂർണമായും സംരക്ഷിക്കപ്പെടണമായിരുന്നു. കഅ്ബാലയത്തിന്റെ പരിസരത്തെ മലയിറക്കുകളിലൊന്നും കെട്ടിടങ്ങൾ അനുവദിക്കാനേ പാടില്ലായിരുന്നു."

കെട്ടിട നിർമ്മാണമാണ് മക്കയിലെ ക്രമാതീതമായ തിരക്കുകൾക്ക് കാരണമെന്നും അവൻ പറയും. "തിരക്കുണ്ടാക്കുന്ന ദുരന്തവാർത്തകൾ എല്ലാ വർഷവും ലോകം കേൾക്കുന്നില്ലേ? തീർത്ഥാടകർ മക്കയ്ക്കു പുറത്ത് താമസിച്ച് ഒരു നല്ല ദൂരം യാത്രചെയ്തു തന്നെ ഹജ്ജും ഉംറയും നിർവ്വഹിക്കട്ടെ. അല്പം ശാരീരികമായ ആയാസം ആത്മീയയാത്രകൾക്ക് ഉത്തേജനമാകും."

ആരോടുപറയാൻ? കഅ്ബാലയത്തിന്റെ വികസനത്തിന് ഏറ്റവും വലിയ തടസ്സം സഫാ പാലസാണ്. രാജകുടുംബത്തിന് ആഢംബരപൂർവ്വം താമസിച്ച് തീർത്ഥാടനം നടത്താനുള്ള മഹാസൗധം. മഹാരാജാവിന് പള്ളിമെത്തയിൽ കിടന്ന് കഅ്ബാലയം കണ്ട് സായൂജ്യമടയണം. ആ കൊട്ടാരത്തേക്കാൾ ഉയരമുള്ള മറ്റൊരു കെട്ടിടമേ മക്കയിലുള്ളൂ. പഞ്ചനക്ഷത്ര ഹോട്ടലായ ഇന്റർ കോണ്ടിനെന്റൽ. വ്യാപാരപരതയും അധികാരപ്രമത്തതയും ആത്മീയതയെ കയ്യടക്കുന്നതിന് ഇതിനേക്കാൾ വലിയ പ്രതീകങ്ങൾ ആവശ്യമില്ല. അപ്പോൾ പിന്നെ പ്രജകളുടെ ലാഭേച്ഛ ഈ വിശുദ്ധനഗരത്തെ മുടിച്ചുകളയുന്നത് സ്വാഭാവികം മാത്രം. മക്കയിലെ ജനത്തിരക്കിനെ ക്രൂരമായി ചൂഷണം ചെയ്ത കോടീശ്വരന്മാരായ മലയാളികളും എന്റെ മുമ്പിലുണ്ട്.

കഅ്ബാലയത്തിന് ചുറ്റുമായി നിർമ്മിക്കപ്പെട്ട വിശുദ്ധ ദേവാലയമാണ് മസ്ജിദുൽ ഹറം. മദീനയിൽ പ്രവാചകന്റെ അന്ത്യവിശ്രമ സ്ഥാനം നിലകൊള്ളുന്ന ദേവാലയം മസ്ജിദുന്നബവി. ഈ രണ്ട് 'തിരുഗേഹങ്ങളുടെ സംരക്ഷകൻ' എന്ന അർത്ഥത്തിലാണ് സൗദി രാജാവിനെ 'ഖാദിമുൽ ഹറമൈൻ' എന്ന് വിളിക്കുന്നത്. മുസ്ലീം ലോകത്തിന്റെ ആത്മീയാധിപത്യം സൗദി ഭരണകൂടം നേടുന്നതും ഈ പദവിയിലൂടെയാണ്.

ഹറം പള്ളിയിലെ നിർമ്മാണ പ്രവൃത്തികൾ ഒരുകാലത്തും അവസാനിച്ചു കണ്ടിട്ടില്ല. ഏതെങ്കിലും ഭാഗങ്ങൾ പൊളിച്ചുനീക്കിയും വലിച്ചുനീട്ടിയും ചെത്തിമിനുക്കിയും പുതിയ പരിഷ്കാരങ്ങൾ ഏർപ്പെടുത്തിയും എന്നും പണി നടക്കുന്നത് കാണാം. ഇവിടെ കൊച്ചു പണികൾ കരാറെടുക്കുന്ന എന്റെ ഒരു കൂട്ടുകാരൻ ജിദ്ദയിലുണ്ട്. ഒടുങ്ങാത്ത കരാറുകളുടെ അറിയപ്പെടാത്ത ഉള്ളുകള്ളികൾ ഒരിക്കൽ അവൻ വിസ്തരിച്ചുപറഞ്ഞ് എന്റെ ഒരു രാത്രിയിലെ ഉറക്കം കളഞ്ഞിട്ടുണ്ട്.

നിർമ്മാണപ്രവൃത്തികളുടെ സാമ്പത്തികക്കൊള്ളയല്ല സൽമാനെ അസ്വസ്ഥനാക്കുന്നത്. നിർമ്മാണത്തിലെ കലാരാഹിത്യമാണ്. "കലാബോധമോ വർണ്ണബോധമോ കാഴ്ചക്കണ്ണോ തീണ്ടിയിട്ടില്ലാത്ത നിർമ്മിതിയാണ് മക്കയിലെ ഹറം മസ്ജിദിന്റേത്" എന്ന് അവൻ എന്നും പരാതി പറയും. "ആത്മീയാനുഭൂതി തേടിയെത്തുന്ന മനുഷ്യഹൃദയങ്ങൾക്ക് കാഴ്ചയും പരിസരവും കലാപൂരിതമായ ദൈവസാന്നിധ്യം നിറഞ്ഞതാവണം."

കേരളത്തിൽ ജനകീയ ഭവനനിർമ്മാണത്തിന്റെ ലോകോത്തര ശില്പിയായ ആർട്ടിസ്റ്റ് ജി. ശങ്കർ അറേബ്യ കാണാൻ വന്ന വേളയിൽ സഹയാത്രികനാവാൻ ഭാഗ്യം കിട്ടിയ നാളുകൾ ഞാനോർത്തു. സൗദിയിലെ പള്ളികളുടെ ശില്പഭംഗി തന്നെ വല്ലാതെ ആകർഷിച്ചുവെന്ന് ശങ്കർ സാർ പറഞ്ഞിരുന്നു. അത്യന്തം ലളിതമനോഹരമാണ് അവയുടെ നിർമ്മിതിയെന്നും.

ശങ്കർ സാറിന്റെ നിരീക്ഷണങ്ങൾ ഒരു യാത്രയിൽ ഞാൻ സൽമാനോട് പറഞ്ഞു. "മക്കയിലെ വിശ്വദേവാലയം അദ്ദേഹം കാണാതിരുന്നത് നന്നായി" എന്നായിരുന്നു അവന്റെ കമന്റ്. സങ്കീർണവും കൃത്രിമവുമായ ഏച്ചുകെട്ടലുകളും വർണ്ണങ്ങളുടെ ചേർച്ചയില്ലാത്ത ധാരാളിത്തവും സന്തുലനവും സമീകരണവുമില്ലാത്ത രൂപഘടനയും മക്കയിലെ വിശുദ്ധഗേഹത്തെ അനാകർഷകമാക്കുന്നു എന്നത് വാസ്തവം തന്നെ.

പതിനേഴ്

ബലിച്ചോരയുടെ ബദലുകൾ

ചരിത്രത്തിന്റെ മതപാഠങ്ങളും ഓർമ്മയുടെ ദൈവസാമീപ്യവുമാണ് മുസ്ലീം ലോകത്തെ മക്കയിലേക്ക് ആകർഷിക്കുന്നത്. പക്ഷേ ഓർമ്മ കളുടെ അടയാളങ്ങൾ അതിവേഗത്തിൽ മാച്ചുകളയുന്ന പരിഷ്കാരങ്ങൾ സൽമാനെ വല്ലാതെ രോഷം കൊള്ളിക്കുന്നുണ്ട്. "വഹാബികൾ ഓർമ്മ കളെ ഭയപ്പെടുന്നു." ഒരിക്കൽ വന്നപ്പോൾ അവൻ പറഞ്ഞു. "ചരിത്രം തിളച്ചുമറിയുന്ന ഭൂമിയല്ലേ ഇത്? പ്രവാചകൻ പിറന്ന വീടോ, ചരിത്ര മുറങ്ങുന്ന സ്മാരകങ്ങളോ ഒന്നും ബാക്കിവച്ചിട്ടില്ല. സഫയും മർവയും രണ്ടു പർവതങ്ങളായിരുന്നു എന്ന് ഇന്നു കാണുന്നവർക്ക് എങ്ങനെ വിശ്വസിക്കാനാവും? 'സംസം'കിണർ സന്ദർശകർക്ക് ഒരു സങ്കല്പം മാത്രമാണ്. ഹറമിന് പുറത്ത് പൈപ്പിൽ വന്നു വീഴുന്നത് പുണ്യതീർത്ഥ മാണെന്ന് വിശ്വസിച്ചുകൊള്ളണം.

സഹസ്രാബ്ദങ്ങളുടെ ഓർമ്മകൾ ഉണർത്തുന്ന ഒരു നീരുറവയുടെ വായ്മുഖം എന്നന്നേക്കുമായി മറച്ചു കളഞ്ഞിരിക്കുന്നു. വയോധികനായ ഒരു പ്രവാചകൻ സന്താനലബ്ധിക്കുവേണ്ടി നടത്തിയ പ്രാർത്ഥനകൾ... വരദാനമായി ലഭിച്ച സന്താനത്തെച്ചൊല്ലി ഭാര്യമാരായ സാറയും ഹാജറയും തമ്മിൽ ആരംഭിച്ച ചക്കളത്തിപ്പോരുകൾ... ഒടുവിൽ ദൈവ കല്പനപ്രകാരം ആ മരുഭൂമിയിൽ ഉപേക്ഷിക്കപ്പെട്ട ഹാജറയും പുത്രനും... പ്രാണജലത്തിനായി നെട്ടോട്ടമോടിയ ഹാജറയുടെ നിലവിളി കൾ... ഇസ്മായിലിന്റെ കാൽച്ചുവട്ടിൽ ഉറവ പൊട്ടിയ തീർത്ഥജലം... ബൈബിളും ഖുർ-ആനും പങ്കിട്ട ഈ ചരിത്രസ്മൃതികളെല്ലാം വിശ്വാസ ത്തിന്റെ കർമ്മാനുഷ്ഠാനങ്ങളിൽ ഒതുക്കണം.

"വിശ്വാസത്തിന് പ്രതീകങ്ങൾ പാടില്ല എന്ന സലഫീബോധമാണത്. പക്ഷേ ചരിത്രത്തിനും സംസ്കാരത്തിനും സ്മാരകങ്ങൾ എത്ര വലിയ നിക്ഷേപങ്ങളാണ്?" സൽമാന്റെ കലഹങ്ങൾ തെന്നിത്തെന്നി എന്റെ കാതിൽ വീണുകൊണ്ടേയിരുന്നു.

ഇബ്രാഹിം നബിയുടെ വിളിയാണ് മക്കയിലേക്ക് മുസ്‌ലീംലോകത്തെ ആകർഷിക്കുന്നത് എന്ന വിശ്വാസത്തെയും സൽമാന്റെ സന്ദേഹം ചോദ്യംചെയ്യും. മുഹമ്മദ് നബിക്ക് മുമ്പ് ഈ ജനതയിലേക്ക് ഒരു ദൈവ ദൂതനേയും അയച്ചിട്ടില്ല എന്ന് ആവർത്തിച്ച് പ്രഖ്യാപിക്കുന്ന ഖുർ-ആൻ വചനങ്ങളാണ് അവന്റെ ബലം. യാസീൻ (6-ാം വാക്യം), സജദ (3-ാം വാക്യം), ഖസസ്(46-ാം വാക്യം), സബ്അ് (44-ാം വാക്യം) തുടങ്ങിയ അധ്യായങ്ങൾ ഉറക്കെ പാരായണം ചെയ്ത് അവൻ ഞങ്ങളെ വെല്ലു വിളിക്കും. "ദൈവത്തിന്റെ വാക്കുകൾ ഞാനെന്തിന് അവിശ്വസിക്കണം?" അവൻ ചോദിക്കും.

ഹജ്ജ് കഴിഞ്ഞതിന്റെ തിരക്കുകൾ നഗരത്തിലുണ്ട്. എങ്കിലും ഹജ്ജു കാലത്തെ വിലക്കുകൾ നീങ്ങിയിരിക്കുന്നു. വണ്ടി പാർക്ക് ചെയ്ത് ഞങ്ങൾ ഭൂഗർഭത്തിലെ ശൗചാലയങ്ങളിലേക്ക് നീങ്ങി. കൂട്ടുകാരെ തന്നിഷ്ടത്തിനുവിട്ട് ഞാനും സൽമാനും ഹറമിൽ കടന്നു. പതിവുള്ള പ്രദക്ഷിണവും ദീർഘനേരത്തെ നിരീക്ഷണ സഞ്ചാരവും കഴിഞ്ഞ് ഞങ്ങൾ പുറത്തുകടന്നു.

ആയിഷാ ബീവിയുടെ ഭവനം പരിരക്ഷിച്ചു നിർത്തി ഒരു ലൈബ്രറി യാക്കിയത് ഏറെ മുറവിളികൾക്കുശേഷമാണ്. ഇപ്പോഴും ജനശ്രദ്ധ യാകർഷിക്കുന്ന പരിഗണനയോ പ്രാധാന്യമോ ആ വീടിനു കിട്ടിയിട്ടില്ല. ഇത്തരം എത്രയെത്ര ചരിത്രസാക്ഷ്യങ്ങളാണ് ഈ മണ്ണിൽ അപ്രത്യക്ഷ മായത്? നഗരപ്രാന്തത്തിലെ വിഖ്യാതമായ ഗുഹകൾക്ക് പ്രവാചകനു മായുള്ള ആത്മബന്ധംപോലും അവഗണിക്കപ്പെട്ടു. വെളിപാടു ലഭിച്ച ഹിറാഗുഹയിൽ പോലും സുഗമമായി ചെന്നുപോരാൻ സൗകര്യം ഒരുക്കി യിട്ടില്ല. "ചരിത്രസ്മാരകങ്ങൾ ആരാധനാ പാത്രമായിത്തീരും എന്ന ഭയപ്പാട് സലഫീചിന്തകളെ എന്തുമാത്രം പരിഹാസ്യമാക്കുന്നു." സൽമാൻ സൗമ്യനായിത്തന്നെ കയർക്കുകയാണ്.

മക്കയിലെ ഗുഹകൾ സന്ദർശിക്കാനായി മാത്രം ഒരിക്കൽ ഞങ്ങൾ വന്നിരുന്നു. എന്നേക്കാൾ കഷ്ടപ്പെട്ടാണ് സൽമാൻ തടിച്ച ദേഹവുമായി ഗുഹകളിൽ കയറിയിറങ്ങിയത്. ഹിറാ ഗുഹയിൽനിന്ന് ഇറങ്ങുമ്പോൾ വല്ലാത്തൊരു ആവേശത്തോടെ ഞാൻ സൽമാനോട് പറഞ്ഞു: "വായിക്കാനുള്ള ദൈവികാഹ്വാനം കിട്ടിയ പുണ്യസ്ഥാനം. അല്ലേ?"

"അല്ല." അവന്റെ നിഷേധം എന്നെ അമ്പരപ്പിച്ചു. "വായനയും വെളി പാടും തമ്മിൽ യാതൊരു ബന്ധവുമില്ല."

ഞാൻ മൗനിയായി. നെറ്റി ചുളിച്ച് അവന്റെ കണ്ണിൽ നോക്കി. സൽമാൻ തുടർന്നു:

'ഇഖ്റഅ്' എന്ന വാക്കിന് 'വായിക്കുക' എന്ന സാമാന്യമായ അർത്ഥ മുണ്ട്. അതുപക്ഷേ ഈ സന്ദർഭത്തിന് എങ്ങനെ ചേരും? ജിബ്രീൽ എന്ന മാലാഖ വന്ന് എന്ത് വായിക്കാനാണ് നബിയെ നിർബന്ധിച്ചത്?

പ്രവാചകൻ നിരക്ഷരനായിരുന്നുവെന്നും അല്ലെന്നും വാദമുണ്ട്. ഇനി അറിയാമെങ്കിൽ തന്നെ വായിക്കാനെവിടെ അക്ഷരം?

ചിന്തകളിൽ അവൻ തീ കൊളുത്തുകയാണ്. എനിക്ക് ഒന്നും പറയാനില്ല. അവൻ തന്നെ പറയട്ടെ:

"പാരമ്പര്യമായി തുടരുന്ന ഒരു ആഗോള അബദ്ധമാണത്. പ്രവാചകന് കിട്ടിയ ആദ്യത്തെ വെളിപാടുവാക്യത്തിലെ 'ഇഖ്റഅ്' എന്ന പദത്തിന് 'പ്രഖ്യാപിക്കുക' എന്നാണർത്ഥം. ഞങ്ങളുടെ ഭാഷയിൽ അങ്ങനെയൊരു വിശേഷാർത്ഥംകൂടി ആ വാക്കിനുണ്ട്. സംശയമുണ്ടെങ്കിൽ ഖുർ-ആന്റെ ഇംഗ്ലീഷ് വിവർത്തനങ്ങൾ നോക്ക്."

പരിശോധനയിൽ എനിക്കും ബോധ്യപ്പെട്ടു. അബ്ദുള്ളാ യൂസുഫ് അലിയുടെ പരിഭാഷയിൽ 'ഇഖ്റഅ്' എന്ന വാക്കിന് 'പ്രൊക്ലെയിം' എന്നാണർത്ഥം. പ്രഖ്യാപിക്കുക, വിളംബരംചെയ്യുക എന്നൊക്കെയാണല്ലോ അതിനർത്ഥം.

"വായനശാലയിലുള്ളത് വിജ്ഞാനമാണ്. ജ്ഞാനമാകട്ടെ ദൈവസന്നിധിയിലാണുള്ളത്." സൽമാന്റെ പ്രഖ്യാപനം. "ദൈവദത്തമായ ജ്ഞാനം ലോകത്തോട് വിളംബരം ചെയ്യുക എന്നാണ് ജിബ്രീൽ കൊണ്ടുവന്ന സന്ദേശം." എന്റെ ഉള്ളിൽ എവിടെയോ വകതിരിവിന്റെ വെളിച്ചം വീഴുന്നതുപോലെ.

മക്കയിൽനിന്ന് മദീനയിലേക്ക് പ്രവാചകനും അനുയായികളും പലായനം നടത്തിയ 'ഹിജ്റ'യുടെ പാതയിലൂടെ ഒരിക്കൽ ഞങ്ങൾ സഞ്ചരിച്ചു. ഓർമ്മയും ചരിത്രവും തിരനീട്ടിയ മണ്ണിലൂടെ... ദൈവികതയും മാനവീകതയും കലർന്നലിഞ്ഞ വീഥിയിലൂടെ ഒരു ആത്മീയ യാത്ര... ദുർഘടമായിരുന്നു വഴികൾ... മക്കയിൽനിന്ന് ഥൗർ മലകടന്ന് ക്യൂബ വഴി മദീനവരെ...

"ഈ ചരിത്രപഥം മാത്രം സംരക്ഷിച്ചാൽ മതി തിരുനബിയുടെ മൂർത്തസ്മരണയ്ക്ക്..." സൽമാന്റെ വീക്ഷണഗതി എന്റെ ചിന്തയിൽ ആയിരം അലകൾ തീർത്തു.

ആരവങ്ങൾ ഒഴിഞ്ഞ ഹജ്ജിന്റെ കർമ്മഭൂമിയിലൂടെ കറങ്ങി വന്നാലോ എന്ന് സൽമാൻ ചോദിച്ചതും അന്നേരത്താണ്. അവന്റെ കമ്പങ്ങൾ പ്രവചനാതീതമാണ്. എന്തും എപ്പോഴും തോന്നാം. തോന്നിയാൽ മതി, പുറപ്പെടാൻ...

ഹാജിമാരുടെ തുരങ്കമാർഗത്തിലേക്ക് കടക്കുമ്പോൾ "വണ്ടിയെടുത്താലോ?" ഞാൻ ചോദിച്ചു.

"വേണ്ട. ഇന്നലെ ലക്ഷക്കണക്കിന് മനുഷ്യരുടെ പാദങ്ങൾ പതിഞ്ഞ വഴിയിലൂടെ, നടന്നുനോക്കാം" എന്ന് സൽമാനും. ഞങ്ങൾ നടന്നു. തുരങ്കം കടന്നപ്പോഴാണ് വെയിൽ ചാഞ്ഞു തുടങ്ങുന്നത് അറിഞ്ഞത്.

ഓരോ വർഷവും ഹജ്ജിനുവേണ്ടി മാത്രമായി നടക്കുന്ന പരിഷ്കാരങ്ങളും മുടക്കുന്ന കോടികളും ഞങ്ങളെ അദ്ഭുതപ്പെടുത്തി. ഉത്സവപ്പിറ്റേന്ന് പൂരപ്പറമ്പിലൂടെ ഒഴുകിനടക്കുന്ന ഒരു കൗതുകമാണ് എന്നെ നയിച്ചത്. ബലദിയാ തൊഴിലാളികളുടെ ശുചീകരണ വാഹനങ്ങളാണ് തലങ്ങും വിലങ്ങും ഓടുന്നത്. പല ഭാഷകളിലുള്ള പത്രക്കടലാസുകൾ, ഭക്ഷണപ്പൊതിയുടെ അവശിഷ്ടങ്ങൾ, ഉപേക്ഷിക്കപ്പെട്ട വസ്ത്രങ്ങൾ, ചെരിപ്പുകൾ, പാത്രങ്ങൾ, പ്രാർത്ഥനാ പുസ്തകങ്ങൾ... എല്ലാം ചിതറിക്കിടക്കുന്നു. വെള്ളക്കുപ്പികളാണ് ഏറ്റവും കൂടുതൽ, പെപ്സിയുടെയും കൊക്കക്കോളയുടെയും കുപ്പികൾ അതിലേറെ... ഹജ്ജ് കർമ്മത്തിന്റെ വഴികളിലെങ്ങും പെപ്സിയുടെയും കൊക്കക്കോളയുടെയും ഓട്ടോമാറ്റിക് ബൂത്തുകൾ സ്ഥാപിക്കപ്പെട്ടിരിക്കുന്നു. പാനീയക്കമ്പനികൾ ഹാജിമാർക്കായി നൽകുന്ന സൗജന്യങ്ങളുടെ ഭാഗമാണത്. ബിസ്കറ്റ്, സ്നാക്സ്, ഫാസ്റ്റ്ഫുഡ് കമ്പനികളും ഹജ്ജിനിടയിൽ വ്യാപകമായി കിറ്റുകളും പാക്കറ്റുകളും വിതരണം ചെയ്യാറുണ്ട്.

നിശ്ശബ്ദനായി നടക്കുന്ന സൽമാനെ ഒന്നുണർത്താൻ ഞാൻ ഒരു തമാശപറഞ്ഞു: "കോക്കും പെപ്സിയുമാണ് നിങ്ങളെ മയക്കുന്ന കോർപ്പറേറ്റ് വിഷക്കുപ്പികൾ..."

സൽമാൻ ഒരുനിമിഷം നിന്നു. എന്നെ ഊന്നിനോക്കി. "അങ്ങനെ പറയരുത്. ഇവിടെ കുടിവെള്ളത്തേക്കാൾ കുറഞ്ഞ വിലയ്ക്ക് പെപ്സി കിട്ടും. കുടിവെള്ളമെത്താത്ത മരുഭൂമിയുടെ ഉള്ളറകളിലും അവർ പെപ്സി എത്തിക്കും."

"അതാണ് കച്ചവടം!"

"യെസ്... ആവശ്യമുള്ളത് എത്തിച്ചുകൊടുത്താൽ ലാഭം കിട്ടും. അതുതന്നെയാണ് കച്ചവടം. പക്ഷേ ഇവിടെ ലാഭത്തിന്റെ നല്ല വിഹിതം ഞങ്ങളുടെ അമീർമാർക്കാണ്."

"പോക്കറ്റ് മാത്രമല്ലല്ലോ, ആരോഗ്യവും തകരുന്നില്ലേ?"

"ഉണ്ടാവാം. ഏത് പാനീയത്തിലും രുചിയും മണവും നിറവും കൂട്ടാൻ ചേർക്കുന്ന പദാർത്ഥങ്ങൾ നല്ലതല്ല." സൽമാൻ തുടർന്നു. "പക്ഷേ എബീ... ഞങ്ങൾക്ക് മറ്റു ബദലുകളില്ല. ഇളനീരും ശുദ്ധജലവും സമൃദ്ധമായി കിട്ടുന്ന കേരളത്തിന്റെ കണ്ണുകൊണ്ട് നീ അറേബ്യയിലെ പെപ്സിയെ കാണരുത്."

സൽമാന്റെ സംഭാഷണം വല്ലാത്തൊരു കലാവിദ്യയാണ്. കണ്ണിന്റെ കൃഷ്ണമണിയിലൂടെ മനസ്സിലേക്കിറങ്ങി, മന്ത്രമധുരമായ സൗമ്യസ്വരത്തിൽ തന്റെ വാദമുഖങ്ങൾ നമ്മുടെ ഹൃദയഭിത്തിയിൽ കോറിയിട്ട്, പതുക്കെ അവൻ ഇറങ്ങി നടക്കും.

സൽമാൻ നടന്നു. അറഫയുടേയും മുസ്ദലിഫയുടെയും മിനായുടെയും കലങ്ങിമറിഞ്ഞ മൈതാനങ്ങളിലൂടെ... പിശാചിന്റെ പ്രതീകമായി സ്ഥാപിക്കപ്പെട്ട സ്തൂപങ്ങളിലേക്ക്, പല തട്ടുകളായി നീങ്ങി ഭക്തലക്ഷങ്ങൾ കല്ലെറിഞ്ഞ വഴികളിലൂടെ... ലക്ഷക്കണക്കിന് ആടുകളുടെ നിലവിളിയും ബലിച്ചോരയും അലിഞ്ഞുകുതിർന്ന മണ്ണിലൂടെ...

പെട്ടെന്നാണ് സൽമാൻ ചോദിച്ചത്: “എബീ... കല്ലേറുപോലെ ഈ ബലിയും പ്രതീകാത്മകമായാൽ പോരേ?” ഞാൻ ചിരിച്ചതേയുള്ളൂ. അത്തരം ചില ആവശ്യങ്ങൾ ‘ഹരിത ഇസ്‌ലാം’ പക്ഷത്തിന്റെ രചനകളിൽ ഞാനും വായിച്ചിരുന്നു.

നരബലിക്കുപകരം പ്രതീകാത്മകമായി ആടിനെ ബലിയർപ്പിക്കാൻ ഇബ്രാഹിം നബിയോട് ദൈവം കല്പിച്ച കാലത്ത്, അത് ലക്ഷക്കണക്കിന് ആടുകൾ ഒരേ സമയം കൂട്ടക്കൊല ചെയ്യപ്പെടുന്ന ഒരു അനുഷ്ഠാനമായിരുന്നില്ല. ആട്ടിറച്ചി മരുഭൂമിയുടെ മക്കൾക്ക് വിശിഷ്ടഭോജ്യമായി വിശപ്പടക്കാനുള്ള ആഹാരവുമായിരുന്നു അന്ന്.

“പ്രവാചകൻ തന്റെ വരുതിയിലുള്ള ഒരു മനുഷ്യജീവൻ രക്ഷിക്കാൻ മൃഗത്തെ പ്രതീകമാക്കിയെങ്കിൽ മനുഷ്യൻ തന്റെ വരുതിയിലുള്ള മൃഗങ്ങളെ രക്ഷിക്കാൻ മറ്റൊരു പ്രതീകത്തെ കണ്ടെത്തിയേ തീരൂ...” സൽമാന്റെ വാദത്തിന്റെ യുക്തിഭദ്രത എന്നെ അതിശയിപ്പിച്ചു. ഒടുവിൽ ഖണ്ഡിതമായ ഒരു പ്രഖ്യാപനം പോലെ എന്റെ നേരെ വിരൽ ചൂണ്ടി പറഞ്ഞു:

“വിശക്കുന്ന മനുഷ്യന് ഭക്ഷിക്കാനല്ലാതെ, ഈ ഭൂമിയിലെ ഒരു ജീവനും അപഹരിക്കാൻ പാടില്ല.”

അവൻ അടുത്തുകണ്ട ഒരു കൽമുട്ടിൽ ഇരുന്നു. ഞാൻ അവന് അഭിമുഖമായി നിന്നു. പോക്കുവെയിൽ തട്ടി ആ കണ്ണുകൾ ജ്വലിക്കുന്നതു പോലെ. “എബീ... പതിനെട്ട് ലക്ഷം ആടുകളും പതിമൂവായിരം ഒട്ടകങ്ങളും ഇക്കൊല്ലത്തെ ഹജ്ജിന് അറുക്കപ്പെട്ടു. ബലിമൃഗത്തിന്റെ രക്തവും മാംസവും ദൈവത്തിനു വേണ്ട എന്ന് വിശുദ്ധ വചനങ്ങളിലുണ്ട്. അന്നദാനത്തിന്റെ പുണ്യം മാത്രമേ ദൈവത്തിന് സ്വീകാര്യമാവൂ.”

“ബലിമാംസം ആഫ്രിക്കൻ രാജ്യങ്ങൾക്ക് എത്തിച്ചു കൊടുക്കുന്നു എന്നാണല്ലോ കേൾവി.”

“ശരിയാണ്.” “ഒരുഭാഗമെങ്കിലും ദരിദ്രരാജ്യങ്ങളിലേക്ക് എത്തിച്ചു കൊടുക്കാൻ തുടങ്ങിയത് സമീപകാലത്താണ്. പക്ഷേ നമീബിയയ്ക്കും ഉഗാണ്ടയ്ക്കും സോമാലിയക്കുമൊക്കെ ഇറച്ചിയെക്കാൾ ആവശ്യമുള്ള ജീവൽ പ്രശ്നങ്ങളുണ്ട്. അതിനൊക്കെ പരിഹാരം കാണാൻ ഈ ബലിപ്പണം പ്രതീകമായി അയച്ചുകൊടുത്താൽ പോരേ? ദൈവത്തിന്റെ ദിവ്യദാനമായ ജീവൻ, കേവലം ഒരു ആചാരത്തിന്റെ പേരിൽ കൂട്ടക്കശാപ്പു ചെയ്യുന്നത് ഒഴിവാക്കിക്കൂടേ?”

ചോദ്യങ്ങൾ തുടരുന്തോറും ഞാനും സന്ദേഹിയാകുന്നു. ജിദ്ദയിൽ ഹോട്ടൽ നടത്തിയിരുന്ന സുഹൃത്ത് പങ്കിട്ട ചില സ്വകാര്യങ്ങൾ ഞാനോർത്തു:

ഹജ്ജ് കാലത്ത് അടപ്പുള്ള പിക്കപ്പുകളുമായി വളഞ്ഞവഴിക്ക് മിനായിലെത്തി, അറുത്തിട്ട ആടുകളെ വണ്ടികളിൽ വലിച്ചിട്ട് ഹോട്ടലിലെ ഫ്രീസറുകളിൽ അട്ടിയിടുന്ന കച്ചവടക്കാരുടെ സാമർത്ഥ്യം... പിന്നെ മാസങ്ങളോളം അവിടെ വിൽക്കപ്പെടുന്ന മട്ടൻ വിഭവങ്ങൾ ബലിദാനം കിട്ടിയ മാംസമാണെന്ന് എത്രപേർ അറിയുന്നു?

അഫ്രാസിന്റെ വിളി വന്നപ്പോഴാണ് നേരം ഇരുട്ടിയത് ഞങ്ങൾ ഓർത്തത്. മഗ്‌രിബിന് ഹറമിൽ എത്തിക്കാണാഞ്ഞതുകൊണ്ട് വിളിച്ചതാണ്.

സൽമാൻ നടന്നു ക്ഷീണിച്ചിരുന്നു. ഞാനും. വണ്ടിയുമായി മിനായിലെത്താൻ ഞാൻ അഫ്രാസിനോട് പറഞ്ഞതുകേട്ട് സൽമാൻ വലതുകൈയിന്റെ തള്ളവിരൽ ഉയർത്തിക്കാട്ടി. ഞാനും സൽമാന്റെ സമീപം ഇരുന്നു.

അഫ്രാസും സുഡാനികളും ഞങ്ങളെത്തേടിയെത്തി. മക്കയുടെ അതിർത്തി കടക്കുന്നതിനുമുമ്പ് ഒരു തുർക്കി കാപ്പി കുടിക്കാൻ വണ്ടി നിർത്തി. പുറപ്പെടുമ്പോൾ 'ഷറഫിയ'എന്ന് അഫ്രാസിനോട് നിർദ്ദേശിച്ചു. ഞാനും സൽമാനും കാറിലിരുന്ന് മയക്കംപിടിച്ചു.

'ജിദ്ദ' എന്നാൽ 'മുത്തശ്ശി'എന്നാണ് അർത്ഥം. നരവംശത്തിന്റെ മുത്തശ്ശിയായ ഹവ്വാബീവിയുടെ പേരിലുള്ള നഗരമാണത്. മിക്ക രാജ്യങ്ങളുടെയും ഓരോ ജില്ലകൾക്കും ജിദ്ദയിൽ സ്വന്തം മൂലകളുണ്ട്. കേരളത്തിന് ഒരു തലസ്ഥാനം തന്നെയുണ്ട്. അതാണ് ഷറഫിയ. സൗദിയിലെ എല്ലാ നഗരങ്ങൾക്കും ഇതുപോലെ മലയാളി തലസ്ഥാനങ്ങളുണ്ട്. ജിദ്ദയിലെ കേരള തലസ്ഥാനമായ ഷറഫിയയിൽ ഇംപാല ഹോട്ടലിന് മുമ്പിൽ വണ്ടി നിർത്തിയപ്പോഴാണ് ഞങ്ങൾ ഉണർന്നത്.

അഫ്രാസിന് പഠാൻ താവളത്തിൽ അഭയം തേടാൻ സമ്മതം കൊടുത്തു. സുഡാനികൾക്ക് ഖർത്തൂമി ക്യാമ്പിലും. സൽമാനെ കൂട്ടിക്കൊണ്ടുപോവാൻ ബാങ്കിന്റെ റീജ്യണൽ മാനേജർ ഹുസൈൻ ഷർഖി വന്നുചേരും. 'ഒമ്പതുമണിയോടെ എത്തിയാൽ മതി' എന്ന് ഷർഖിയോട് ഫോണിൽ പറയുന്നത് ഞാൻ കേട്ടിരുന്നു. 'നിങ്ങളുടെ റാഫീ നൈറ്റിൽ അല്പനേരം ഇരിക്കാ'മെന്ന് എന്നോടും പറഞ്ഞു.

പരിപാടി തുടങ്ങിക്കഴിഞ്ഞിരുന്നു. ഹോട്ടലിന്റെ മുകളിൽനിന്ന് റാഫീ സാഹബിന്റെ അനശ്വര ഗീതങ്ങൾ ഒഴുകിയെത്തി:

യേ ദുനിയാ... യേ മെഹ്ഫിൽ...

മേരാ കാം കീ നഹീ...

പാട്ടിനൊത്ത് മൂളിയെങ്കിലും മുകളിലത്തെ നിലയിലെ ഓഡിറ്റോറിയത്തിലേക്ക് കയറാൻ സൽമാൻ നന്നായി ബുദ്ധിമുട്ടി. മലയാളികൾ തിങ്ങിനിറഞ്ഞ സദസ്സ് പാട്ടിൽ ലയിച്ചിരിക്കുകയാണ്. പരിചയക്കാർ ഓടിവന്നു.

കലാപരിപാടികൾ നടക്കുന്ന വേദിയിലേക്ക് സൗദികൾ വരുന്നത് ഭയാശങ്കകളോടെയാണ് മലയാളിസമൂഹം കാണുന്നത്. മതകാര്യപ്പോലീസി (മുതവ്വ)ന്റെ ഇടപെടൽ പലപരിപാടികളും അലങ്കോലമാക്കാറുണ്ട്. വേദിയിലോ സദസ്സിലോ സ്ത്രീപുരുഷന്മാർ ഒരുമിച്ചിരിക്കുന്നതുപോലും കുറ്റകരമായ നാട്ടിൽ കലാവേദികളിൽ കുറ്റം കണ്ടെത്താൻ എളുപ്പമാണല്ലോ.

സൽമാന് ഒരു സീറ്റ് കൊടുക്കാൻ ഞാൻ ആവശ്യപ്പെട്ടതോടെ സംഘാടകരുടെ ശങ്കമാറി. അവർ സദസ്സിന്റെ മുൻനിരയിൽ ഒരു കസേരയിട്ട് സൽമാനെ ഇരുത്തി. ഞാൻ കൂട്ടുകാർക്കിടയിലേക്ക് ലയിച്ചുമാറി.

ജിദ്ദയിലെ എല്ലാ മലയാളി ഗായകരും പാടുന്നുണ്ട്. സൽമാൻ നന്നായി ആസ്വദിക്കുന്നത് ശ്രദ്ധിച്ചു. ഏതാനും പാട്ടുകൾ കേട്ടുകഴിഞ്ഞപ്പോൾ സൽമാൻ അടുത്തു വിളിച്ചു. ചോദ്യം കേട്ട് ഞെട്ടിപ്പോയി: "ക്യാൻ ഐ സിംഗ് എ സോങ് ഓഫ് റാഫീ സാബ്?"[1]

എന്റെ നാവിറങ്ങിപ്പോയി. ഞാൻ ചെന്ന് സംഘാടകരോടും പക്ക മേളക്കാരോടും സമ്മതം ചോദിച്ചു. അവരും അദ്ഭുതം കൊണ്ട് വാപൊളിച്ചു. ഒടുവിൽ വേദിയിൽ കയറി മൈക്കെടുത്ത് ഞാൻ പറഞ്ഞു: "അവർ സൗദി ഫ്രന്റ് സൽമാൻ ഉമർ അൽഗംദി വിൽ സിംഗ് എ സോങ് ഓഫ് റാഫീ സാബ്..."[2] നിറഞ്ഞ ഹർഷാരവം.

സ്റ്റേജിൽ കയറാൻ സൽമാനെ ഞാനും സഹായിച്ചു. മൈക്ക് കൈയിലെടുത്ത്, കണ്ണടച്ച്, ദിഗന്തങ്ങളിലേക്ക് നീളുന്ന രാഗത്തിൽ സൽമാൻ പാടി:

"ഓ ദുനിയാ കേ രഖ്‌വാലേ...
സുൻ ദർദ് ഭരേ മേരേ നാലേ..."

---

1. റഫീ സാബിന്റെ ഒരുപാട്ട് എനിക്ക് പാടാമോ?
2. നമ്മുടെ സൗദി സുഹൃത്ത് സൽമാൻ ഉമർ അൽഗാദി, റാഫീ സാഹബിന്റെ ഒരു പാട്ടു പാടും

പതിനെട്ട്

കരുണയുടെ രണഭൂമികൾ

അറബി ഭാഷയുടെ പിതാവ്?

ഹുസൈൻ ഷർഖിയുടെ ചോദ്യം സൽമാനെ ഹൈസ്കൂൾ കാലത്തെ ഭാഷാ ക്ലാസ്സിലേക്ക് പിൻനടത്തി.

എല്ലാ ഭാഷകൾക്കും പിതാക്കളുണ്ടെന്ന അറിവ് എന്റെ ചിന്തയിലും ചില വികടചിത്രങ്ങൾ വരച്ചു.

അമ്മയില്ലാത്ത മക്കളായതു കൊണ്ടാവാം, ലോകത്ത് ഓരോ ആഴ്ച യിലും ഓരോ ഭാഷ മരിക്കുന്നത്!

"ഇംലാഖ്..." സൽമാൻ ഓർമ്മയിൽ നിന്ന് ഉത്തരം തപ്പിയെടുത്തു.

"യെസ്, മുഴുവൻ പേര് അല്പം ദീർഘമാണ്." ഷർഖി വിശദീക രിച്ചു. "നാലു തലമുറകൾ നീളുന്ന പേര്- ഇംലാഖ് ഇബ്നു ലാവൂദ് ഇബ്നു സാം ഇബ്നു നൂഹി."

"അപ്പോൾ... നൂഹ് നബിയുടെ നാലാം തലമുറയാണോ ഈ ഇംലാഖ്?" പേരിലെ വംശാവലി കേട്ടാണ് ഞാൻ ചോദിച്ചത്.

"അതെ." സൽമാനാണ് ഉത്തരം പറഞ്ഞത്. "ഇംലാഖിന്റെ വംശ മാണ് അമാലിഖ. ബൈബിൾ ഇവരെ 'അമാലേക്യർ' എന്നാണ് വിളി ക്കുന്നത്."

"ബാബിലോണിയക്കാരാണ് ഇംലാഖിന്റെ പൂർവ്വ പിതാക്കൾ." ഷർഖി തുടർന്നു. "പിൽക്കാലത്ത് മദീനയിൽ വേരുറപ്പിച്ചതാണ് ഈ വംശം."

മദീനയുടെ പ്രാധാന്യങ്ങൾ എണ്ണിയെണ്ണി പറയുകയാണ് ഹുസൈൻ ഷർഖി. 'യഥ്രിബ്' പുരാതന മരുപ്പച്ചയായിരുന്ന കാലംതൊട്ടേ ലോകോ ത്തരമായ ഒരു സംസ്കൃതി ആ നഗരത്തെ ശ്രദ്ധേയമാക്കിയിരുന്നു എന്ന് സ്ഥാപിക്കുകയാണ് സൽമാന്റെ കൂട്ടുകാരൻ.

സത്യത്തിൽ ചരിത്രത്തിന്റെ ചുടുമണ്ണിലേക്കുള്ള ഇന്നത്തെ യാത്ര യിൽ ഷർഖിയെ കൂട്ടിയതുതന്നെ ഭൂതകാലത്തിന്റെ വാതായനങ്ങൾ അനായാസം തുറന്നുകിട്ടാനാണ്.

"ഷർഖിയെക്കൂടി പൊക്കിയാലോ?" എന്നു ചോദിച്ചുകൊണ്ട് രാവിലെ സൽമാൻ വാട്സ് ആപ് ചെയ്ത പ്രൊഫൈൽ എന്റെ കണ്ണു തള്ളിച്ചു. "സൗദി-ബ്രിട്ടീഷ് ബാങ്കിലെ മാനേജീരിയൽ തസ്തികയിൽ ഇരുന്ന് ദ്രവിച്ചുപോകേണ്ട ഒരാളല്ലല്ലോ ഡോ: ഹുസൈൻ ഷഹീദ് അൽ ഷർഖി"യെന്ന് ഞാൻ പ്രതികരിക്കുകയും ചെയ്തു.

കേംബ്രിഡ്ജിൽ നിന്ന് ഓറിയന്റൽ ഹിസ്റ്ററിയിലാണ് ബിരുദം. മെസൊപ്പൊട്ടേമിയൻ സിവിലൈസേഷനിൽ അവിടന്നുതന്നെ മാസ്റ്റേഴ്സ്. 'അറേബ്യൻ ഉൽഖനനത്തിന്റെ സൂചനകൾ' എന്ന വിഷയത്തിൽ അമേരിക്കയിലെ ടെക്സാസിൽ നിന്ന് ഡോക്ടറേറ്റ്. 'ബിനീത്ത് ദ സാന്റ് ഡ്യൂൺസ്'* എന്ന പേരിൽ ആ ഗവേഷണ ഗ്രന്ഥം പ്രിസിദ്ധീകരിച്ചിരിക്കുന്നു. ഫ്ളോറിഡയിൽ നിന്ന് ബിസിനസ് അഡ്മിനിസ്ട്രേഷനിൽ നേടിയ ഒരു പി.ജി. ഡിപ്ളോമയാണ് ഈ ചരിത്രകാരനെ ബാങ്കുദ്യോഗത്തിന് പ്രാപ്തനാക്കുന്ന ഒരേയൊരു യോഗ്യത.

"സാറെന്തിന് ബാങ്കിൽ ഒതുങ്ങി?" എന്ന് കാറിൽ വന്നു കയറി പരിചയപ്പെട്ടയുടനെ ഞാൻ ചോദിച്ചു. വാചാലമായ ഒരു ചിരിയായിരുന്നു മറുപടി. ആ ചിരിയുടെ വ്യാഖ്യാനം നിർവ്വഹിച്ചത് സൽമാനാണ്.

"അതാണ് മോനേ പ്രണയത്തിന്റെ തീവ്രത! ഏത് ദുർഘട മാർഗ്ഗവും പ്രിയപ്പെട്ടവളിലേക്കാണെങ്കിൽ രാജപാതയായിത്തീരും." ഞാൻ നെറ്റി ചുളിച്ചു. ഷർഖി ആസ്വദിച്ച് ചിരിക്കുകയാണ്. സൽമാൻ കഥയുടെ ചുരുൾ വിടർത്തി.

സൗദി ബ്രിട്ടീഷ് ബാങ്കിന്റെ ഗ്ലോബൽ ബാങ്കായ എച്ച്.എസ്.ബി.സിയിലാണ് ഷർഖിയുടെ ബ്രിട്ടീഷുകാരിയായ ഭാര്യ ബ്രീത്താ ഡസ്മണ്ട് ജോലി ചെയ്യുന്നത്. കേംബ്രിഡ്ജിലേക്കുള്ള പതിവു യാത്രകൾക്കിടയിലാണ് ഷർഖി അവളെ പരിചയപ്പെടുന്നത്. പഠനം തീരുമ്പോഴേക്കും പിരിയാനാവാത്ത പിരിമുറുക്കം. ബ്രീത്ത ഉപദേശിച്ച ബുദ്ധിയാണ് അമേരിക്കൻ ഡിപ്ലോമയും ബാങ്ക് ജോലിയും.

"അതുകൊണ്ടുമാത്രമല്ല." ഷർഖി ഇടപെട്ടു. "ചരിത്രഗവേഷണവും അധ്യാപനവുമൊന്നും അന്നിവിടെ അത്ര ആകർഷകമായ ജോലിയല്ല. ഞങ്ങളുടെ നാട് അതിന്റെയൊക്കെ പ്രാധാന്യം മനസ്സിലാക്കിയത് ഏറെ വൈകിയാണ്."

"എങ്കിൽ പിന്നെ വിദേശ യൂണിവേഴ്സിറ്റികളിൽ തന്നെ പ്രൊഫസർ ആയി പോകാമായിരുന്നില്ലേ?"

"അത്തരം ഓഫറുകൾ വന്നതാണ്." ഷർഖി പറഞ്ഞു. "ടെക്സാസിൽ തന്നെ ചേരാമായിരുന്നു. പക്ഷേ എനിക്കെന്തോ പടിഞ്ഞാറിനോട് താത്പര്യം തോന്നിയില്ല."

"പേരിൽ തന്നെ അവനൊരു കിഴക്കനാണല്ലോ." സൽമാൻ പറഞ്ഞു ചിരിച്ചു. 'ഷർഖി'യെന്ന പദത്തിന് 'കിഴക്കൻ' എന്നാണർത്ഥമെന്ന് അപ്പോഴാണ് ഞാനോർത്തത്.

---

* മണൽക്കൂനകൾക്കു കീഴെ

“പടിഞ്ഞാറ് കിടപ്പറയിൽ മതി എന്നാണ് ഷർഖിയുടെ പോളിസി.” സൽമാന്റെ തമാശയിൽ ഞങ്ങൾ ഇരുവരും പൊട്ടിച്ചിരിച്ചു.

“ഇപ്പോൾ തന്നെ ആംഗ്ലോ-അറബ് മക്കൾ ഏഴായി.” വീണ്ടും സൽമാന്റെ വെടിക്കെട്ട്.

അഫ്രാസ് ഇന്ന് പരിപൂർണ നിശ്ശബ്ദനാണ്. ഒരുപക്ഷേ അപരിചിതനായ അതിഥിയുടെ ശീലവട്ടങ്ങൾ കണ്ടറിയുകയാവാം. അല്ലെങ്കിൽ അവന്റെ താളക്രമത്തെ ഭേദിച്ച ഷർഖിയോടുള്ള പ്രതിഷേധത്തിന്റെ മൗനരാഗവുമാവാം.

അഫ്രാസ് കേട്ടുകൊണ്ടിരുന്ന ഖവ്വാലിയിലാണ് ഷർഖി കയറിയ ഉടനെ കൈവച്ചത്. ഷർഖിയുടെ കീചെയ്നിൽ ഇളകിയാടിയിരുന്ന പെൻ ഡ്രൈവിൽ നിന്ന് ഉല്ലസിച്ചൊഴുകിയ ഷാക്കിറയുടെ ചടുലഗീതങ്ങളാണ് പിന്നീട് കാറിൽ നിറഞ്ഞു തുളുമ്പിയത്.

എന്നെ കൂട്ടാൻ ഷറഫിയയിൽ കാറെത്തിയപ്പോൾ സുഡാനികൾ ഉറക്കമാണ്. സജീവമായ രാത്രിയും സമൃദ്ധമായ ആഹാരവും പകലുറക്കത്തിന്റെ പ്രലോഭനത്തിലേക്ക് എന്നേയും വലിച്ചടുപ്പിച്ചുകൊണ്ടിരുന്നു.

ഇന്നലെ ഇംപാലയിലെ പാട്ടുരാവ് കഴിഞ്ഞ് സൽമാനെ ഷർഖിയോടൊപ്പം യാത്രയാക്കി ഞാനും കൂട്ടുകാരും നടക്കാനിറങ്ങി.

ഹവ്വാബീവിയുടെ ഓർമ്മത്തെരുവിലൂടെ ബലദ് വരെ നീണ്ട സവാരി കഴിഞ്ഞ് തിരിച്ചെത്തുമ്പോൾ ബുധനാഴ്ച വെളുത്തിരുന്നു. സുബ്ഹി നിസ്കാരവും ഹൈദ്രാബാദി ഗല്ലിയിലെ അദനി ചായയും കഴിഞ്ഞ് എന്റെ പഴയ സങ്കേതത്തിൽ ഉറങ്ങാൻ കിടന്നത് ആറു മണിക്ക്. പ്രവാസത്തിന്റെ ആദ്യകാലപിരിമുറുക്കങ്ങൾ പങ്കിട്ട മുറിയായതുകൊണ്ടാകാം ഉറക്കം എന്നെ അനുഗ്രഹിച്ചതേയില്ല. പത്തുമണിയോടെ സൽമാന്റെ വിളിയെത്തുമ്പോഴാണ് എപ്പോഴോ മയങ്ങിയിരുന്നുവെന്ന് അറിഞ്ഞത്.

കൂട്ടുകാരൻ മദാരി ഹംസയുടെ ഫ്ളാറ്റിൽ നിന്ന് ഉച്ചഭക്ഷണം കഴിഞ്ഞ് കാറിൽ കയറുമ്പോൾ രണ്ടുമണി കഴിഞ്ഞിരുന്നു. എണ്ണപ്പെട്ട യാത്രാദിനങ്ങളിൽ അരദിവസം നഷ്ടപ്പെട്ടതിന്റെ വേവലാതിയായിരുന്നു ഉറക്കച്ചടവിനെക്കാൾ എന്നെ അലട്ടിയിരുന്നത്. ഖാലിദ് ബിൻ വലീദ് റോഡിലൂടെ സൈക്കിൾ റൗണ്ട് ചുറ്റി ബവാദിയിൽ വന്ന് സൽമാനേയും ഷർഖിയേയും കയറ്റി മദീനാ റോഡിലേക്ക് കടന്നു. മദീനയെക്കുറിച്ച് തുരുതുരാ പറഞ്ഞു കൊണ്ടാണ് ഷർഖി കാറിൽ കയറിയത്. അഫ്രാസിനെപ്പോലെ തുടക്കത്തിൽ ഞാനും അച്ചടക്കമുള്ള ശ്രോതാവായി.

മക്കയും മദീനയും തമ്മിലാണ് താരതമ്യം.

തിരുനബിയെ ദ്രോഹിക്കുകയും ഊരുവിലക്കുകയും ആട്ടിയോടിക്കുകയും ചെയ്ത ഖുറൈശീ പ്രമത്തതയുടെ മക്ക! മുഹാജിറുകൾക്ക് അഭയം നൽകുകയും അവരെ സാഹോദര്യത്തിന്റെ പുതുലോകത്തിൽ അലിയിച്ചെടുക്കുകയും ചെയ്ത അൻസാരി ഉദാരതയുടെ മദീന!

വിശ്വാസപ്രതിബദ്ധതയുടെ സാഹോദര്യം രക്തബന്ധത്തേക്കാൾ തീവ്രമാണെന്ന് ലോകത്തെ പഠിപ്പിച്ച മാതൃകയാണ് മദീന... ഓരോ അൻസാരിയും ഒരു മുഹാജിറിനെ സഹോദരനായി സ്വീകരിക്കുകയും വീടും സമ്പത്തും മാത്രമല്ല, ഭാര്യമാരെപ്പോലും വീതംവെക്കാൻ സന്മനസ്സുകാട്ടുകയും ചെയ്ത നിസ്തുലമായ മാതൃക...

വ്യാപാരത്തിന്റെ ലാഭക്കണക്കുകളിൽ മനുഷ്യബന്ധങ്ങൾ വരണ്ടുപോയ മക്ക! കാർഷികവൃത്തിയുടെ ഹരിതാഭയിൽ സഹജീവി സ്നേഹത്തിന്റെ ആർദ്രഭാവങ്ങൾ പൂത്തുലഞ്ഞ മദീന!

അനേകം പ്രവാചകന്മാരുടെ പാദസ്പർശമേറ്റിട്ടും ധർമ്മമാർഗത്തോട് പുറംതിരിഞ്ഞു നിന്ന ഭൂരിപക്ഷത്തിന്റെ മക്ക! ഒരേയൊരു നബിയുടെ ദിവ്യസാന്നിധ്യംകൊണ്ട് കാരുണ്യത്തിന്റെ ലോകതലസ്ഥാനമായി പ്രശോഭിച്ച മദീന!

സാഹിത്യവും സംഗീതവും അരാജകമായ താളഭംഗത്തിലേക്ക് ഇടറിയുടഞ്ഞ മക്ക! കലയും കവിതയും മാനവികതയുടെ വിശ്വവീഥിയിലേക്ക് സോദ്ദേശസഞ്ചാരം സാധ്യമാക്കിയ മദീന!

ഷർഖിയുടെ സൗമ്യസ്വരത്തിൽ ഒഴുകിയെത്തിയ ചരിത്രജ്ഞാനത്തിന്റെ ആഴവും പരപ്പും ഞങ്ങളുടെ സമയബോധത്തെ തകർത്തു. കാറോടുന്ന വേഗവും പിന്നിടുന്ന ദൂരവും ഞങ്ങൾ അറിഞ്ഞതേയില്ല. പതിവായി പോകുന്ന വഴിയായതുകൊണ്ട് പുറംകാഴ്ചകളിൽ കൗതുകവും തോന്നിയില്ല.

“യാൻബൂവിൽ പോകേണമോ?” എന്ന് അഫ്രാസ് ചോദിച്ചപ്പോഴാണ് ഞാനുണർന്നത്. തുവാലും റാബിഖും കടന്ന് റായിസിൽ എത്തിയിരിക്കുന്നു.

മിക്ക മദീന യാത്രകളിലും ഞങ്ങൾ യാൻബു ഒരു ഇടത്താവളമാക്കാറുണ്ട്. ഒന്നുകിൽ സൽമാന്റെ ബാങ്കുകാര്യങ്ങൾ... അല്ലെങ്കിൽ ചില ബന്ധുക്കളുടെ വ്യാപാരസ്ഥാപനങ്ങൾ... എന്റെ ചില അടുത്ത സുഹൃത്തുക്കൾ... എവിടുന്നെങ്കിലും ഒരു പെട്ടി മത്സ്യം ഐസിലടച്ച് കാറിലെത്തും. അതാണ് പതിവ്. ഒരു തവണ യാൻബൂവിൽ നിന്ന് ഉമ്മുലാജ്, അൽവജ്ഹ് വഴി ദുബാ തുറമുഖത്തു ചെന്നാണ് ഞങ്ങൾ ഈജിപ്തിലേക്ക് കപ്പൽ കയറിയത്.

“യാൻബൂ നഹീ... സീതാ മദീനാ...”[1] ഞാൻ പറഞ്ഞത് സൽമാനും ശരിവച്ചു.

“അവ്വൽ ബദർ...”[2] ഷർഖിയുടെ അനുബന്ധം. ബദറിന്റെ രണഭൂമിയിലൂടെയാണ് മദീനയിലേക്ക് പ്രവേശിക്കേണ്ടത്.

മക്കയിൽ നിന്നുള്ള ശത്രുസൈന്യത്തെ മദീനാ നഗരത്തിന്റെ

---

1. യാൻബു വേണ്ട, നേരെ മദീന
2. ആദ്യം ബദറിലേക്ക്

അതിർത്തിക്കു പുറത്തുവച്ച് പ്രവാചകനും കൂട്ടരും തടഞ്ഞതാണല്ലോ ബദർ ഇതിഹാസഭൂമിയാവാൻ ഹേതുവായത്.

"ലോക ചരിത്രത്തിലെ തുല്യതയില്ലാത്ത വിജയഗാഥയാണത്." ബദറിലേക്ക് അടുക്കുമ്പോൾ ഷർഖി ആവേശഭരിതനായി. "കേവലം 313 പടയാളികൾ ആയിരം പേരുള്ള ശത്രുസേനയെ തുരത്തിയോടിച്ച കഥ."

"അതിലെന്തദ്ഭുതം?" സൽമാൻ ഷർഖിയുടെ ആവേശത്തെ തണുപ്പിക്കുകയാണ്. "ഒരു ഭാഗത്ത് പ്രവാചകന്റെ പട. ദൈവത്തിന്റെ അദൃശ്യസേന അവരെ സഹായിക്കാൻ എത്തിയില്ലേ? ഖുറൈശികൾ എത്ര വമ്പന്മാരായാലും പാവം മനുഷ്യരല്ലേ? അവർ തോറ്റുപോവുമെന്ന് തീർച്ച."

"ശരിയാണല്ലോ." ഞാനും സൽമാനെ പിന്തുണച്ചു. "പടച്ചോന്റെ പടപടപ്പുകളുടെ പടയോട് ജയിച്ചല്ലേ പറ്റൂ?"

"അങ്ങനെയല്ല." ഷർഖി ക്ഷമാപൂർവ്വം വിശദീകരിച്ചു. "ധർമ്മപക്ഷവും അധർമ്മപക്ഷവും തമ്മിലായിരുന്നു പോരാട്ടം. ധർമ്മത്തിന്റെ സംസ്ഥാപനം ദൈവികമായ ദൗത്യമാണ്. അതുകൊണ്ടാണ് ധർമ്മസേനയ്ക്ക് ദൈവസഹായം പ്രത്യക്ഷമായത്."

"സമ്മതിച്ചു." സൽമാൻ അടുത്ത വാദമുഖം തുറക്കുകയാണെന്ന് മനസ്സിലായി. "പ്രവാചകനെ മനുഷ്യമാതൃകയായി സ്വീകരിക്കുക സാധ്യമല്ല എന്നാണ് അതിനർത്ഥം."

"മനുഷ്യർ തമ്മിലുള്ള യുദ്ധത്തിൽ ആയിരത്തെ തോല്പിക്കാൻ മുന്നൂറിന് കഴിയില്ല എന്നുറപ്പ്." ഞാൻ ഇരുവർക്കുമിടയിൽ നിലകൊണ്ടു. "പ്രവാചകന് കിട്ടിയ ദൈവസഹായം മനുഷ്യരിലെ ദുർബലപക്ഷത്തിന് എപ്പോഴും പ്രതീക്ഷിക്കാമോ എന്നതാണ് ചോദ്യം."

"പ്രതീക്ഷിക്കാം സുഹൃത്തേ." വിശ്വാസം തന്നെയാണ് ഷർഖിയുടെ അത്മവിശ്വാസവും. "പ്രവാചകനുശേഷം ഭൂമിയിൽ പ്രവാചക ദൗത്യം ഏറ്റെടുക്കുന്ന ഏതൊരു മനുഷ്യനെയും പ്രതിസന്ധികളിൽ ദൈവം പ്രത്യക്ഷമായി പിന്തുണയ്ക്കും."

"എന്റെ ഷർഖീ.." സൽമാൻ ഷർഖിയുടെ തുടയിൽ ഉറക്കെ അടിച്ചു. പിന്നെ മലർക്കെ ചിരിച്ചു. "എന്നിട്ടെന്തേ പലസ്തീൻ ഇങ്ങനെ? ഇറാഖിനെയെന്തേ ദൈവം കൈവിട്ടു? എന്തിനേറെ, അമേരിക്കയെ നേരിടാൻ പോയ നമ്മുടെ ശൈഖിന്റെ ഗതിയെന്താ?"

"അതും ദൃഷ്ടാന്തമാവാം സൽമാൻ..." ഞാൻ പറഞ്ഞു. "ദൈവം എല്ലാ മനുഷ്യരുടെയും രക്ഷിതാവാണ്. ധർമ്മപക്ഷം ഏതാണെന്ന് ആരാണ് തീരുമാനിക്കേണ്ടത്?"

"അതേ." നന്നേ ശാന്തനായി ഷർഖി പ്രതിവചിച്ചു.

"ധർമ്മാധർമ്മ വിവേചനത്തിൽ മനുഷ്യർക്ക് തെറ്റു പറ്റുന്നുണ്ടാവും. ദൈവത്തിന് തെറ്റുപറ്റുക വയ്യ!"

കാറ് ബദർ രണാങ്കണത്തിലേക്ക് കടക്കുമ്പോൾ സമയം അഞ്ചുമണിയോടടുത്തു. പോക്കുവെയിലിന്റെ നാളത്തിൽ തിളങ്ങുന്ന മണൽ

ത്തരികൾ ഓർമ്മയുടെ രോമാഞ്ചം പങ്കിടുന്നതുപോലെ. കമ്പിവേലിക്ക് ചുറ്റും സഞ്ചാരികളുടെ ഏതാനും കാറുകളല്ലാതെ ഒരു ചരിത്രഭൂമിയുടെ യാതൊരു അടയാളവും ഇന്നും ബദറിൽ കാണാനില്ല. കാണികളെ ആകർഷിക്കുന്ന മട്ടിൽ ദിശാസൂചികകളോ വിവരണങ്ങളോ ഇല്ല.

ഞങ്ങളിറങ്ങി. കമ്പിവേലിക്കു ചുറ്റും അല്പനേരം നടന്നു. സുഡാനികൾ ഒരിടത്ത് നിലയുറപ്പിച്ച് ഇരു കൈകളും ഉയർത്തി പ്രാർത്ഥിച്ചു തുടങ്ങി. ഷർഖിയും അഫ്രാസും കുറെ ദൂരം കൂടി നടന്നു. ഞാനും സൽമാനും ധ്യാനനിർഭരമായ മനസ്സോടെ ആ മണ്ണിന്റെ വീര്യം നുണഞ്ഞു. തെളിഞ്ഞ ആകാശത്ത് വട്ടമിട്ട പക്ഷികൾ മേഘങ്ങൾക്ക് ചരിത്രബോധം കൈമാറുകയാവാം. നാലുപാടും തല പൊക്കിനിൽക്കുന്ന ചരൽക്കുന്നുകൾ രക്തസാക്ഷികൾക്ക് മൗന സ്തുതികൾ അർപ്പിക്കുകയാവാം.

"പതിന്നാല് ശുഹദാക്കളുടെ പേരെങ്കിലും ഒരു സ്തൂപത്തിൽ രേഖപ്പെടുത്തിവെച്ചൂടേ?" തിരിച്ച് കാറിൽ കയറുമ്പോഴും സൽമാന്റെ സന്ദേഹം തിളച്ചുമറിയുകയാണ്.

എ.ഡി. 624-ലാണ് ബദർ യുദ്ധം. പ്രവാചകനോടൊപ്പം ഇസ്‌ലാമിന് വേണ്ടി പൊരുതിയ 313 പടയാളികളെ മലയാളികൾ 'ബദ്‌രീങ്ങൾ' എന്ന് വിളിക്കുന്നു. യുദ്ധത്തിൽ രക്തസാക്ഷികളായ 14 പേരാണ് 'ബദർ ശുഹദാക്കൾ'. ശത്രുപക്ഷത്ത് അണിനിരന്ന ആയിരം പേരിൽ എഴുപതുപേരും കൊല്ലപ്പെട്ടു.

കാർ മദീനയിലേക്ക് പായുമ്പോൾ ഭരണകൂടത്തിന്റെ ചരിത്രവിരോധത്തോടല്ല ഷർഖി പ്രതികരിച്ചത്. "ആയിരങ്ങൾ പങ്കെടുത്ത ഒരു യുദ്ധത്തിൽ ആകെ മരണം എൺപത്തിനാല്. പ്രവാചകന്റെ യുദ്ധങ്ങൾക്കുമുണ്ടായിരുന്നു ഒരു കാരുണ്യത്തിന്റെ മുഖം."

"ശരിയാണ്." വായിച്ച വിവരം ഞാനും പങ്കുവച്ചു. "ചെറുതും വലുതുമായ 86 യുദ്ധങ്ങളാണ് മദീനയിൽ പ്രവാചകന് നടത്തേണ്ടി വന്നത്. ഇവയിൽ ആകെ മരണം അഞ്ഞൂറ് തികഞ്ഞിട്ടില്ല."

"അത് ആ കാലത്തിന്റെ പരിമിതിയല്ലേ ഷർഖീ?" സൽമാനിലെ താർക്കികൻ ഉണരുകയാണ്. "അന്ന് ആറ്റംബോംബും കെമിക്കൽ ബോംബും ഒന്നും ഇല്ലല്ലോ."

"ആയുധമല്ല സൽമാൻ; യുദ്ധനയം തന്നെയാണ് കാര്യം." ഞാൻ ഒരു ചരിത്രവസ്തുത ഓർമ്മിപ്പിച്ചു. "സിവിലിയന്മാരെ ഉപദ്രവിക്കരുത് എന്ന യുദ്ധനയം ലോകചരിത്രത്തിൽ മറ്റേത് ഭരണകൂടമാണ് സ്വീകരിച്ചിട്ടുള്ളത്?"

"എക്സാക്റ്റ്ലി." ഷർഖി മറുവാദത്തിന് ആമുഖമിട്ടു. "ബദറിൽ ശത്രുപക്ഷത്തെ ആയിരം പേരേയും കൊല്ലാൻ മുസ്‌ലിംപക്ഷത്തിന് സാധിക്കുമായിരുന്നല്ലോ."

ഞങ്ങൾ മദീനയുടെ നഗരാതിർത്തി കടന്നു. മരുഭൂമിയുടെ പൊള്ളലും മക്കയുടെ വിങ്ങലും ഏറ്റുവാങ്ങി മദീനയിൽ എത്തുന്നവർക്ക് കാറ്റിന്റെ കുളിരുതന്നെ വേറിട്ടൊരു അനുഭവമാകും. സ്വേദരന്ധ്രങ്ങളിൽ

സാന്ത്വനവും നാസാരന്ധ്രങ്ങളിൽ സൗരഭ്യവും മദീനയിലെ മന്ദമാരുതൻ സഞ്ചാരികൾക്കു സമ്മാനിക്കും.

പിന്നിട്ട റംസാനിലാണ് ഏറ്റവുമൊടുവിൽ ഞാൻ മദീനയിൽ വന്നു പോയത്. റംസാനിലെ സായാഹ്നങ്ങളിൽ ഏതൊരു അറബ് വീഥിയിലും നോമ്പുതുറ വിഭവങ്ങളുടെ ആയിരം കൈകൾ പൂച്ചെണ്ടുകളായി സഞ്ചാരികൾക്കുനേരെ നീണ്ടുവരും. ആതിഥ്യം ആരാധനയായി സ്വീകരിച്ച ഒരു ജനതയുടെ വിശ്വാസനിഷ്ഠയുടെ പാരമ്യം മദീനയിലാണ് നമ്മെ വിസ്മയം കൊള്ളിക്കുക.

മദീന പള്ളിയുടെ ഓരോ കവാടത്തിലും റംസാനിലെ അസർ നിസ്കാരം കഴിയുന്നതോടെ അറബ് ചെറുപ്പക്കാർ നിലയുറപ്പിക്കും. വന്നു കയറുന്ന ഓരോ അതിഥിയേയും 'സഹോദരാ വരൂ' എന്ന വിളിയോടെ കയ്യെത്തിപ്പിടിച്ച് സ്വന്തമാക്കാൻ മദീനയുടെ മക്കൾ മത്സരിക്കും. പള്ളിക്കുള്ളിൽ ഓരോ കുടുംബവും വിരിച്ചിട്ട സൽക്കാരപ്രദേശങ്ങളിലേക്ക് അതിഥികൾ ആനയിക്കപ്പെടും. കുടുംബനാഥനായ അറബ് കാരണവർ പുഞ്ചിരിച്ചും ഉപചാരം ചൊല്ലിയും ആലിംഗനം ചെയ്തും അജ്ഞാതരായ തീർത്ഥാടകരെ സുപ്രകളിൽ സ്വീകരിച്ചിരുത്തും. ഓരോ കുടുംബാംഗവും ആവുന്നത്ര സഞ്ചാരികളെ സ്വരൂപിച്ച് സന്ധ്യയാവുമ്പോഴേക്കും കുടുംബത്തിന്റെ അന്നന്നത്തെ നിശ്ചയം പൂർത്തിയാക്കും. റംസാൻ വിഭവങ്ങൾ വയറു നിറയെ കഴിച്ച് മഗ്രിബ് നിസ്കാരത്തിലേക്ക് നമ്മെ യാത്രയാക്കി, സുപ്രകൾ നീക്കി വൃത്തിയാക്കിയിട്ടേ ഓരോ അറബ് കുടുംബവും യാത്രയാവൂ. പിറ്റേന്ന് ഉച്ചതിരിയുമ്പോൾ കൂടുതൽ അതിഥികളെ വരവേൽക്കാനുള്ള സന്നാഹങ്ങളുമായി പിന്നെയും വന്നു ചേരാൻ...

കാർ പാർക്ക് ചെയ്ത് അംഗശുദ്ധി വരുത്തി ഞങ്ങൾ മദീന പള്ളിയിൽ കടന്നു. ചരിത്രത്തിൽ ഈന്തപ്പനയോലകൊണ്ട് പ്രവാചകൻ പണികഴിപ്പിച്ച ആ വിശുദ്ധദേവാലയം ഇന്ന് നോക്കെത്താ ദൂരത്ത് പരന്നു കിടക്കുന്ന മണിമന്ദിരമായി പരിലസിക്കുന്നു. ശില്പചാരുതയിലും ദീപാലങ്കാരത്തിലും മക്കയേക്കാൾ കലാസുഭഗത കൈവരിക്കാനും മദീനയ്ക്ക് കഴിഞ്ഞിട്ടുണ്ട്. അനുദിനം വികസിച്ചു വരുന്ന ഈ പ്രാർത്ഥനാലയത്തിൽ തന്നെയാണ് നബിയുടെ അന്ത്യവിശ്രമസ്ഥാനവും നിലകൊള്ളുന്നത്.

പ്രവാചകന്റെ ഖബറിടത്തിനുസമീപം തന്നെയാണ് ഖലീഫമാരായിരുന്ന അബൂബക്കറും ഉമറും അന്ത്യവിശ്രമം കൊള്ളുന്നത്. അവിടെ സഞ്ചാരികൾക്ക് ഒരു നിമിഷം പോലും ധ്യാനനിർഭരമായ മനസ്സോടെ നിലയുറപ്പിക്കാൻ അവസരം കിട്ടില്ല. ആൾത്തിരക്ക് കുറയ്ക്കാൻ തീർത്ഥാടകരെ തള്ളി നീക്കുന്ന പൊലീസ്, പ്രവാചകനോടുപോലും തുണ തേടുന്നത് തടയാനുള്ള വഹാബി വിശ്വാസത്തിന്റെ ജാഗ്രത കൂടിയാണ് പുലർത്തുന്നത്.

പത്തൊമ്പത്

ശാപം വരിച്ച ശില്പികൾ

പ്രവാചകന്റെ വീട് മദീന പള്ളിയുടെ തലയെടുപ്പിൽ ലയിപ്പിക്കേണ്ടിയിരുന്നുവോ എന്ന് ഒരിക്കൽ സൽമാൻ ചോദിച്ചത് ഞാൻ ഓർത്തു. ചരിത്രവിരോധത്തിന്റെ സലഫി ബുൾഡോസറുകൾ മദീനയിലും ഉരുണ്ടു കയറിയതിന്റെ വേദന ഷർഖിക്ക് എത്ര അടക്കിപ്പിടിച്ചാലും പുറത്ത് ചാടുന്നുണ്ട്. സൽമാനുൽ ഫാരിസി പള്ളിയും റജ്അത്തു ഷംസ് പള്ളിയും നശിപ്പിക്കപ്പെട്ടതിന്റെ പാപം ആ ചരിത്രാന്വേഷിക്ക് പൊറുക്കാനാവുന്നില്ല. ജന്നത്തുൽ ബാഖി എന്ന ശ്മശാനം ഒരു സ്മാരകശിലപോലുമില്ലാതെ ആകാശം നോക്കി നിലവിളിക്കുന്നുവെന്നും അദ്ദേഹം പറഞ്ഞു.

സൽമാൻ പക്ഷേ മദീനയിലെത്തിയാൽ എന്നും മൗനിയാണ്. സന്ദേഹങ്ങളുടെ പടക്കോപ്പുകൾ ഓർമ്മയുടെ കാരുണ്യതീർത്ഥങ്ങളിൽ നനച്ചിട്ട്, ഒരു ഭൗതികക്കാഴ്ചയിലും കണ്ണു തറയ്ക്കാതെ, വിയർത്തു കുളിച്ച് അവൻ നടക്കും. ഒരു സിഗരറ്റ് കൊണ്ട് പുകച്ചു കളയാനുള്ള അശാന്തി പോലും അന്നേരത്ത് അവന്റെയുള്ളിൽ അവശേഷിക്കുന്നുണ്ടാകില്ല. മക്കയിലെപ്പോലെ ഭക്തജനങ്ങളെ നിരീക്ഷിക്കാനും മദീനയിൽ അവൻ തുനിയാറില്ല.

“ഇവിടെയെത്തുമ്പോൾ ഞാൻ എന്നെമാത്രം കാണുന്നു...” എന്ന് ഒരിക്കൽ പറഞ്ഞത് ഓർക്കുന്നു.

മസ്ജിദുന്നബവിയുടെ കൗതുകക്കാഴ്ചകളിൽ അലഞ്ഞു നടന്ന സൽമാനേയും സുഡാനികളേയും കാത്തിരിക്കാതെ തന്നെ കണ്ടു മുട്ടി. മഴയത്തും വെയിലത്തും ആകാശക്കുടപോലെ യഥേഷ്ടം വിടർത്തുകയും ഒതുക്കുകയും ചെയ്യാവുന്ന മേൽക്കൂരയുടെ യന്ത്ര സംവിധാനം ആസ്വദിക്കുകയായിരുന്നു അവർ.

പ്രവാചകന്റെ പള്ളിയിൽ നിന്ന് പുറത്തിറങ്ങി ഒരു കാപ്പികിട്ടാൻ ഏറെ ദൂരം നടന്നു. എത്ര നടന്നാലും മദീനയിലെ ഖഹ്‌വ സൽമാന് നിർബന്ധമാണ്. സമയകാലങ്ങൾ കാപ്പിക്കാര്യത്തിൽ അവന്റെ ബോധത്തെ ബാധിക്കാറേയില്ല.

കാപ്പിയോടൊപ്പം കിട്ടുന്ന കാരക്കയോട് ഭ്രാന്തമായ ഒരു പ്രിയം തന്നെ സൽമാനുണ്ട്. ലോകത്തിലെത്തന്നെ ഏറ്റവും മുന്തിയ കാരക്ക വിളയുന്നത് മദീനയുടെ മണ്ണിലാണ്. 139 ഇനം ഈന്തപ്പനകൾ ഇവിടെ മാത്രം വളരുന്നുവെന്ന് ഷർഖി വെളിപ്പെടുത്തി.

"മണ്ണിന്റെ പുണ്യം..." എന്ന പതിവുള്ള ആത്മഗതം സൽമാൻ മൊഴിയുമ്പോൾ സാധാരണ മട്ടിൽ ഒരു നോട്ടത്തോടെ ഞാൻ തലയാട്ടി. ഇന്ന് പക്ഷേ ഷർഖി ആ പ്രസ്താവനയെ വ്യാഖ്യാനിച്ചു.

"മധുരം മാത്രമല്ല, മൂല്യവും കൂടുതലുള്ള മണ്ണാണിത്." ഷർഖി വിശദീകരിച്ചു. "അറേബ്യയുടെ സ്വർണ്ണത്തൊട്ടിൽ(മഹ്ദദ്ദഹബ്) മദീനയുടെ മണ്ണാണ്. ഓയിലും ഗ്യാസും ഇരുമ്പും പോലെ സ്വർണ്ണ നിക്ഷേപവും നമ്മുടെ മണ്ണിനെ സമ്പന്നമാക്കുന്നുണ്ടല്ലോ."

എത്രയോ കണ്ട കാഴ്ചകളിലൂടെ ഒരനുഷ്ഠാനം പോലെ ഇന്നും വണ്ടിയോടി.

മദീനയിലെ പള്ളികളൊക്കെ ചരിത്ര സ്മാരകങ്ങളാണ്. 'ഖുബ്ബാ മസ്ജി'ദും 'മസ്ജിദുൽ ഖിബ്‌ലതൈനി'യും 'ഒട്ടകം മുട്ടുകുത്തിയ പള്ളി'യും അവയിൽ പ്രധാനം. പലസ്തീനിലെ മസ്ജിദുൽ അഖ്സായിലേക്ക് മുഖം തിരിച്ച് പ്രാർത്ഥിച്ചുകൊണ്ടിരുന്ന സമ്പ്രദായം ഒരു വെളിപാടിലൂടെ പ്രവാചകൻ അവസാനിപ്പിച്ച്, മക്കയിലേക്ക് മുഖം തിരിച്ചത് മസ്ജിദുൽ ഖിബ്‌ലതൈനി[1] (ഇരു ഖിബ്‌ലകളുള്ള പള്ളി)യിൽ വെച്ചാണ്. പ്രവാചകനെ വഹിച്ചുകൊണ്ടു മദീനയിൽ പ്രവേശിച്ച ഒട്ടകം മണ്ണിനെ വന്ദിച്ചുകൊണ്ട് മുട്ടുകുത്തിയ സ്ഥാനത്താണ് 'ഒട്ടകം മുട്ടുകുത്തിയ പള്ളി'!

ആ പള്ളിക്കു സമീപത്തെ പച്ച മണ്ണിൽ കുത്തിയിരുന്ന് കാരക്ക നുണയുമ്പോൾ സൽമാൻ പറയാറുണ്ട്.

"ഇത് എന്റെ പിതാവ് മുട്ടുകുത്തിയ മണ്ണാണ്..." കാരക്കാ വ്യാപാരവുമായി ഉമർ ഷരീഫ് എന്ന ചെറുപ്പക്കാരൻ ജീവിതം വിളയിച്ച മണ്ണ് ഏതൊരു പുത്രനും പ്രിയപ്പെട്ടതുന്നെ. പക്ഷേ ഇന്ന് സൽമാന്റെ ഓർമ്മച്ചെപ്പിന് ഷർഖി തൊടുത്ത അനുബന്ധം എന്നെ ഞെട്ടിച്ചു കളഞ്ഞു.

"മിസ്റ്റർ എബീ... യൂ നോ? ഹീസ് ആൻ ഇൻഡ്യൻ..."*

"ആര്?" എന്ന് ചോദിക്കുംമുമ്പേ, കുസൃതിയുടെ ഒളിവെട്ടവുമായി സൽമാന്റെ കണ്ണുകൾ എന്നെ പുണർന്നു. ഒരു കൊച്ചുസത്യം എത്രയോ കാലമായി ഒളിപ്പിച്ചുവെച്ചതിന്റെ വിജയഭാവമോ, ക്ഷമാപണമോ ഏതാണ് ആ കണ്ണുകളിൽ പടർന്ന വികാരമെന്ന് എനിക്ക് പിടികിട്ടിയില്ല. എന്തായാലും ഹുസൈൻ ഷർഖിയുടെ ചരിത്രകഥനം എന്നെ ചേർത്തുപിടിച്ചു കൊണ്ടാണ് സൽമാൻ ശരിവെച്ചത്.

അജ്മീറിലെ ഖാജാ മുഈനുദ്ദീൻ ചിഷ്തിയുടെ സൂഫി ചിന്താസരണിയിൽ സഞ്ചരിച്ച ഭക്തനായിരുന്നു ഉമർ ഷരീഫ് ഫൈസാബാദി. 1958ൽ ഉത്തർപ്രദേശിൽ നിന്ന് കാൽനടയായി ഹജ്ജിന് വന്ന ആ ചെറുപ്പ

* എബീ നിനക്കറിയാമോ. അവൻ ഇന്ത്യക്കാരനാണ്

ക്കാരൻ മക്കയിൽവച്ച് മദീനക്കാരനായ ഹസൻ അൽ ഗംദിയെ പരിചയപ്പെട്ടു. അൽ ഗംദിയുടെ തണലിൽ ഉമർ തുടങ്ങിയ കാരക്കാകച്ചവടം ക്രമേണ പച്ചപിടിച്ചു. ഹസൻ അൽ ഗംദിയുടെ പുത്രി ഹഫ്സയെ ഉമർ ഷരീഫ് വിവാഹം ചെയ്തതും വ്യാപാരത്തോടൊപ്പം വളർന്ന അയാൾ റിയാദിലേക്ക് കുടിയേറിയതും തുടർ ചരിത്രം. ഉമർ ഷരീഫിന്റെ സഹോദരങ്ങളും പിന്നീട് അറേബ്യയിലെത്തി ഹഫ്സയുടെ കുടുംബത്തിൽ നിന്നുതന്നെ വിവാഹം ചെയ്തതും ഇന്ത്യൻ കുടുംബ വൃക്ഷം അറബ് മണ്ണിൽ വളർന്നതും പിന്നീടുള്ള കഥ...

"അപ്പോൾ... സൽമാന്റെ ഹിന്ദി പ്രേമം രാജ്യസ്നേഹം തന്നെ..."

ഞാൻ അവനെ മുറുകെ പുണർന്നു.

"അതേ... മക്കളെ ഉറുദു പഠിപ്പിക്കാൻ ഒരു ഉസ്താദിനെ ബാവ പ്രത്യേകം ഏർപ്പാടാക്കിയിരുന്നു..." ബാല്യകാല സ്മരണകളിലേക്ക് ഒരു നിമിഷം ഊളിയിട്ട സൽമാന്റെ കണ്ണുകൾ പിതാവിന്റെ ഓർമ്മയിൽ നനയുന്നതുപോലെ. പെട്ടെന്നുതന്നെ ഒരു തമാശ പൊട്ടിച്ചുകൊണ്ട് അവൻ ഉണർന്നു.

"എബീ... അന ഹിന്ദീ... ഇന്ത മാഫി!..."*

ചരിത്രം മുഴുവൻ അറിഞ്ഞില്ലെങ്കിലും അഫ്രാസും സുഡാനികളും ആ പ്രസ്താവന ആസ്വദിച്ചു.

അവനാണ്, ഞാനല്ല ഇന്ത്യക്കാരൻ എന്ന് സൽമാൻ പറയുന്നത് സൗദിയിലെ മാത്രമല്ല, ഇന്ത്യക്ക് പുറത്തുള്ള പൊതുധാരണ തന്നെയാണ്. ഹിന്ദി അറിയാത്തവൻ ഇന്ത്യക്കാരനല്ല. ഉറുദു സംസാരിക്കാത്തവൻ ഇന്ത്യൻ മുസൽമാനുമല്ല.

എന്തായാലും ഗാലിബും ഇഖ്ബാലും റാഫീസാഹബും ഗസലും ഖവാലിയും ഹിന്ദി സംഗീതവും സൽമാന് സ്വന്തക്കാരായതിന്റെ ചരിത്ര വീഥികൾ തുറന്നുകിട്ടി. വേരുകളിൽ ഭാരതീയനായ ആ കൂട്ടുകാരൻ ഭാവത്തിൽ മാത്രമല്ല, ദേശത്തിലും എന്റെ സഹോദരനാണല്ലോ എന്ന ഉണർവ്വ് പുതിയൊരാവേശമായി എന്നെ ത്രസിപ്പിച്ചു.

കാപ്പി അവസാനിപ്പിച്ച് എഴുന്നേൽക്കുമ്പോഴാണ് ഷർഖി അടുത്ത വെടി പൊട്ടിച്ചത്.

"നോട്ട് ബൈ റൂട്ട്സ്, ബൈ ബെർത്ത് ആൾസോ... സൽമാൻ ഈസ് ആൻ ഇൻഡ്യൻ..."*

എന്റെ കണ്ണുകൾ പിന്നെയും വിടർന്നു. സിഗരറ്റിന്റെ പുക ആകാശത്തേക്കൂതുമ്പോൾ സൽമാന്റെ കണ്ണുകളിൽ പിന്നെയും കുസൃതിത്തിളക്കം... തുറിച്ചു നോക്കിക്കൊണ്ടിരുന്ന എന്റെ കവിളിൽ അവന്റെ

---

1. എബീ, ഞാനാണ് ഇന്ത്യക്കാരൻ. നീയല്ല
2. വേരുകൾ കൊണ്ട് മാത്രമല്ല, ജന്മംകൊണ്ടും സൽമാൻ ഇന്ത്യക്കാരനാണ്

കൈകൾ തഴുകി. പതിഞ്ഞ താളത്തിൽ, സംഗീതം പോലെ സുഖകരമായ ആ കുടുംബരഹസ്യം സൽമാന്റെ ചുണ്ടുകളിൽ നിന്നൊഴുകി വീണു.

സൽമാന്റെ പിറവിക്ക് മാസങ്ങൾ മാത്രം ബാക്കി നിൽക്കുമ്പോൾ മാതാവിന്റെ ഗർഭകാലമോഹം കേട്ട് പിതാവ് ആദ്യം ഒന്നമ്പരന്നു. "എനിക്ക് അങ്ങയുടെ നാട്ടിൽ പ്രസവിക്കണം." മുഹബ്ബത്തിന്റെ മൂർധന്യത്തിൽ മൂളിപ്പറന്ന ആ ഭർതൃഹൃദയം രണ്ടുവട്ടം ആലോചിച്ചില്ല. ബോംബെയിലേക്ക് കപ്പൽ കയറിയതും ഫൈസാബാദിലെ കുടുംബവീട്ടിൽ ചെന്നു മാസങ്ങൾ താമസിച്ചതും സൽമാൻ ഉമർ എന്ന കുഞ്ഞുമായി ആ ദമ്പതികൾ അജ്മീർ ദർഗ്ഗയിൽ ആത്മാർപ്പണം ചെയ്ത് അറേബ്യയിലേക്ക് മടങ്ങിയതുമായ വൃത്താന്തങ്ങൾ ശ്രുതിഭംഗം വരാതെ സൽമാൻ ഒതുക്കിപ്പറഞ്ഞു.

വാക്കുകൾക്കിടയിലെ മൗനത്തിൽ ഒരു പ്രത്യേക താളം സൂക്ഷിക്കുന്ന മിതഭാഷിയാണ് സൽമാൻ. മദീനയുടെ തെരുവിൽ ഒഴുകിപ്പരന്ന വെളിച്ചത്തിനും ഒരു താളമുണ്ട്. സൗമ്യഭാവത്തിൽ നടന്നുനീങ്ങുന്ന ആളനക്കങ്ങൾക്കും സമശീതോഷ്ണമായ വായുസഞ്ചാരത്തിനുമെല്ലാം ഒരു പഴമ്പാട്ടിന്റെ ആർദ്രമായ ഈണമുണ്ട്.

പ്രവാചകന്റെ പള്ളിയിൽനിന്ന് ഇശാ ബാങ്ക് ഈണത്തിൽ മുഴങ്ങിയപ്പോൾ ഞങ്ങൾ തിരിച്ചുനടന്നു. പ്രാർത്ഥന കഴിഞ്ഞ് വണ്ടിയിൽ കയറുമ്പോൾ പ്രിയസ്മരണയുടെ പായ്ക്കപ്പലിൽ നിന്ന് സൽമാൻ നിശിതക്കാഴ്ചയുടെ തെരുവിൽ ഇറങ്ങി:

"ഇവിടെയും അമുസ്ലീങ്ങൾക്ക് പ്രവേശനമില്ല." സൽമാന്റെ ആത്മഗതം. പിന്നെ അവൻ ഷർഖിയുടെ നേരെ തിരിഞ്ഞു.

"ഹബീബീ... മാനവരാശിയുടെ വിമോചകനായ തിരുനബിയുടെ നഗരം അന്യമതസ്ഥർക്ക് വിലക്കുന്നത് എന്തടിസ്ഥാനത്തിലാണ്?"

ഷർഖി എന്നെ നോക്കി ആഴത്തിൽ ഒന്ന് ചിരിച്ചു. കനത്ത പിന്തുണയും കടുത്ത വിയോജിപ്പും സമർത്ഥമായ ചിരിയിലൊതുക്കുന്ന ആ പ്രകൃതം കിഴക്കും പടിഞ്ഞാറും ചേർന്ന് പരുവപ്പെടുത്തിയ ഒരു പ്രായോഗിക പണ്ഡിതന്റേതാണ്.

മലയാളത്തിന്റെ മൗലിക കഥാകൃത്ത് സക്കറിയയോടൊപ്പം ഈ വഴി സഞ്ചരിച്ച ഒരു യാത്ര ഞാൻ ഓർമ്മിച്ചു. 'നബിയുടെ നാട്ടിൽ' എന്ന പേരിൽ ആ യാത്ര പുസ്തകമായപ്പോൾ മദീനയിൽ കടക്കാനാവാത്തതിന്റെ തേങ്ങൽ ഗ്രന്ഥകാരൻ അടക്കിവച്ചില്ല. "മദീനയിൽ പോയില്ലെങ്കിലും അവിടത്തെ മേഘവും കാറ്റും ചന്ദ്രനും സൂര്യനും, അതിലേ പ്രയത്നിച്ചും പ്രസംഗിച്ചും സന്തോഷിച്ചും ദുഃഖിച്ചും നടന്ന ഒരു നല്ല മനുഷ്യനു വേണ്ടി എന്നെ അനുഗ്രഹിച്ചു. അദ്ദേഹമുണ്ടായിരുന്നെങ്കിൽ എന്നെ അദ്ദേഹം കൊട്ടിയടയ്ക്കുമായിരുന്നില്ല എന്ന് ഞാനോർത്തു."

സക്കറിയയുടെ സങ്കടം മാനവസമുദായത്തിലെ കോടിക്കണക്കിന് സഹോദരങ്ങളുടെ ഹൃദയവിലാപമായി ഞാൻ അറബ് സുഹൃത്തുക്കൾക്ക് പങ്കിട്ടു.

ഖൈബർ വഴി അൽഉലയിലേക്ക് വിടാൻ അഫ്രാസിന് നിർദ്ദേശം കൊടുത്തു. ഇന്നത്തെ യാത്രാപദ്ധതികളെല്ലാം ഷർഖിയുടെ നിയന്ത്രണ ത്തിലാണ്. 400 കിലോമീറ്റർ ഓടാൻ അഫ്രാസിന് നാല് മണിക്കൂർ വേണ്ട. അല്പം വൈകിയാലും അൽഉലയിലെത്തി ഉറങ്ങിയാൽ മതിയെന്നാണ് തീരുമാനം. ഉറങ്ങാനായി അവിടെ ഉള്ളതിൽ ഭേദപ്പെട്ട ഹോട്ടലും ഷർഖി തന്നെ ഏർപ്പാടാക്കിയിട്ടുണ്ട്. അതിരാവിലെ 'മദാഇൻ സാലിഹ്' എന്ന ചരിത്രസങ്കേതം സന്ദർശിക്കുകയാണ് ലക്ഷ്യം.

അറേബ്യയുടെ ഭൂതകാലത്തേക്ക് പരമാവധി പിൻനോട്ടം സാധ്യ മാകുന്ന ചരിത്രക്കാഴ്ചയാണ് മദാഇൻ സാലിഹ്. പ്രവാചക പരമ്പരയിലെ സാലിഹ് നബിയുടെ പ്രബോധനകേന്ദ്രമെന്ന നിലയിലാണ് 'സാലിഹിന്റെ നഗരങ്ങൾ' എന്ന പേരു വന്നത്. സൗദിയിലെ ആദ്യത്തെ 'ലോക പൈതൃകകേന്ദ്ര'മായി 2008ൽ യുനെസ്കോ പ്രഖ്യാപിച്ചതോടെ ഈ പ്രദേശം സഞ്ചാര ഭൂപടത്തിൽ ശ്രദ്ധേയമായി. ഞാനും സൽമാനും പല തവണ കണ്ട ചരിത്രാവശിഷ്ടങ്ങളാണ്. എങ്കിലും ഇത്തവണ പുത്തൻ ഉൾക്കാഴ്ചകളിലേക്ക് തുറക്കുന്ന കണ്ണായി ഹുസൈൻ ഷർഖി ഞങ്ങളെ നയിച്ചു.

ഹിജാസ് പർവ്വതനിരകളുടെ താഴ്വാരത്ത് ബസാൾട്ട് പീഠഭൂമിയി ലാണ് മദാഇൻ സാലിഹ് . കരിമ്പാറ വെട്ടി രൂപപ്പെടുത്തിയ 131 പുരാ തന ശവകുടീരങ്ങളാണ് ഇന്ന് അവിടത്തെ പ്രധാനകാഴ്ച. യുഗങ്ങളുടെ ചരിത്രം വിളംബരം ചെയ്യുന്ന വിസ്മയ പ്രതീകങ്ങളാണ് പ്രാക്തനമായ ഈ കല്ലറകൾ.

ഖുർ-ആനിലെ 'അൽഹിജ്ർ' എന്ന 15-ാം അധ്യായം ഈ പ്രദേശ ത്തേയും അതിന്റെ ചരിത്രത്തേയും പരാമർശിക്കുന്നുണ്ട്. ബി.സി. മൂന്നാം സഹസ്രാബ്ദത്തിലാണ് സാലിഹ് നബി ജീവിച്ചിരുന്നത് എന്ന് കരുത പ്പെടുന്നു. നൂഹ് നബിക്കുശേഷം മൂസാ നബിക്കു മുമ്പാണ് സാലിഹ് നബിയുടെ അവതാരം. അന്ന് ഹിജ്ർ എന്നറിയപ്പെട്ടിരുന്ന ഈ നാട്ടിലെ ആദിമ ജനവർഗമായ തമൂദുകൾക്കിടയിലാണ് അദ്ദേഹം പ്രബോധന ത്തിന് നിയുക്തനായത്. പാറയിൽ ഭവനങ്ങളും വിഗ്രഹങ്ങളും കൊത്തിയുണ്ടാക്കുന്ന ശില്പികളായിരുന്നു തമൂദുകൾ. വിഗ്രഹാ രാധനയും അക്രമവും അരാജകവിശ്വാസവുമായി കഴിഞ്ഞ അവരെ സാലിഹ് എന്ന ദൈവദൂതൻ നേർമാർഗ്ഗത്തിലേക്ക് ക്ഷണിച്ചു.

ദൈവദൂതനാണെന്ന സാലിഹിന്റെ അവകാശവാദം തമൂദുകൾ പരി ഹാസപൂർവ്വം തള്ളിക്കളഞ്ഞു. പ്രവാചകത്വം തെളിയിക്കാനായി പാറയിൽ നിന്ന് ഒരു പെണ്ണൊട്ടകത്തെ സൃഷ്ടിക്കാൻ അവർ സാലിഹിനെ വെല്ലു

വിളിച്ചു. സാലിഹിനുവേണ്ടി ഗർഭിണിയായ ഒരു പെണ്ണൊട്ടകത്തെ ദൈവം പാറയിൽനിന്ന് പടച്ചു. എന്നിട്ടും ചെറിയൊരു ന്യൂനപക്ഷം മാത്രമേ സാലിഹിനെ അംഗീകരിച്ചുള്ളൂ. ഭൂരിപക്ഷം വരുന്ന അവിശ്വാസികൾ ആ വിശുദ്ധമൃഗത്തെ വെട്ടിക്കൊന്നു. ഗർഭത്തിലുണ്ടായിരുന്ന ഒട്ടകക്കുഞ്ഞ് നിലവിളിച്ചു കൊണ്ട് പാറയുടെ ഗർഭത്തിലേക്ക് ഓടി മറഞ്ഞു.

ദൈവകല്പന പ്രകാരം സാലിഹ് തമൂദുകൾക്ക് പശ്ചാത്തപിച്ചു മടങ്ങാൻ മൂന്ന് ദിവസം സമയം കൊടുത്തു. മുന്നറിയിപ്പ് അവഗണിച്ച അവരെവിട്ട് സാലിഹും അനുയായികളും നഗരം വിട്ടു. പൊടുന്നനെ ഭീകരമായ ഭൂമികുലുക്കവും മിന്നൽസ്ഫോടനങ്ങളും നഗരത്തെ നാമാവശേഷമാക്കി. 'ശപിക്കപ്പെട്ട ദേശം' എന്ന് ഹിജ്റിനെ ചരിത്രം വിളിക്കുന്നത് ഈ സംഭവത്തിന്റെ പശ്ചാത്തലത്തിലാണ്.

ഖുർ-ആൻ ഈ ചരിത്രകഥനം ആറ്റിക്കുറുക്കിപ്പറയുന്നത് ഇങ്ങനെ:

"നിശ്ചയമായും ഹിജ്റിലെ നിവാസികൾ ദൈവദൂതരെ നിഷേധിച്ചു കളഞ്ഞു. അവർക്ക് നാം നമ്മുടെ ദൃഷ്ടാന്തങ്ങൾ നൽകി. അവർ അതും അവഗണിച്ചുകളയുകയായിരുന്നു. അവർ പർവ്വതങ്ങൾ വെട്ടിത്തുരന്ന് വീടുകളുണ്ടാക്കി നിർഭയരായി കഴിയുകയായിരുന്നു. അപ്പോൾ പ്രഭാത വേളയിൽ ഒരു ഘോരശബ്ദം അവരെ പിടികൂടി. അതോടെ അവർ പ്രവർത്തിച്ചുണ്ടാക്കിയതൊന്നും അവർക്ക് ഉപകരിച്ചില്ല."

ഷർഖിയുടെ ഖുർ-ആൻ വചനങ്ങൾ കേട്ട് സുഡാനികൾ അടുത്തുകൂടി. അവർക്കായി ക്ഷമയോടെ അറബിയിൽ അദ്ദേഹം ചരിത്രാഖ്യാനം ആവർത്തിച്ചു. "മാഷാ അള്ളാ... മാഷാ അള്ളാ..."* എന്ന് ജപിച്ചുകൊണ്ട് പിന്നീടുള്ള കാഴ്ചകളിൽ അവർ സജീവമായി. അഫ്രാസ് പക്ഷേ കാറിനടുത്ത് ചുറ്റിപ്പറ്റി നടന്നു.

മഹാനാശത്തിനുശേഷം ഈ പ്രദേശത്ത് ജനവാസം കരുപ്പിടിച്ചത് ബി.സി. നാലാം നൂറ്റാണ്ടിലാണ് എന്നു കരുതപ്പെടുന്നു. 'ലിഹ്യാൻ' എന്ന പുരാതന രാജവംശമാണ് ഭരണം നടത്തിയത്. ബൈബിളിൽ ദേദാൻ എന്നു വിളിക്കുന്ന ഇന്നത്തെ അൽ ഉലയായിരുന്നു ലിഹ്യാനികളുടെ തലസ്ഥാനം. ലിഹ്യാനികൾ ഇസ്മായിൽ നബിയുടെ അനന്തരഗാമികളാണെന്ന് വിശ്വസിക്കപ്പെടുന്നു. എ.ഡി. ഒന്നാം നൂറ്റാണ്ടോടെ ലിഹ്യാനികൾ നബാത്തി രാജാക്കന്മാരുടെ സഹവർത്തികളായിത്തീർന്നു. ജോർഡാനിലെ 'പെട്ര'യായിരുന്നു നബാത്തിവംശത്തിന്റെ തലസ്ഥാനം. അൽ ഹരീത്ത് നാലാമൻ എന്ന നബാത്തി രാജാവിന്റെ കാലത്ത് ഈ മരുപ്പച്ചയിലേക്ക് വമ്പിച്ച ജനാധിവാസമുണ്ടാവുകയും അൽഉല രാജ്യത്തിന്റെ രണ്ടാം തലസ്ഥാനമാവുകയും ചെയ്തു. രണ്ടാം നൂറ്റാണ്ടോടെ നബാത്തി വംശം റോമാ സാമ്രാജ്യത്തിന്റെ സാമന്തരായതോടെ ഈ

* ദൈവാനുഗ്രഹം

നാടും അവരുടെ ഭാഗമായി. അൽ ഉലയുടെ തുടർചരിത്രം അവ്യക്തമാണെങ്കിലും ഏഴാം നൂറ്റാണ്ടോടെ ഇസ്ലാമിക സാമ്രാജ്യത്തിന്റെയും പിന്നീട് ഉസ്മാനിയാ ഖിലാഫത്തിന്റെയും ഭാഗമായി ഈ പ്രദേശം മാറി.

ഇരുപതാം നൂറ്റാണ്ടിന്റെ തുടക്കത്തിൽ ഓട്ടോമൻ സുൽത്താൻ അബ്ദുൽ ഹാമിദ് രണ്ടാമൻ നിർമിച്ച ഹിജാസ് റെയിൽവേയുടെ പ്രധാന കേന്ദ്രമായിരുന്നു അൽഉല. ദമാസ്ക്കസിനേയും ജറുസലേമിനേയും മക്കയും മദീനയുമായി ബന്ധിപ്പിച്ചിരുന്ന ഈ തീവണ്ടിപ്പാത ഒന്നാം ലോക മഹായുദ്ധകാലത്ത് തകർക്കപ്പെട്ടു. ഒരു നൂറ്റാണ്ട് മുമ്പ് ആഗോള ഗതാഗതത്തിന്റെ മർമ്മവീഥിയായിരുന്ന ആ റെയിൽ പാളത്തിന്റെ തുരുമ്പിച്ച ശേഷിപ്പുകളിലൂടെ ഞങ്ങൾ ഏറെ ദൂരം നടന്നു.

ചരിത്രത്തിന്റെ ഒരു പഴയ ഏട് ഓർമ്മയിൽ തെളിഞ്ഞു... മലബാറിൽനിന്ന് 1852-ൽ ബ്രിട്ടീഷുകാർ നാടുകടത്തിയ മമ്പുറം സയ്യിദ് ഫസൽ പൂക്കോയ തങ്ങൾ ആയിരുന്നുവല്ലോ ഈ റെയിൽപാതയുടെ സൂത്രധാരൻ... അങ്ങനെയൊരാൾ തുർക്കി ഖലീഫയുടെ മന്ത്രിയായിരുന്ന കാര്യം സൽമാനും ഓർമ്മിച്ചെടുത്തു.

അബ്ദുൽ അസീസ് രാജാവ് അറേബ്യയെ ഏകീകരിച്ച ശേഷം മികച്ച കാർഷിക കേന്ദ്രമായി അൽഉലയെ പുനരുജ്ജീവിപ്പിക്കാനുള്ള ശ്രമങ്ങളും നടന്നുവരുന്നു. നവീകരിച്ചെടുത്ത 130 കിണറുകൾ ജലസമൃദ്ധിയാൽ ഇപ്പോഴും മരുഭൂമിയെ വിസ്മയിപ്പിക്കുന്നുണ്ടെന്ന് ഷർഖി പറഞ്ഞു. ചില കിണറുകളിൽ എത്തിനോക്കി ജലദർശനം നേടിയാണ് ഞങ്ങൾ മടക്കയാത്ര ആരംഭിച്ചത്.

സൽമാനേയും ഷർഖിയേയും ഭാര്യമാർ വിളിച്ചത് ഒരേ സമയത്താണ്. നൂറയുടേയും ബ്രീത്തയുടേയും പരിഭവങ്ങൾ നീണ്ടുപോയപ്പോൾ ഞാൻ പതുക്കെ മയങ്ങി.

വടക്കുപടിഞ്ഞാറൻ യാത്രകളൊന്നും തബൂക്കിൽ പോകാതെ ഞങ്ങൾ അവസാനിപ്പിച്ചിട്ടില്ല. സൽമാന് ഏറ്റവും കൂടുതൽ കൂട്ടുകാരുള്ളത് തബൂക്കിലാണെന്ന് എനിക്ക് തോന്നിയിട്ടുണ്ട്. യാത്രകൊണ്ടുമാത്രം കുറെ കൂട്ടുകാരെ അവിടെ എനിക്കും കിട്ടിയിട്ടുണ്ട്. ഇത്തവണ ഷർഖിയുള്ളതുകൊണ്ട് ആരേയും വിളിച്ചു കൂട്ടേണ്ട എന്ന് സൽമാൻ നിശ്ചയിച്ചു. കാറ് തൈമ വഴി തബൂക്കിലേക്ക് പാഞ്ഞു.

ജോർദ്ദാനുമായി സൗദി അതിർത്തി പങ്കിടുന്ന കരപ്രദേശമാണ് തബൂക്ക്. ചെങ്കടലിന്റെ വടക്കേ അറ്റം തബൂക്ക് തീരത്തുവച്ച് രണ്ട് കൈവഴികളായി പിരിയുന്നു. സൗദിതീരമായ അഖബാ ഉൾക്കടലും ഈജിപ്തിന്റെ സ്വന്തമായ സൂയസ് ഉൾക്കടലും. സൗദി തീരത്തെ പ്രധാന പട്ടണമായ ഹാഖിൽ, വടക്ക് ജോർദ്ദാനുമായും പടിഞ്ഞാറ് അഖബയുമായും അതിരിട്ടുകിടക്കുന്നു. ജോർദ്ദാൻ അതിർത്തിക്കു സമാന്തരമായി കിഴക്കോട്ട് സഞ്ചരിച്ചാണ് ഒരിക്കൽ തുറൈഫ്, ഖുറയാത്ത് എന്നീ വടക്കൻ

നഗരങ്ങൾ കണ്ടു മടങ്ങിയത്. സിറിയൻ അതിർത്തിയിലെ തുബൈക്കിലും സാപ്റ്റിക്കോ ബസ്സിൽ പോയത് ആ യാത്രയിലാണ്.

അഖബ മുറിച്ചു കടന്നാൽ എത്തുന്നത് ഈജിപ്തിലെ വിഖ്യാത വിനോദകേന്ദ്രമായ ഷറം ഷൈഖിലാണ്. സൂയസ് ഉൾക്കടലിന്റെ വടക്കെ അറ്റത്തുള്ള സൂയസ് നഗരം മുതൽ സഊദ് തുറമുഖം വരെ നീളുന്നതാണ് മനുഷ്യനിർമ്മിതമായ സൂയസ് കനാൽ. മധ്യധരണിയാഴിയിലേക്ക് തുറക്കുന്ന ആ കടൽക്കവാടം ഏഷ്യയെ യൂറോപ്പുമായി ബന്ധിപ്പിക്കുന്ന പൊക്കിൾക്കൊടിയാണ്.

“ഒഴുക്കിന്റെ ദിശ മാറിയിരിക്കുന്നു. ഇപ്പോൾ ജലപ്രവാഹം യൂറോപ്പിലേക്കാണ്.”

അഖബാ തീരത്ത് രാക്കാറ്റു കൊണ്ടിരിക്കുമ്പോൾ ഷർഖി പറഞ്ഞ വാക്കുകളുടെ നാനാർത്ഥങ്ങൾക്കായി ഞാൻ സൽമാന്റെ കണ്ണുകൾ പരതി...

ഇരുപത്

ഒട്ടകപ്പക്ഷിയുടെ ആവേഗം

"**പേ**ർഷ്യൻ ഉൾക്കടൽ ഒരു തടാകമായി മാറും!"

അറേബ്യൻ ഉപഭൂഖണ്ഡത്തിന്റെ ഭൗമചലനങ്ങൾ വിവരിക്കുമ്പോൾ ഷർഖി നടത്തിയ പ്രസ്താവന ഒന്നിലേറെ ചോദ്യങ്ങൾ ഉള്ളിലുയർത്തി. പക്ഷേ എന്ന്, എങ്ങനെ, തുടങ്ങിയ ചോദ്യങ്ങളൊന്നും ചോദിക്കേണ്ടി വന്നില്ല.

പ്രഗദ്ഭനായ ഒരധ്യാപകന്റെ ശബ്ദനിയന്ത്രണത്തോടെ, ഉപചോദ്യങ്ങൾക്കൊന്നും ഇടനൽകാതെ, ഷർഖി സംസാരിക്കുകയാണ്. ചരിത്രം പോലെ ഭൂമിശാസ്ത്രവും ആ പണ്ഡിതന് ഓർമ്മത്തെറ്റില്ലാതെ വഴങ്ങുന്ന കാഴ്ച ഞാനും സൽമാനും കൗതുകപൂർവ്വം ആസ്വദിച്ചു.

അറേബ്യൻ ഉപദ്വീപ് നന്നേ പതുക്കെ ഏഷ്യാ വൻകരയെ എത്തിപ്പിടിക്കാൻ കൈ നീട്ടുകയാണ്. ഘടികാരവിരുദ്ധദിശയിൽ നടക്കുന്ന ഈ അതിസൂക്ഷ്മസഞ്ചാരം ലക്ഷ്യം കാണാൻ ഒരു കോടി വർഷമെടുക്കും. യു.എ.ഇ.യിലെ റാസൽ ഖൈമ മുനമ്പ് വടക്കോട്ടു നീങ്ങി ഇറാൻ തീരത്തെ ഹൊർമോസ്ഗാനുമായി സന്ധിക്കുമ്പോൾ പേർഷ്യൻ ഉൾക്കടൽ വായടഞ്ഞുപോയി ഒരു വൻ തടാകമായി മാറും!

അറേബ്യയുടെ ഭൗമപരിണാമത്തെക്കുറിച്ചുള്ള ശാസ്ത്രീയ നിരീക്ഷണങ്ങൾ ഷർഖിയിലൂടെ വെളിപ്പെടുമ്പോൾ ഞങ്ങൾ തബൂക്കിൽ നിന്ന് സക്കാക്കയിലേക്കുള്ള പാതയിലാണ്. തബൂക്ക് തീരത്തെ അൽ അഖബാ ഹോട്ടലിൽ നിന്ന് കാറിൽ കയറാൻ പതിവുപോലെ ഞങ്ങൾ വൈകി. സമയനിഷ്ഠയിൽ കണിശക്കാരനായ ഷർഖി ഒരു കനത്ത ചിരിയിൽ പ്രതിഷേധം രേഖപ്പെടുത്തി. പിന്നെ കാറോടുന്ന താളത്തിൽ വിജ്ഞാനത്തിന്റെ കലവറ തുറന്നു.

രാജ്യാതിർത്തികൾ പോലും രഹസ്യമാക്കി വച്ചിരിക്കുന്ന അറേബ്യയുടെ വിചിത്രമായ രാഷ്ട്രതന്ത്രത്തിലേക്കാണ് ഒരു നിമിഷം എന്റെ

ചിന്തകൾ പറന്നുപോയത്. യു.എ.ഇ., യമൻ എന്നീ അയൽ രാജ്യങ്ങളുമായുള്ള അതിരുകൾ ഇപ്പോഴും വെളിപ്പെടുത്തിയിട്ടില്ല. എന്നിട്ടും ഏറ്റവും വലിയ അറബ് രാജ്യമായ സൗദിക്ക് ഇന്ത്യയുടെ മൂന്നിൽ രണ്ടു വിസ്തൃതിയുണ്ട്. ഭാവിയിൽ കടലതിരുകൾ കൂടി തെന്നിനീങ്ങുമ്പോൾ സംഭവിക്കാവുന്ന ഭൂപടവ്യതിയാനത്തിലേക്കായി എന്റെ മനഃസഞ്ചാരം.

ഹാഖിലിന്റെ ശീതക്കാറ്റിൽനിന്ന് പിന്നെയും മരുഭൂമിയുടെ ചുടുകാറ്റിലേക്ക്. മിഖ്വാ വഴിയാണ് സക്കാക്കയിലേക്ക് പോകേണ്ടത്. മിഖ്വായിൽ എത്തുന്നതിനുമുമ്പാണ് അൽഖനാഫ വന്യജീവി സംരക്ഷണകേന്ദ്രം. ഇന്നത്തെ കാഴ്ചപ്പട്ടികയിൽ അതുകൂടി ഉൾപ്പെടുന്നുവെന്ന് ഇന്നലെ രാത്രി ഷർഖി പറഞ്ഞിരുന്നു.

മരുഭൂമിയുടെ വന്യജീവി സമ്പത്ത് സംരക്ഷിക്കുന്നതിലും വംശനാശം വന്ന ജീവിവർഗ്ഗങ്ങളെ അന്യദേശങ്ങളിൽനിന്ന് ഇറക്കുമതി ചെയ്ത് വളർത്തിയെടുക്കുന്നതിലും പുതിയ അറേബ്യ ശ്രദ്ധ ചെലുത്തുന്നുണ്ട്. അങ്ങനെ സ്ഥാപിക്കപ്പെട്ട പതിനഞ്ച് സംരക്ഷിത കേന്ദ്രങ്ങളിൽ ഏറ്റവും പ്രധാനം അൽഖനാഫയാണെന്ന് ഷർഖി പറഞ്ഞു.

മരുപ്പറമ്പിലെ പച്ചക്കാടുപോലെ അടുത്തു തുടങ്ങുമ്പോൾ തന്നെ ഒരു ശീതളിമ തോന്നി. ഖനാഫയിലെ കാഴ്ചകൾ കണ്ടുതുടങ്ങുമ്പോൾ സുഡാനികൾക്കും ആവേശമായി. അറേബ്യൻ പുള്ളിപ്പുലിയും ചെന്നായയും മണൽപ്പൂച്ചയും സ്വാഭാവിക പരിസരത്തിൽ വിഹരിക്കുന്നത് എന്നിലും കൗതുകമുണർത്തി. 34 തരം പാമ്പുകളും 60 ഇനം ഓന്തുകളും 180 പക്ഷികളും അറേബ്യയിൽ ഉണ്ടെന്ന് ഷർഖി പറഞ്ഞത് അദ്ഭുതം ജനിപ്പിച്ചു. റിയാദ് മൃഗശാലയിൽ ചത്തതിനൊത്തു കഴിയുന്ന കാഴ്ച മൃഗങ്ങളേക്കാൾ ജീവനും ഓജസ്സുമുണ്ട് ഈ സ്വാഭാവിക പ്രകൃതി ജീവനത്തിന് എന്നു തോന്നി.

“പക്ഷേ ഞങ്ങളുടെ സ്വന്തം ഒട്ടകപ്പക്ഷി പോലും അന്യംനിന്നുപോയിരിക്കുന്നു. ഈ കാണുന്നതൊക്കെ ഇറക്കുമതിച്ചരക്കുകളാണ്.” ഒട്ടകപ്പക്ഷികളുടെ വൈവിധ്യം ആസ്വദിച്ച് നടക്കുമ്പോഴാണ് ഷർഖി അത് പറഞ്ഞത്...

അറേബ്യൻ കുതിരകളെ ആഢംബരമായി പോറ്റുന്ന റിയാദിലെ കുതിരപ്പന്തി ഞാനോർത്തു. മരുഭൂമിയുടെ വന്യസമ്പത്ത് നാമാവശേഷമാകുമ്പോൾ നഗരക്കരുത്തിന്റെ അശ്വമേധംകാട്ടി സ്വന്തം പൗരന്മാരെ നടുക്കുകയാണ് ഈ നാട്!

മരുഭൂമി കീറിമുറിച്ച് പിന്നെയും കാറോടി. എനിക്ക് ഏറെ പരിചിതമായ മരുപ്പച്ചയിലേക്ക്. അൽജൗഫ് പ്രവിശ്യയുടെ തലസ്ഥാനമാണ് സക്കാക്ക. രണ്ടും ഒരേ നഗരമാണെന്ന് ധരിക്കുന്നവരുമുണ്ട്. ‘ദൂമത്ത് അൽ ജന്തൽ’ എന്ന ചരിത്ര നഗരമാണ് സക്കാക്കയിൽ ഞങ്ങളുടെ ഉന്നം. ചരിത്രത്തിൽ ആണ്ടിറങ്ങാനായി സക്കാക്കയിൽ ഏറെനേരം തങ്ങാൻ

തന്നെയാണ് ഷർഖിയുടെ തീരുമാനം. അതിനു മുമ്പേ അറാർ വരെ പോയിവരാമെന്ന സൽമാന്റെ അഭിപ്രായം ഷർഖി സ്വീകരിക്കുകയും ചെയ്തു.

ഇറാക്ക് അതിർത്തിയിലെ പ്രധാന പട്ടണമാണ് അറാർ. നഗരത്തിൽ നിന്ന് രാജ്യാതിർത്തിയായ ഖസ്ർ അത്തയ്മനിലേക്ക് ഒരു മണിക്കൂർ വേണ്ട. സൽമാനോടൊപ്പം കഴിഞ്ഞ വർഷം ഞാൻ ഇറാക്കിൽ പോയത് കരമാർഗത്തിലൂടെയാണ്.

ഷർഖിയുടെ സാധാരണ യാത്രകളെല്ലാം വിമാനത്തിലായതിനാൽ കരയാത്രയിലെ കാഴ്ചകളിൽ ഞങ്ങളേക്കാൾ ശ്രദ്ധയും കൗതുകവും അദ്ദേഹത്തിനുണ്ട്. അതുകൊണ്ടുതന്നെ അറിവിന്റെ വിശേഷപ്പെട്ട ചില അധ്യായങ്ങളിലേക്ക് ഉണരുമ്പോഴല്ലാതെ അദ്ദേഹം സംസാരി ക്കുന്നില്ല.

സൽമാൻ കരയാത്രയുടെ കാമുകനാണ്. കുറഞ്ഞ ചിലവിൽ പറന്നെ ത്താവുന്ന 25 ആഭ്യന്തര വിമാനത്താവളങ്ങൾ സൗദിയിലുണ്ട്. സൗദി എയർലൈൻസിനു പുറമെ നാസ്, സമാ തുടങ്ങിയ സ്വകാര്യ കമ്പനി കൾ വന്നതോടെ വിമാനയാത്ര പിന്നെയും ചിലവ് കുറഞ്ഞതായി. ഒട്ടു മിക്ക റൂട്ടുകളിലും ഞാൻ വിമാനത്തിൽ തന്നെ സഞ്ചരിച്ചു. തബൂക്കും അറാറും സക്കാക്കയും ഹായിലും അബഹയുമൊക്കെ ആദ്യം കണ്ടത് വിമാനത്തിൽ യാത്രചെയ്തിട്ടാണ്.

ആകാശയാത്ര അരോചകമാണെന്ന് പറയുന്ന സൽമാനെ ഒരിക്കൽ ഞാൻ കളിയാക്കി:

"നീ ഇപ്പോഴും ഒട്ടകം തന്നെ."

അത് കളിയായിരുന്നില്ല. ഒട്ടകത്തിന്റെ സഹനവും സഹജീവി സ്നേഹവും സൽമാന്റെ ജനിതകഭാവമാണെന്ന് എനിക്കെന്നും തോന്നി യിട്ടുണ്ട്. ഒട്ടകങ്ങളുടെ ഓട്ടമത്സരം കാണാൻ ജോർദ്ദാനിലും സിറിയ യിലും ഇറാക്കിലും അവന്റെ കാർ ഓടിയെത്തും. കാഴ്ചക്കാരനായിരുന്ന് ഒട്ടകങ്ങളുടെ പേര് വിളിച്ചാർത്ത് ആവേശം കൊള്ളും. യാത്രയ്ക്കിടയിൽ ഒട്ടകങ്ങളെ തലോടാനും സ്വന്തം കൊണ്ട് ഒരു പുൽക്കൊടിയെങ്കിലും തീറ്റാനും കിട്ടുന്ന അവസരങ്ങളൊന്നും അവൻ കളയാറില്ല. കറന്നെടുത്ത ഒട്ടകപ്പാൽ ചൂടോടെ മോന്തിക്കുടിച്ച് ഒട്ടകത്താവളങ്ങളിൽ നിന്ന് മടങ്ങു മ്പോൾ പലപ്പോഴും ഞാൻ കളിയാക്കിയിട്ടുണ്ട്. ഒട്ടകക്കുട്ടൻ. കേട്ട വാക്കിന്റെ ശബ്ദമാധുരിയിൽ അർത്ഥമറിയാതെ അവൻ ചിരിക്കും. സൽമാന്റെ വീട്ടിൽ ഒട്ടകഇറച്ചി നിഷിദ്ധമായത് എന്തുകൊണ്ടാണെന്ന് ഞാൻ ചോദിച്ചപ്പോഴൊക്കെ അവൻ നിറഞ്ഞ് ചിരിച്ചിട്ടേ ഉള്ളൂ. ആ ചിരിയുടെ മനോഹാരിതയിൽ അർത്ഥമറിയാതെ ഞാൻ അലിഞ്ഞു. ഇന്ന്, പക്ഷേ അവൻ തിരുത്തി.

"ഒട്ടകമല്ല, ഒട്ടകപ്പക്ഷി എന്ന് പറയൂ." പിന്നെയും കുലുങ്ങിച്ചിരി. "ഞങ്ങൾക്ക് വേഗം കൂടിയിട്ടുണ്ട്.

'കാമൽ റ്റു കാഡിലാക്ക്'[1] എന്നാണ് ഞങ്ങളുടെ പുരോഗതിയുടെ സൂചിക."

ഒട്ടകപ്പുറത്ത് നിന്ന് അതിവേഗ ആഡംബര കാറുകളിലേക്കുള്ള ആ വേഗം ജനജീവിതത്തിന്റെ പുരോഗതിയിലുണ്ടെങ്കിലും ഭരണകൂടത്തിന്റെ മനോഗതിയിൽ കാണാനില്ല എന്ന എന്റെ തർക്കം അവൻ തള്ളിക്കളഞ്ഞതുമില്ല. ഒടുവിൽ തന്റെ നിലപാടുതറയിൽ ഉറപ്പിച്ചു ചവിട്ടി സൽമാൻ മൊഴിഞ്ഞ ദർശനം എന്റെ വായടച്ചു കളഞ്ഞു.

"മണ്ണിന്റെ മക്കളാണ് ഞങ്ങൾ. മണ്ണാണ് ഞങ്ങളുടെ സമ്പത്ത്. പറക്കുന്നതും മണ്ണിലൂടെ വേണം."

പറന്നുതന്നെയാണ് ഞങ്ങൾ അറാറിലെത്തിയത്. രാവിലെ പുറപ്പെടാൻ വൈകിയതിന്റെ നഷ്ടം പറപ്പിച്ച് പരിഹരിക്കുകയായിരുന്നു അഫ്രാസ്.

അറാറിലെ വ്യാപാരകേന്ദ്രങ്ങളും അതിർത്തി ദേശത്തെ ചില തോട്ടങ്ങളും കണ്ടാണ് ഞങ്ങൾ മടങ്ങിയത്. ചന്തയിൽ എവിടെയോ അലിഞ്ഞുപോയ സുഡാനികൾ ഓടിക്കിതച്ചുവന്ന് കാറിൽ കയറി. ഇരുവരുടെയും കൈയിൽ ഭദ്രമായി പൊതിഞ്ഞ കൊച്ചു കടലാസു പെട്ടികൾ കണ്ട് ഞാൻ ചോദിച്ചു.

"യേഷ് ഹാദാ? ഹലാവാ?"[2]

മിഠായിയാണോ എന്ന ചോദ്യത്തിന് ഉത്തരം പറയാതെ ഇരുവരും പരുങ്ങുന്നത് കണ്ട് സൽമാൻ ചോദിച്ചു.

"ബഗ്ദാദ് മാർക്കറ്റിൽ കയറി. അല്ലേ?"

കള്ളി പൊളിഞ്ഞതിന്റെ ജാള്യത ഖാലിദിന്റെയും സാമിയുടെയും ചിരികളിൽ ഞാൻ കണ്ടു. ഷർഖിയും അത് ചിരിച്ചാസ്വദിച്ചു. എന്നിട്ടും ഒന്നും മനസ്സിലാവാത്ത എന്റെ ഉത്കണ്ഠ സൽമാൻ കണ്ടുപിടിച്ചു.

"ജീലാനിയുടെ ബർക്കത്ത്..."[3] അവൻ പറഞ്ഞു.

ബഗ്ദാദിലെ ശൈഖ് അബ്ദുൽ ഖാദിർ ജീലാനിയുടെ ദർഗ്ഗയിൽ നിന്നുള്ള പുണ്യപദാർത്ഥങ്ങൾ എന്ന പേരിൽ സൗദിയിലേക്ക് ഒളിച്ചു കടത്തി വില്പന നടത്തുന്ന പലഹാരങ്ങളാണത്. വഹാബി ഇസ്ലാം മാരകമായി കരുതുന്ന ഇത്തരം ബോംബുകൾ രാജ്യത്തിന്റെ അതിർത്തി ച്ചന്തകളിൽ സുലഭമാണെന്ന് ഷർഖിയും കൂട്ടിച്ചേർത്തു.

മരുപ്പാതയിലൂടെ ഞങ്ങൾ സക്കാക്കയിലേക്കുതന്നെ മടങ്ങുകയാണ്. ഇന്നത്തെ ഭക്ഷണത്തിനും പ്രാർത്ഥനയ്ക്കുമൊന്നും സമയനിഷ്ഠയുണ്ടാവില്ല എന്ന് ഷർഖി രാവിലെത്തന്നെ പറഞ്ഞിരുന്നു. പെട്രോൾ

1. ഒട്ടകത്തിൽ നിന്ന് കാഡിലാക്കിലേക്ക് – ആഡംബരകാർ
2. എന്താണിത് മിഠായിയാണോ?
3. പുണ്യം

ബങ്കുകളിൽ കിട്ടുന്ന സാന്റ്‌വിച്ചുകളും പെപ്സിയും തുടർച്ചയായി കഴിക്കുന്നതിന്റെ മടുപ്പ് സുഡാനികളുടെ മുറുമുറുപ്പിൽ കേട്ടു. എങ്കിലും നാളെ അവസാനിക്കേണ്ട യാത്രയിൽ ഷർഖിയുടെ സേവനം പരമാവധി പ്രയോജനപ്പെടുത്താൻ തന്നെ ഞങ്ങൾ തയ്യാറായി.

പള്ളികളുടെ ബാഹുല്യം സൗദി തെരുവുകളെ യാന്ത്രികമാക്കുന്ന ആവർത്തനങ്ങളാണ്. പക്ഷേ ദീർഘദൂരയാത്രക്കാർക്ക് പ്രാഥമിക സൗകര്യങ്ങൾ നൽകുന്ന കംഫർട്ട് സ്റ്റേഷനുകൾ കൂടിയാണ് ഇവിടെ പള്ളികൾ. പെട്രോൾ ബങ്കുകളുടെ അനിവാര്യഘടകമായ പള്ളികളിലൊന്നും അമുസ്‌ലീങ്ങളെ വിലക്കുന്ന ചുമരെഴുത്തുകളും കണ്ടിട്ടില്ല.

സൽമാനോടൊത്തുള്ള യാത്രകളിൽ പോയവഴി മടങ്ങുന്നത് അപൂർവ്വമാണ്. കഴിഞ്ഞ തവണ അറാറിൽനിന്ന് മടങ്ങിയത് ഇറാഖ് അതിർത്തിക്ക് സമാന്തരമായ വടക്കൻ പാതയിലൂടെയാണ്. ഉവൈ ഖില, റഫാ എന്നീ പ്രധാന പട്ടണങ്ങൾ പിന്നിട്ട് അന്ന് ഞങ്ങൾ ഹഫർ അൽ ബാത്തിനിൽ തങ്ങി. പിറ്റേന്ന് രാവിലെ സൽമാനെ കുവൈത്തിലേക്ക് അതിർത്തി കടത്തിവിട്ട് ഞാൻ ടാക്സി(ലിമൂസിൻ)യിലും ബസ്സിലുമായി റിയാദിലേക്ക് മടങ്ങി.

അൽജൗഫ്, ഞാനെന്ന പ്രവാസിയുടെ അഭയസ്ഥാനമാണ്. ഇവിടെ ആദ്യം വന്ന നാളുകൾ എനിക്ക് മറക്കാനാവില്ല. മരുഭൂമിയുടെ അനന്ത സൗന്ദര്യം തേടി ലക്ഷ്യമില്ലാതെ യാത്ര ചെയ്യുന്ന സഞ്ചാരിയായിട്ടല്ല സക്കാക്കയിൽ ആദ്യം വന്നിറങ്ങിയത്. അറിയാത്ത കുറ്റത്തിന് ശിക്ഷ ഏറ്റുവാങ്ങാൻ ന്യായാധിപനെ തേടിവന്ന നിരപരാധിയായിരുന്നു അന്ന് ഞാൻ. അറബി അറിയാത്തതിന്റെ ദൗർബല്യവും ഭയാശങ്കകളുടെ തളർച്ചയും ആ യാത്രയിൽ ഇരുട്ട് നിറച്ചിരുന്നു.

ഒരു സ്വകാര്യ വിസയിലാണ് 2004-ൽ ഞാൻ ജിദ്ദയിൽ വന്നിറങ്ങിയത്. അന്നത്തെ വലിയ വില കൊടുത്ത് കണക്ക് തീർക്കുമ്പോൾ ഏജന്റ് പറഞ്ഞാണ് ഞാൻ 'അൽജൗഫ്'എന്ന് ആദ്യം കേൾക്കുന്നത്. എന്റെ സ്പോൺസർ(കഫീൽ) അങ്ങ് ദൂരെ ഇറാഖ് അതിർത്തിയിലാണെന്നും അദ്ദേഹത്തെ കണ്ട് ഇഖാമ(റസിഡൻസ് പെർമിറ്റ്) അടിപ്പിക്കാൻ കൂടുതൽ ചിലവ് വന്നുവെന്നും അയാൾ പറഞ്ഞു. എന്നെക്കാണാതെ കഫീൽ ഇഖാമ അനുവദിക്കുമോ എന്ന് കൂട്ടുകാരോട് ഞാൻ അന്വേഷിച്ചു. പാസ്പോർട്ട് വാങ്ങിവെക്കാതെ കഫീലുമാർ ഇഖാമ തരില്ലല്ലോ എന്ന സന്ദേഹം അവരിൽ ചിലർ ഉന്നയിക്കുകയും ചെയ്തു. വിദേശികളുടെ പാസ്പോർട്ട് സൂക്ഷിക്കുന്ന പൗരന്മാരുള്ള രാജ്യം സൗദി അറേബ്യ മാത്രമാണ്. 'എന്തായാലും ചില സൗദികൾക്ക് പണം കിട്ടിയാൽ മതി'യെന്ന വ്യാപകമായ മറുപടിയിൽ ഞാൻ വിശ്വാസം കൊണ്ടു.

ഇന്ത്യൻ എംബസി സ്കൂളിൽ ജോലി കിട്ടാനും രണ്ട് തവണ നാട്ടിൽ പോയി മടങ്ങാനുമൊന്നും എനിക്ക് ഇഖാമ തടസ്സമായില്ല. ഇഖാമ

പുതുക്കാൻ പതിവിലേറെ പണം ചിലവായതൊന്നും അന്നെന്നെ അലട്ടിയതുമില്ല. പക്ഷേ നാട്ടിലും അറേബ്യയിലും അധ്യാപകന്റെ ജോലി ചെയ്യുന്ന എന്നെ വിസയിലെ തൊഴിൽകോളം വല്ലാതെ പരിഹസിച്ചു. 'ഇലക്ട്രിക്കൽ ടെക്നീഷ്യൻ' ആയിരുന്നു വിസയിൽ എന്റെ പ്രൊഫഷൻ. ഒരു വൈദ്യുതിവിളക്കിന്റെ സ്വിച്ച് മാറ്റാൻ പോലും അറിഞ്ഞുകൂടാത്ത ഞാൻ ആ തൊഴിലിൽ വിദഗ്ധനായതിന്റെ കോമാളിത്തം കുറെക്കാലം ആത്മനിന്ദയോടെ മറച്ചുപിടിച്ചു.

സൗദി വിസാകമ്പോളത്തിലെ മറിമായംനിറഞ്ഞ സാധ്യതകൾ പത്രങ്ങളിൽ വായിച്ചു തുടങ്ങിയതോടെ തെല്ലൊരു ആശ്വാസം കിട്ടി. അഴിമതിക്കമ്പോളത്തിലെ പൊറാട്ടുകൾ നിറമുള്ള അനേകം കഥകളായി അറബുനാട്ടിൽ പ്രചാരം നേടിയിരിക്കുന്നുവെന്നും അറിഞ്ഞു. അബീർ മിഷ്ക്കാസ് 'അറബ്ന്യൂസി'ൽ എഴുതിയ കഥ ഇങ്ങനെ:

റിയാദിലെ മൃഗശാലയിൽ ഒരു സന്ദർശകൻ കണ്ട കാഴ്ച. സിംഹം കൂട്ടിലിരുന്ന് കടല കൊറിക്കുന്നു! തൊട്ടടുത്ത കൂട്ടിൽ കുരങ്ങൻ ഇറച്ചി തിന്നുന്നു! മൃഗങ്ങളുടെ ആഹാരശീലത്തിൽ കണ്ട അട്ടിമറി പിടികിട്ടാതെ, സന്ദർശകൻ മൃഗശാല മാനേജരെ കണ്ട് കാര്യം തിരക്കി. മാനേജരുടെ മറുപടി തൃപ്തികരമായിരുന്നു:

"സർ, ആ സിംഹം വന്നത് കുരങ്ങന്റെ വിസയിലാണ്. കുരങ്ങൻ വന്നത് സിംഹത്തിന്റെ വിസയിലും. തീറ്റ മാറ്റിക്കൊടുക്കാൻ വകുപ്പില്ല..."

അഴിമതിവാഴ്ചയിൽ അസാധ്യമായി ഒന്നും ഇല്ല എന്ന് ക്രമേണ അറിഞ്ഞു. കുറ്റവാളികളായി നാടുകടത്തപ്പെടുന്നവർ മൂന്നാം മാസം 'ഫയൽവലിച്ച്' വന്നിറങ്ങുന്നതിന്റെ പണത്തൂക്കം പഠിച്ചു. ഡ്രൈവിംഗ് ടെസ്റ്റിനോ പരിശീലനത്തിനോ പോകാതെ ലൈസൻസ് കൈയിൽ കിട്ടിയപ്പോൾ ഞാനും ഈ കൈമടക്കുവിദ്യയുടെ ഗുണഭോക്താവായി...

ജിദ്ദ വിട്ട് റിയാദിലെ പുതിയ ജോലിയിൽ പ്രവേശിച്ചപ്പോഴാണ് എന്റെ തൊഴിലുടമ(കഫീൽ)യിൽ നിന്ന് വിടുതൽ കിട്ടേണ്ടത് ആവശ്യമായി വന്നത്. കമ്പനിയിൽ നിന്ന് സ്പോൺസറെ വിളിച്ച എന്റെ മാനേജർ ഞെട്ടിക്കുന്ന ഒരു വിവരം കൈമാറി. ഞാൻ എത്തിയതും ഇഖാമ നേടിയതും പുതുക്കിയതും അവധിക്ക് പോയതും വന്നതുമൊന്നും കഫീൽ അറിഞ്ഞിട്ടില്ല! ജവാസാത്തിൽ (പാസ്പോർട്ട് കാര്യാലയം) ഏജന്റുമാർ നടത്തിയ പണപ്പയറ്റിന്റെ തുടർക്കഥകൾ അതോടെ കഫീൽ ശേഖരിച്ചു. അൽജൗഫിലെ പ്രമുഖവ്യാപാരിയായ അയാൾ ആശ്രിതനായ ഒരു മലയാളിക്ക് സൗജന്യമായി കൊടുത്ത ഒരു വിസയാണ് പല കൈ മറിഞ്ഞ് വലിയ വിലയിൽ എനിക്ക് കിട്ടിയിരുന്നത്! തന്റെ പേരിൽ നടന്ന ആൾമാറാട്ട പരമ്പര ആ നല്ല മനുഷ്യനെ വല്ലാതെ ചൊടിപ്പിച്ചു. 50,000 റിയാൽ തന്നാൽ മാത്രമേ റിലീസ് തരൂ എന്ന് അയാൾ എന്റെ മാനേജരെ അറിയിച്ചു. ഇല്ലെങ്കിൽ 'അവനെ അകത്താക്കും' എന്ന ഭീഷണിയും!

ഉറക്കം നഷ്ടപ്പെട്ട നാളുകൾ... ഒടുവിൽ അജ്ഞാതദേശത്തെ അപരിചിതനായ രക്ഷകനെത്തേടി ഞാൻ അൽജൗഫിലേക്ക് ബസ്സ് കയറി. 'കാൽക്കൽ വീണു കരഞ്ഞാൽ കാരുണ്യം കാട്ടാത്ത അറബികളില്ല' എന്ന് ആരൊക്കെയോ പറഞ്ഞ ആശ്വാസവചനം മാത്രമായിരുന്നു ഏക പ്രതീക്ഷ. സുരക്ഷിതമായ ജോലിയും പൊതുജീവിതവുമായി നാട്ടിൽ ക്കഴിഞ്ഞ ഞാൻ ഒരു കുറ്റവാളിയുടെ ദയാഹർജിയുമായി മറ്റൊരു മനുഷ്യനെ ജീവിതത്തിലാദ്യമായി സമീപിക്കുകയാണ്...

കഫീലിന്റെ കാര്യസ്ഥനായ തിരുവല്ലക്കാരൻ ദാസനെ കണ്ടെത്തി. കഫീൽ സിറിയയിൽ വ്യാപാരകാര്യങ്ങൾക്ക് പോയതാണ്. ഒരാഴ്ചയോളം ഹോട്ടലിൽ തങ്ങി.

വഞ്ചിതനായ ഒരു മര്യാദക്കാരന്റെ വികാരവും പെരുമാറ്റവുമാണ് ആദ്യ കാഴ്ചയിൽ അനുഭവപ്പെട്ടത്. എന്റെ നിരപരാധിത്വം ബോധ്യപ്പെടുത്താൻ കഴിഞ്ഞെങ്കിലും തന്റെ അഭിമാനത്തിന്റെ വിലയായി അയാൾ നിശ്ചയിച്ച തുകയിൽ ഇളക്കം കാട്ടിയില്ല. അന്നു മടങ്ങിയ ഞാൻ ദാസന്റെ നിർദ്ദേശ പ്രകാരം പലവട്ടം പിന്നെയും ചെന്നു കണ്ടു. ഒരേ കാര്യത്തിന് പല തവണ ചെല്ലുന്നത് ആ മനുഷ്യനിൽ വലിയ രാസമാറ്റമുണ്ടാക്കുമെന്ന് അനുഭവകഥകളിലൂടെ ദാസൻ പഠിപ്പിച്ചിരുന്നു. ഒന്നു രണ്ടു സന്ദർശനങ്ങളിൽ "അഹ്മദ്... കൈഫൽ ഹാൽ?" എന്ന ഉപചാരമല്ലാതെ ഒന്നും അയാൾ പറഞ്ഞതു പോലുമില്ല. എന്നിട്ടും എനിക്ക് മടുക്കുമ്പോൾ ദാസൻ ഉണർത്തിക്കൊണ്ടേയിരുന്നു. "ഒന്നു കൂടി വരൂ മാഷേ..."

28 വർഷമായി അയാളോടൊത്ത് കഴിയുന്ന ദാസന്റെ തിസീസ് ശരിയായിരുന്നു. ഏഴാമത്തെ അൽജൗഫ് യാത്രയ്ക്കു തയ്യാറെടുക്കുമ്പോൾ റിയാദിലേക്ക് ദാസന്റെ ഫോൺ വന്നു.

"ഒരു പതിനായിരം റിയാൽ ഒപ്പിച്ചു വരൂ..." കേട്ടപ്പോൾ ശങ്ക തോന്നിയെങ്കിലും ചെന്നപ്പോൾ അത്ഭുതപ്പെട്ടു. കഫീലിന്റെ മുഖത്ത് ശാന്തിയും പ്രസാദവും വിളയാടുന്നു.

"അഹ്മദ്, വേൻ ഇന്ത വറഖ?"[1] ഒരു ചോദ്യം മാത്രം. ഡിമാന്റ് ലെറ്റർ വാങ്ങിവച്ച് റിലീസ് ഒപ്പിട്ടുതന്ന്, കൊടുത്ത പണം എണ്ണി നോക്കാതെ തോബിന്റെ കീശയിലിട്ട് എന്നെയും കാറിൽ കയറ്റി ചേംബർ ഓഫ് കൊമേഴ്സിൽ പോയി അറ്റസ്റ്റ് ചെയ്യിച്ച് അയാൾ തന്നെ എന്നെ ബസ് സ്റ്റാന്റിൽ വിട്ടു. യാത്രപറയാൻ വാക്കുകൾ പരതുമ്പോൾ ആ മനുഷ്യൻ പറഞ്ഞ വാക്കുകൾ വിശ്വസിക്കാനായില്ല.

"മാലിഷ്... യാ അഖീ..."[2]

അറിയാതെയാണെങ്കിലും അയാളെ വഞ്ചിച്ച കുറ്റവാളിയായ എന്നോട് മാപ്പു ചോദിക്കുന്ന അറബ്മനസ്സ് എന്റെ സങ്കല്പങ്ങൾക്ക്

1. അഹമ്മദ് എവിടെ നിന്റെ കടലാസുകൾ?
2. ക്ഷമിക്കൂ സഹോദരാ.

അപ്പുറത്തായിരുന്നു. അകന്നു മറയുന്ന ആ കാറിനെ നിറകണ്ണുകളോടെ നോക്കിനിൽക്കുമ്പോൾ എന്റെ ചുണ്ടുകളും അറിയാതെ മന്ത്രിച്ചത് അതേ വാക്കുകൾ...

"ക്ഷമിക്കൂ സഹോദരാ..."

ഷർഖി സക്കാക്കയിൽ പലതവണ വന്നത് ചരിത്രാന്വേഷിയുടെ തൃഷ്ണയുമായാണ്. ദൂമത്ത് അൽ ജന്തൽ ചരിത്രനഗരിയിലേക്ക് സക്കാക്കയിൽ നിന്ന് നാല്പത് കിലോമീറ്റർ ദൂരമുണ്ട്. ഞാനവിടെ പോകുന്നത് ആദ്യമായിട്ടാണ്. സഹസ്രാബ്ദങ്ങളുടെ അറബ് ചരിത്രം കൺമുമ്പിൽ കളിയാടുന്ന നഗരമാണത്. ഒരു പുരാതന നഗരത്തിന്റെ ശേഷിപ്പുകളും കരിങ്കൽകോട്ടയുടെ പ്രൗഢിയും പാതി തകർന്ന പള്ളി മിനാരവും ഞങ്ങളെ സ്വാഗതം ചെയ്തു. സുഡാനികൾ അഫ്രാസിനൊപ്പം കാറുചാരി കാറ്റുകൊണ്ടു.

"ഇസ്മായിൽ നബിയുടെ പന്ത്രണ്ട് മക്കളിൽ ഒരാളായിരുന്ന ദൂമയുടെ നാടാണിത്." ചരിത്രാവശിഷ്ടങ്ങളിൽ പദമൂന്നിയതോടെ ഷർഖി വാചാലനായി. ഞാനും സൽമാനും ജിജ്ഞാസയോടെ കൂടെ നടന്നു.

ഇരുപത്തിയൊന്ന്

മഹാറാണിമാർ വാണ കാലം

"മഹാറാണിമാരുടെ മഹാനഗരിയെന്നും ദൂമയെ വിളിക്കുന്നുണ്ടല്ലോ." സൽമാൻ അവന്റെ ചരിത്രജ്ഞാനം പുറത്തെടുത്തത് കൂടുതൽ വ്യക്തത വരുത്താനായിരിക്കണം.

"ശരിയാണ്." ഷർഖി പറഞ്ഞു തുടങ്ങി. "ബി.സി. പത്താം നൂറ്റാണ്ടു വരെ പഴക്കമുള്ള ചരിത്രം ശാസ്ത്രീയമായിത്തന്നെ ദൂമയിൽ കണ്ടെത്തി യിട്ടുണ്ട്. 'ഖിദ്‌രി'എന്ന അറബ് രാജവംശത്തിന്റെ തലസ്ഥാനമായിരുന്നു അന്ന് ഈ നഗരം.

നാല് മഹാറാണിമാരായിരുന്നു ആ വംശത്തിലെ പ്രമുഖ ഭരണ കർത്താക്കൾ. സബീബ്, ഷംസി, തബുവ, തഅൽ ഉനു എന്നീ വമ്പത്തി കൾ നാടുഭരിച്ച ഒരു ഇതിഹാസകാലം അറബ് നാടിനുണ്ടായിരുന്നു എന്ന് ഓർക്കാൻ പോലും ഇന്ന് കഴിയുമോ?" ഷർഖിയുടെ നിരീക്ഷണങ്ങൾക്ക് വലതുകൈയിന്റെ തള്ളവിരൽ ഉയർത്തി സൽമാൻ പിന്തുണകാട്ടി. വായിൽ നിറച്ച സിഗരറ്റ് പുക ആകാശത്തേക്ക് കലാപരമായി ഊതിപ്പറത്തു മ്പോഴും അവന്റെ സമാനചിന്തകളുടെ ചൂട് എനിക്ക് വായിക്കാനാവും.

"ഖിദ്‌രികൾക്കു ശേഷമാണോ നബാത്തി കാലം?"

"അതേ." ഷർഖി തുടർന്നു. "1986ൽ ഖലീൽ ഇബ്രാഹിം അൽ മു ഐക്കിൽ എന്ന വിഖ്യാത ചരിത്രകാരനാണ് ഇവിടെ നടന്ന ഉദ്ഖനന ങ്ങൾക്ക് നേതൃത്വം നൽകിയത്. നബാത്തീ കാലത്തെ മൺപാത്രങ്ങൾ അവർ കണ്ടെടുത്തു. നബാത്തികളാണ് ഇക്കാണുന്ന അൽമാ രിദ് കോട്ട നിർമ്മിച്ചത്."

"ക്രിസ്തുവിന് ശേഷം റോമാ സാമ്രാജ്യത്തിന്റെ ഭാഗമായി. അല്ലേ?" സൽമാൻ ചരിത്രഗതിയുടെ കാലക്കണക്ക് കോർത്തെടുക്കുകയാണ്.

"ഐവാ..." ഷർഖിയും പറയാൻ ആവേശം കാട്ടി. "രണ്ടാം നൂറ്റാണ്ടിന്റെ തുടക്കത്തിൽ റോമൻ ചക്രവർത്തി ട്രാജൻ നബാത്തികളെ തോല്പിച്ച് ദൂമ കയ്യടക്കി. പിന്നെ ഏതാനും നൂറ്റാണ്ടുകൾ റോമാ ഭരണം. അവരെ വെല്ലുവിളിച്ചതും മറ്റൊരു വമ്പത്തിയാണ്."

"ആഹാ... അതാര്?" ഞാൻ അദ്ഭുതപ്പെട്ടു. "പെൺപോരിന്റെ വിള യാട്ട ഭൂമിയാണല്ലോ ദൂമ..."

"സത്യം..." ഷർഖി എന്നെ ചേർത്തു പിടിച്ചു. "പാമിറയിലെ റാണി സിനോബിയ റോമാ സാമ്രാജ്യത്തോട് പൊരുതി ദൂമ സ്വന്തമാക്കി. അഞ്ചാം നൂറ്റാണ്ടിന്റെ ഒടുവിൽ കിന്ദാ രാജ്യത്തിന്റെ തലസ്ഥാനമായി ഈ നഗരം മാറി. പ്രവാചകന്റെ കാലം വരെ പേരുകേട്ട ക്രിസ്ത്യൻ രാജ്യമായിരുന്നു ഇത്."

"ഖാലിദ് ബിൻ വലീദ് ആണ് ദൂമയിലേക്ക് മുസ്ലിം സേനയെ നയിച്ചത് അല്ലേ?" സൽമാന്റെ ചോദ്യം.

"യെസ്." ഷർഖി വിശദീകരിച്ചു. "നാലു തവണയാണ് അദ്ദേഹം ദൂമയെ ആക്രമിച്ചത്. ഒടുവിൽ എഡി 633 ൽ ദൂമ ഇസ്ലാമിക സാമ്രാജ്യ ത്തിന്റെ ഭാഗമായി. എല്ലാ കാലത്തും ഇറാക്കിലേക്കും സിറിയയിലേക്കു മുള്ള അറേബ്യൻ കച്ചവട സംഘങ്ങൾ താവളമാക്കിയ നഗരമായിരന്നു ഇത്."

"ഉമർ ബിൻ ഖത്താബ് മസ്ജിദ് അല്ലേ ഇത്?" വായിച്ചു കിട്ടിയ വിവരം ഞാനും പരീക്ഷിച്ചു.

"ഖലീഫാ ഉമറിന്റെ പേരിലാണ് പള്ളി." ഷർഖി വ്യക്തത വരുത്തി. "ഏഴാം നൂറ്റാണ്ടിൽ നിർമ്മിച്ചതുമാണ്. എന്നാൽ ഉമർ ബിൻ ഖത്താബ് ആണോ ഉമർ ബിൻ അബ്ദുൽ അസീസ് ആണോ നിർമ്മിച്ചത് എന്ന കാര്യത്തിൽ തർക്കമുണ്ട്."

പടനീക്കങ്ങളിൽ പലപ്പോഴായി തകർന്ന പള്ളി ഞങ്ങൾ നടന്നു കണ്ടു. മരത്തൂണുകളും കരിങ്കൽഭിത്തിയും നടുമുറ്റവും ചുറ്റുകോണിയു മുള്ള വിശാലമായ പള്ളി ഒട്ടുമുക്കാലും തകർന്നു പോയിട്ടുണ്ട്. പക്ഷേ ഈന്തപ്പനയുടേയും അക്കേഷ്യയുടേയും തടികളും കുഴച്ച മണ്ണും ചേർത്ത് നിർമ്മിച്ച മേൽക്കൂര ഇന്നും കോൺക്രീറ്റിന്റെ ഉറപ്പോടെ നിലകൊള്ളുന്നു. പള്ളിയുടെ പടുകൂറ്റൻ മിനാരത്തിനുള്ളിലൂടെ നഗരവീഥി കടന്നുപോവു മ്പോൾ മിനാരം നഗരകവാടം പോലെ തലയുയർത്തി നിൽക്കുന്നു. പള്ളി യുടെ ഖിബ്ല ഭാഗത്ത് തെരുവിനപ്പുറമാണ് അൽമാരിദ് കോട്ട നഷ്ട പ്രതാപം വിളിച്ചോതുന്നത്. കോട്ടയും കോട്ടയ്ക്കുള്ളിലെ കൽക്കോണി യുമെല്ലാം ഒട്ടുമുക്കാലും തകർന്ന നിലയിൽ തന്നെ.

കോട്ടയ്ക്കപ്പുറം പരന്നു കിടക്കുന്ന പുരാതന നഗരത്തിന്റെ ബാക്കി പത്രമാണ് റൂബുൽ ദർഇ (അൽ ദർഇ ക്വാർട്ടർ) എന്നു വിളിക്കുന്ന ദർഈ ദേശം. റിയാദിലെ ദിരിയ്യയിൽ നജ്ദ് രാജ്യത്തിന്റെ പുരാതന തലസ്ഥാനം കാണാൻ സമയം കിട്ടുമ്പോഴൊക്കെ ഞങ്ങൾ പോകാറുണ്ട്. റിയാദ് കാണാനെത്തുന്ന കൂട്ടുകാരേയും ദിരിയ്യ കാട്ടിക്കൊടുക്കാൻ ശ്രദ്ധി ക്കാറുണ്ട്. മരുഭൂമിയുടെ ഉത്പന്നങ്ങൾ കൊണ്ട് മരുഭൂമിയുടെ മക്കൾ സ്വയം പര്യാപ്തരായി ജീവിച്ച ഒരു കാലത്തിന്റെ നഗരാസൂത്രണവും

സാങ്കേതിക മികവും വെളിപ്പെടുത്തുന്ന അവശിഷ്ടങ്ങളാണ് ദിരിയ്യയിലുള്ളത്. ദർഇൗ ദേശം കൂടുതൽ പഴമയും തകർച്ചയുമുള്ള ഒരു വടക്കൻ ദിരിയ്യയായിട്ടാണ് തോന്നിയത്. ഡിപ്ലോമാറ്റിക്ക് ക്വാർട്ടറിലെ അൽ കിന്ദി സ്ക്വയറും തുവൈഖ് പാലസും ഇത്തരം പൂർവ്വമാതൃകകൾ പുനഃസൃഷ്ടിക്കപ്പെട്ട നിർമ്മിതികളാണെന്നും ഞാനോർത്തു.

തിരിച്ചു കയറാൻ കാറിനടുത്തെത്തുമ്പോൾ സുഡാനികൾ കഠിന വിശപ്പിന്റെ സൂചന കാട്ടി. ഇനിയൊരു ഹോട്ടൽ ഭക്ഷണം ആവാമെന്ന് സൽമാനും അഭിപ്രായപ്പെട്ടു. ഷർഖി പക്ഷേ ഒരു ഉപാധിവച്ചു. എത്ര വൈകിയാലും ഹായിലിൽ ചെന്നാണ് ഉറക്കം.

ഹൈവേയിൽ കയറിയോടിയ കാർ മാക്ഡൊണാൾഡിനു മുമ്പിൽ നിന്നു. ബെർഗറും കാപ്പിയും കഴിക്കാൻ ഇരിക്കുമ്പോൾ സുഡാനികൾ തൊട്ടടുത്ത മന്തിക്കടയിലേക്കോടി. തിരിച്ചു കയറിയതോടെ സുഡാനികൾ ഉപാധി മറന്ന് ഉറക്കം തുടങ്ങി. അഫ്രാസ് അതീവശ്രദ്ധയോടെ വണ്ടിയോടിക്കുമ്പോൾ ഷർഖി പിൻസീറ്റിൽ നിന്ന് എന്റെ തോളിൽ തട്ടി:

“എബീ... അടുത്ത യാത്രയിൽ നമുക്ക് തുമാമയിൽ പോകണം. അവിടെ പതിനയ്യായിരം വർഷം മുമ്പ് ജനവാസമുണ്ടായിരുന്നുവെന്ന് ഉദ്ഖനനം തെളിയിക്കുന്നുണ്ട്. എന്തോ, ചരിത്രത്തിന് വിലകൊടുക്കാൻ ഞങ്ങളുടെ നാടിന് ഇപ്പോഴും മടിയാണ്. ആർക്കിയോളജിവകുപ്പിന് ഇക്കൊല്ലത്തെ ബജറ്റിൽ അനുവദിച്ച ഫണ്ട് കണ്ടില്ലേ? എത്ര ശുഷ്ക്കം?”

ഷർഖിയുടെ വാക്കുകളിൽ പതിവുള്ള നിർവികാരതയല്ല, ഒരുതരം നിരാശാബോധം നിഴലിക്കുന്നത് പോലെ. ആശ്വസിപ്പിക്കാനെന്ന മട്ടിൽ ഞാനൊരു തമാശ പറഞ്ഞു:

“പണം കാണില്ല. പ്രതിരോധച്ചിലവിൽ ലോകത്തിലെ ഒന്നാമത്തെ രാജ്യമല്ലേ നിങ്ങൾ?”

“അതുകൊണ്ടല്ല പണം തികയാത്തത്.” ഷർഖിയുടെ സ്വരം സൽമാന് പുതിയ ആവേശം കൊടുത്തു. “വരുമാനത്തിന്റെ നാല്പത് ശതമാനം രാജകുടുംബത്തിന്റെ ചിലവിലേക്കാണ് പോകുന്നത്.”

“അത് റോയൽ ഫാമിലി പെൻഷനല്ലേ സൽമാൻ?” ഷർഖി ഭരണ കൂടത്തിന്റെ ഉത്തമപൗരനായി.

“രാജകുടുംബത്തിന്റെ പെൻഷൻ രാജ്യവരുമാനത്തിന്റെ നാല്പത് ശതമാനം വരുന്നതെങ്ങനെ?” എനിക്കാണ് സംശയം തീരാത്തത്.

“എബീ... അയ്യായിരം പുരുഷന്മാരുണ്ട് രാജകുടുംബത്തിൽ.” സൽമാൻ ശബ്ദം കനപ്പിച്ചു. “പെണ്ണുങ്ങളുടെ കണക്ക് പ്രസിദ്ധീകരിച്ചിട്ടില്ല.”

“അത് ശരിയാവും.” ഷർഖി സൗമ്യനായി പങ്കു ചേർന്നു.” “അബ്ദുൽ അസീസിനുതന്നെ മുപ്പത് പുത്രന്മാരുണ്ട്. നൂറ് പൗത്രന്മാരും അഞ്ഞൂറ് പ്രപൗത്രന്മാരും ഉണ്ടെന്നാണ് കണക്ക്.”

"അപ്പോൾ അയ്യായിരം പേർക്ക് എത്രവീതമാണ് പെൻഷന്റെ നിരക്ക്?" ഞാൻ ജിജ്ഞാസുവായി.

"ഒരു നിരക്കും കണക്കുമില്ല." സൽമാൻ പൊട്ടിത്തെറിക്കുന്നതു പോലെ. "ഓരോരുത്തരുടെയും സ്വാധീനവും പിന്തുണയും അനുസരിച്ച് രാജാവ് വാരിക്കൊടുക്കും. ഗോത്രസമ്മർദ്ദം ചെലുത്തി കൂടുതൽ നേടുന്നതും പതിവാണ്. പെൻഷനുപുറമെ അമീറുമാർ വെട്ടിപ്പിടിക്കുന്ന പൊതുസ്വത്ത് വേറെയും."

"കൗൺസിൽ ഓഫ് റോയൽ ഫാമിലിയുടെ അദ്ധ്യക്ഷനും രാജാവല്ലേ?" ഷർഖിയുടെ ചിരിയിൽ ഒരേസമയം ന്യായവും കുറ്റവും വായിച്ചെടുക്കാം.

"രാജ്യം തന്നെ കുടുംബസ്വത്താകുമ്പോൾ ഇതൊക്കെ സ്വാഭാവികം."

"അതെ, കുടുംബസ്വത്തുതന്നെ." സൽമാൻ തിളച്ചു. "പാർലിമെന്റും മന്ത്രിസഭയും കോടതിയും സൈന്യവും എല്ലാം രാജാവിന്റെ കളിക്കോപ്പുകൾ മാത്രം."

"രാജ്യത്തിന്റെ പേരുമാറ്റണമെന്ന് നമ്മുടെ ശൈഖ് ആവശ്യപ്പെട്ടിരുന്നു." ഷർഖി ആദ്യമായാണ് ഒരു രാഷ്ട്രീയ നിലപാട് വെളിപ്പെടുത്തുന്നത്.

"ബിലാദുൽ ഹറമൈൻ ആണ് അദ്ദേഹമിട്ട പേര്. 'ഇരു ഗേഹങ്ങളുടെ നാട്' എന്നർത്ഥം."

"പക്ഷേ ഒരു തീവ്രവാദിയും ഏകാധിപത്യം ഉന്നമാക്കുന്നില്ലല്ലോ." ഞാൻ ഇടപെട്ടു. "അമേരിക്ക, ഇറാൻ, ഷിയാ, സുന്നി... ഇതൊക്കെയല്ലേ അവരുടെ പ്രശ്നങ്ങൾ?"

"അല്ല, എബീ..." സൽമാൻ ശാന്തനായി. "ജനരോഷത്തിന്റെ അടിസ്ഥാനം ഏകാധിപത്യം തന്നെയാണ്. രണ്ടുതവണ ഹജ്ജ് ആക്രമിച്ച ഇറാന്റെ ലക്ഷ്യം രാജാവു തന്നെയല്ലേ?"

"വാസ്തവമാണ്." ഷർഖി കുറെക്കൂടി മനസ്സുതുറന്നു. "1979-ലെ ആക്രമണം ഷാ പഹ്‌ലവിയെ പുറത്താക്കിയ ഇറാൻവിപ്ലവത്തിന്റെ തുടർച്ചയായിരുന്നു. ഖാലിദ് രാജാവായിരുന്നു ഉന്നം. ഭാഗ്യത്തിന് അന്ന് അദ്ദേഹം ഹറമിൽ പോയില്ല."

കാതടപ്പിക്കുന്ന ശബ്ദത്തിൽ സ്റ്റീരിയോ സംഗീതവുമായി ഒരു ആഡംബര കാർ ഞങ്ങളെ കടന്നുപോയി. സൗദി ചെറുപ്പക്കാർ സൈഡ് വിന്റോയിലൂടെ തലപുറത്തേക്കിട്ട് കൊക്കൊക്കോള ബോട്ടിലുകൾ കൊണ്ട് താളംപിടിക്കുന്നുണ്ട്. അഫ്രാസ് വേഗത കുറച്ച് അവരെ കടത്തിവിട്ട് ശല്യം ഒഴിവാക്കി. കാറിന്റെ പിൻഭാഗത്ത് ഒട്ടിച്ചുവെച്ച കട്ടൗട്ട് ഞങ്ങളുടെ കാറിന്റെ വെളിച്ചത്തിൽ വെട്ടിത്തിളങ്ങി. അനശ്വരനായ വിപ്ലവകാരി ചെഗുവേരയുടെ ചിത്രമായിരുന്നു അത്.

ഇന്ന് മെയ് ദിനമാണല്ലോ എന്ന ചിന്ത പെട്ടെന്നൊരാവേശമായി ഉള്ളി ലാളി. പക്ഷേ, സൗദിയിൽ തൊഴിലാളിദിനമില്ലല്ലോ എന്ന ബോധത്തി ലേക്ക് അതിവേഗം ഞാൻ തണുക്കുകയും ചെയ്തു. ഒത്തുപോകാത്ത ചേരുവകളുടെ ഇത്തരം മേളക്കാഴ്ചകൾ എപ്പോഴും എന്റെയുള്ളിൽ ദഹന ക്കേടുണ്ടാക്കിയിരുന്നു. ചോദിക്കാൻ പറ്റിയ സന്ദർഭമാണിതെന്ന് ഞാൻ കരുതി.

“കമ്മ്യൂണിസ്റ്റ് വിപ്ലവത്തിലാണോ ഈ മക്കൾക്ക് ഇനിയുള്ള പ്രതീക്ഷ?”

“നെവർ.” എന്റെ ചോദ്യം സൽമാൻ ചിരിച്ചുതള്ളി. “അവർക്ക് കമ്മ്യൂണിസവും അറിയില്ല. വിപ്ലവവും അറിയില്ല. അടങ്ങാത്ത അമർഷ ത്തിന്റെ അടയാളമായി ഒരു ചിത്രം. അതുമാത്രമാണ് അവർക്ക് ചെ.”

ഷർഖിയുടെ ഫോണിൽ ബ്രീത്തയുടെ ചിത്രം തെളിഞ്ഞു. കുശലം... വീട്ടുകാര്യങ്ങൾ... യാത്രാ വിശേഷങ്ങൾ... ഒടുവിൽ മകനെ സ്കൂളിൽ ചേർക്കേണ്ട കാര്യം ഓർമ്മിപ്പിച്ചാണ് സംസാരം മുറിഞ്ഞത്.

“ഇളയ മോന് ഏഴ് വയസ്സായി. സ്കൂളിൽ ചേർക്കണം.” ഷർഖി ഞങ്ങളോടായി പറഞ്ഞു.

“ഏഴ് വയസ്സായിട്ട് ഇതുവരെ ചേർത്തില്ലേ?” എന്റെ സംശയം അറി യാതെ പുറത്തുചാടി.

“ഇല്ല.” സൽമാൻ ആണ് മറുപടി തന്നത്. “ഷർഖിയുടെ മക്കളൊക്കെ ഏഴു വയസ്സിലാണ് സ്കൂളിൽ ചേർന്നത്.”

“കളിക്കേണ്ട പ്രായത്തിൽ കുട്ടികളെ പഠിപ്പിച്ച് നശിപ്പിക്കരുത്.” ഷർഖി പറഞ്ഞു. “ബ്രീത്തയ്ക്കും ഇപ്പോൾ അത് ബോധ്യപ്പെട്ടു.”

“ഏഴു വയസ്സിൽ ഞങ്ങളുടെ നാട്ടിൽ നാലുവർഷമെങ്കിലും കുട്ടി പഠിച്ചിരിക്കും.” ഞാൻ പറഞ്ഞു. “മൂന്നാം വയസ്സിൽ പ്രീ-കെ.ജി, പിന്നെ എൽ-കെ.ജി, യു-കെ.ജി അങ്ങനെ.”

“എല്ലാ കേജിയും ശിശുവിരുദ്ധമാണ്.” സൽമാന്റെ പ്രസ്താവനയെ ഒരു നിശ്വാസം പിന്തുടർന്നു. “എന്റെ ഇഷ്ടം പക്ഷേ നൂറ സമ്മതിച്ചില്ല.”

നൂറ മാത്രമല്ല ഒരമ്മയും ഇക്കാലത്ത് ഈ നയം സമ്മതിക്കില്ല എന്നു മനസ്സിൽ പറഞ്ഞു.

“ഉത്തമ പൗരനെ വളർത്തിയെടുക്കാൻ ഞങ്ങൾക്കൊരു പഴ ഞ്ചൊല്ലുണ്ട്.” ഷർഖി ഗൗരവം പൂണ്ടു.

“ഏഴു കൊല്ലം അവരോടൊപ്പം കളിക്കുക,

എഴു കൊല്ലം അവരെ പഠിപ്പിക്കുക,

ഏഴു കൊല്ലം അവരോടൊപ്പം സഞ്ചരിക്കുക.”

രക്ഷിതാക്കളോടൊത്ത് കളിയോ യാത്രയോ കിട്ടാതെ വിദ്യാലയ ങ്ങളിൽ തളച്ചിടപ്പെട്ട ബാല്യം ലോകത്തിലെ എല്ലാ തെരുവുകളിൽ നിന്നും ആർത്തലയ്ക്കുന്നത് ഞാൻ കേട്ടു...

"സൽമാൻ... എന്തൊക്കെയായാലും ആധുനിക വിദ്യാഭ്യാസത്തെ ഇന്ന് ഈ നാട് നന്നായി പിന്തുണയ്ക്കുന്നുണ്ടല്ലോ." "അക്കാര്യത്തിൽ വഹാബികളുടെ സമീപനം പോസിറ്റീവ് അല്ലേ?"

"ആരു പറഞ്ഞു?" സൽമാന്റെ രോഷം പിന്നെയും തുളുമ്പി. "എല്ലാ പുരോഗതിക്കും അവർ എതിരായിരുന്നു. ആധുനിക വിദ്യാഭ്യാസം മാത്രമല്ല, ടെലഗ്രാഫ്, ടെലഫോൺ, റേഡിയോ, കാർ... എല്ലാ സൗകര്യങ്ങളും വന്ന കാലത്ത് വഹാബി ഉലമാക്കൾ ശക്തമായി എതിർത്തു. ഇപ്പോൾ അംഗീകരിക്കേണ്ടി വന്നത് കാലത്തിന്റെ സമ്മർദ്ദം..."

"അപ്പോഴും പടിഞ്ഞാറൻ പാറ്റേൺ അനുകരിക്കുകയാണ് ഞങ്ങൾ." ഷർഖി പറഞ്ഞു. "വിദ്യാഭ്യാസ മനഃശാസ്ത്രത്തിലും രീതി ശാസ്ത്രത്തിലുമൊക്കെ അറബ് സംസ്കാരത്തിന്റെ കിടയറ്റ ശരികളുണ്ട്. മോഡേൺ എന്നാൽ വെസ്റ്റേൺ അല്ല."

"കിഴക്കും പടിഞ്ഞാറും കലർന്ന ഒരു 'ഷർഖി സ്റ്റൈൽ' വേണം. അല്ലേ?" എന്റെ തമാശ ഇരുവരും ചിരിച്ച് അംഗീകരിച്ചു. സൽമാൻ നൂറയെ വിളിച്ച് മൃദുഭാഷണം നടത്തുമ്പോഴാണ് സിയാദിന്റെ വിളി വന്നുകയറിയത്.

"അഹ്‌ലൻ സിയാദ്..."[1] എന്ന സൽമാന്റെ മൊഴികേട്ട് ഞാനും ഒന്നുണർന്നു. ദിവസങ്ങളായി സിയാദിൽനിന്ന് വിവരങ്ങൾ ഒന്നുമില്ലല്ലോ എന്ന് പലപ്പോഴും ചോദിക്കാൻ തോന്നിയതാണ്. ഷർഖിയുടെ സാന്നിധ്യം എന്നെ തടഞ്ഞു. സിയാദിന്റെ വർത്തമാനങ്ങൾ സൽമാൻ മൂളിക്കേൾക്കുക മാത്രമേ ചെയ്തുള്ളൂ. ഷർഖി ഒരു സൗഹൃദഭാഷണമായി അതിനെ അവഗണിക്കുകയും ചെയ്തു.

ഹൈവേ ഹായിലിലേക്ക് അടുക്കുന്തോറും വൈദ്യുതിവിളക്കുകൾ പാതിരാവിനെ പകലാക്കുകയാണ്. പെരുന്നാൾ പ്രമാണിച്ചുള്ള അലങ്കാര ദീപങ്ങളും നഗരത്തെ ജ്വലിപ്പിക്കുന്നുണ്ട്.

വർഷങ്ങൾക്കുമുമ്പ് ഇതുപോലെ ഒരു പാതിരാവിൽ ഞാൻ ആദ്യമായി വന്ന വിമാനം ജിദ്ദയുടെ ആകാശത്തിൽ ഭൂമിയോട് അടുക്കുമ്പോൾ വെളിച്ചത്തിന്റെ ധാരാളിത്തം കണ്ട് ഞാൻ അന്ധാളിച്ചുപോയിട്ടുണ്ട്. എണ്ണ കത്തിച്ചുണ്ടാക്കുന്ന ഊർജ്ജമാണ് സൗദിയുടെ മാനവും വാനവും പ്രദീപ്തമാക്കുന്നത്.

കാറിന്റെ വേഗത കുറഞ്ഞപ്പോഴാണ് ഞങ്ങൾ ശ്രദ്ധിച്ചത്. തെരുവുകൾ നിറയെ പാർക്ക് ചെയ്ത കാറുകൾ നിരന്നുകിടക്കുന്നു. കവലകളും ഹൈവേയും ഉപനിരത്തുകളുമെല്ലാം കാറുകൾ കയ്യടക്കിയ ഉപരോധം... കഷ്ടിച്ച് ഒരു കാർ തള്ളിവിടാൻ നഗരമധ്യത്തിൽ ട്രാഫിക് പൊലീസ് പാടുപെടുന്നു. പെരുന്നാൾ ആഘോഷമാവാം എന്ന് സംശയിക്കുമ്പോഴാണ് ഷർഖി പറഞ്ഞത്: "കൂറാ..."[2]

1. സ്വാഗതം സിയാദ്
2. ഫുട്ബാൾ

ഫുട്ബോൾ മേളയുടെ അന്ധാവേശം സൗദി തെരുവുകളെ നിശ്ചല മാക്കുന്നത് പതിവു കാഴ്ചയാണ്. വഴിയാത്രക്കാരന്റെ സ്വാതന്ത്ര്യവും റോഡ് നിയമങ്ങളുമെല്ലാം കൈയിലെടുക്കാൻ പുതിയ തലമുറയ്ക്ക് അലിഖിതമായ അവകാശം നൽകുന്ന കളിയാണ്. 'കൂറ'!

"എബീ... കണ്ടില്ലേ?" "ഇത്തരം ആരവങ്ങളിലാണ് ഞങ്ങളുടെ മക്കളെ മയക്കിക്കിടത്തുന്നത്." സൽമാൻ ശാന്തനായി പറഞ്ഞു.

"ഫുട്ബോൾ വളരട്ടെ. പക്ഷേ ഫാൽക്കൺറിയെ അവഗണിക്കുന്ന താണ് കഷ്ടം." ഷർഖിയുടെ നിലപാടുകളിൽ അറബ് ദേശീയതയുടെ വികാരമാണ് മുറ്റി നിൽക്കുന്നത്. അറബിയുടെ സാഹചാരിയായ ഫാൽ ക്കൺ പക്ഷിയെ വളർത്തുകയും കളിപ്പിക്കുകയും ചെയ്യുന്ന ദേശീയ വിനോദം തളർന്നു പോകുന്നതിന്റെ സങ്കടം... "അമ്പെയ്ത്തിനെക്കാൾ തൈക്കോണ്ടോ[1]യാണ് ഒളിമ്പിക്സിൽ പോലും ഞങ്ങൾക്ക് പ്രധാനം." അദ്ദേഹം തുടർന്നു.

മിന്നിത്തിളങ്ങുന്ന തെരുവിലൂടെ കാർ ഇഴഞ്ഞു നീങ്ങുമ്പോൾ ഹായിൽ എന്ന ദേശത്തിന്റെ ചരിത്രം ഓർത്തു. മനുഷ്യാവസ്ഥയുടെ സമഗ്രതയും ദുർവിധിയും ഹായിലിന്റെ കഥ ലോകത്തോട് പറയുന്നു ണ്ടെന്ന് ചിന്തിച്ചു.

ഒരു കാലത്ത് ഹായിൽ ആയിരുന്നു ദേശതലസ്ഥാനം. ഹായിൽ ദേശ ത്തിന്റെ വിധേയരായ ഒരു കൊച്ചു നാട്ടുരാജ്യം മാത്രമായിരുന്നു റിയാദിലെ നജ്ദ്. പിന്നീട് ഹായിൽ രാജവംശമായ ഇബ്നു റഷീദ് ഗോത്രം നജ്ദ് കയ്യടക്കി ഭരിക്കാൻ തുടങ്ങി. അബ്ദുൽ അസീസ് രാജാവ് റിയാദ് തിരിച്ചു പിടിച്ചിട്ടും ദീർഘകാലം ഹായിൽ സഹോദര രാജ്യമായി തുടർന്നു. 1921ൽ അബ്ദുൽ അസീസ് ഹായിൽ കയ്യടക്കിയതോടെ ഒരു സാമന്തന്റെ പദവി പോലും ഇവിടുത്തെ രാജവംശത്തിന് നഷ്ടപ്പെട്ടു. ഇന്ന് സൗദ് രാജ്യ വംശത്തിലെ രാജകുമാരന്മാർ ഗവർണർമാരായി പ്രതിഷ്ഠിക്കപ്പെടുന്ന സൗദി പ്രവിശ്യയാണ് ഹായിൽ.

"അന്ന് ഹായിൽ റിയാദിനെ ഭരിച്ചു. ഇന്ന് റിയാദ് ഹായിലിനെ ഭരി ക്കുന്നു."

അൽ റയ്ഹാൻ ഹോട്ടലിൽ ചെക്കിൻ ചെയ്യുമ്പോൾ സൽമാന്റെ വാക്കുകളിൽ നിസ്സംഗത. ഹോട്ടൽ സ്യൂട്ടിൽ ചെന്നിരുന്ന് പൂന്താനം എന്ന മലയാള കവിയെ ആവുന്നവിധം അറബ് സുഹൃത്തുക്കൾക്ക് ഞാൻ പരിചയപ്പെടുത്തി. മാളിക മുകളേറിയ മന്നന്റെ മനസ്സ് ഉറക്കച്ചടവിന്റെ മടുപ്പില്ലാതെ അവർ കേട്ടു. ഉറങ്ങാൻ കിടക്കുമ്പോൾ ഷർഖി പറഞ്ഞ വാക്കുകൾ സൽമാനും ഏറ്റു ചൊല്ലി:

"യേസ്... പവർ ഈസ് റൈറ്റ്...[2]

1. കൊറിയൻ ആയോധന കല
2. അധികാരമാണ് ശരി

ഇരുപത്തിരണ്ട്

ജനിക്കാത്തവരുടെ ജലസമാധികൾ

ബിൻ ലാദൻ കൊല്ലപ്പെട്ടു!

സ്വിറ്റ്സർലന്റിൽനിന്ന് ദേവനാണ് ആദ്യം വിളിച്ചത്. കാടാഞ്ചിറ ദേവ ദാസ് എന്ന പൊന്നാനിക്കാരൻ.

നിരന്തരമായ വിദേശയാത്രകളാണ് ദേവന്റെ പ്രസന്നത നിലനിർത്തുന്ന ഊർജ്ജം. മലയാളിയുടെ സഞ്ചാരക്ഷമത വർദ്ധിപ്പിച്ചതാണ് മാനവശേഷി വികസനത്തിൽ പ്രവാസം നൽകിയ ചെറുതല്ലാത്ത സംഭാവനയെന്ന് പലപ്പോഴും തോന്നിയിട്ടുണ്ട്. പക്ഷേ വിനോദ വ്യവസായം പെരുമ്പറയടിച്ച് വിളിച്ച ആഗോളക്കാഴ്ചകൾ ഓരോന്നും കണ്ടു മടങ്ങിവന്ന് ഞങ്ങളുടെ സൊറവട്ടങ്ങളിൽ ദേവൻ പറയും. "നമ്മൾ ഇപ്പോഴും ഇന്ത്യയെ മാർക്കറ്റ് ചെയ്യുന്നില്ല." പൈതൃകം എന്ന് അവകാശപ്പെടാൻ സ്വന്തമായി ഒന്നുമില്ലാത്ത രാഷ്ട്രങ്ങൾപോലും പാരമ്പര്യപ്രകടനത്തിന്റെ കൊള്ളക്കച്ചവടത്തിൽ കുത്തകകളായി മാറുന്നതിന്റെ അമർഷമാണ് ദേവന്റെ വാക്കുകളിൽ നുരയുന്നത്.

നാടു വിടുമ്പോഴാണ് നാടിന്റെ മേന്മയറിയുകയെന്ന് പ്രവാസം എന്നെയും പഠിപ്പിച്ചു. ജനാധിപത്യത്തിന്റെ മേന്മകാണാൻ, മതനിരപേക്ഷതയുടെ മഹത്വമറിയാൻ അതൊന്നുമില്ലാത്ത ഒരു വിദേശരാജ്യത്ത് അല്പകാലം കഴിയാൻ യോഗമുണ്ടായാൽ മതി. ഇന്ത്യക്കാരൻ എന്ന അഭിമാനം അവിടെ പലപ്പോഴും രംഗബോധമില്ലാതെ നമ്മെ പിടികൂടുകയും ചെയ്യും. ടാറ്റാ കാറുകളിൽ അറബികൾ ചീറിപ്പറക്കുമ്പോഴും പ്രശസ്ത കമ്പനികളുടെ ആഗോളടെണ്ടറുകളിൽ വിപ്രോയും എൽആന്റ്ടിയും ടിസിഎസ്സും നേട്ടം കൊയ്യുമ്പോഴും സിരകളിൽ പടർന്നു കയറുന്ന നേരിയ പുളകം, കുത്തകവിരോധത്തിന്റെ രാഷ്ട്രീയപാഠങ്ങളെ വിസ്മൃതമാക്കാറുണ്ട്.

പാകിസ്ഥാനിലെ അബോട്ടാബാദിൽവച്ച് അമേരിക്കൻ സൈന്യത്തിന്റെ വെടിയേറ്റാണ് ബിൻ ലാദൻ മരിച്ചതെന്ന് ദേവൻ പറഞ്ഞു.

യൂറോപ്പിലേയും അമേരിക്കയിലേയും പ്രമുഖമാധ്യമങ്ങൾ പതിവു പരിപാടികളെല്ലാം റദ്ദാക്കി പ്രത്യേക ബുള്ളറ്റിനുകളും ലൈവ് ടെലികാസ്റ്റുകളും പാനൽ ചർച്ചകളും ആരംഭിച്ചു കഴിഞ്ഞുവെന്നും.

കഴിഞ്ഞ പത്തുവർഷമായി ലോകമാധ്യമങ്ങളെ ദിനേന തീറ്റിപ്പോറ്റിയ മുഖ്യ ഇരയാണ് അരങ്ങൊഴിഞ്ഞത്. ഒളിത്താവളങ്ങൾ ഓരോന്നായി അരക്ഷിതമാവുമ്പോഴും ഭരണകൂടങ്ങളെ നടുക്കാനും കുഴക്കാനും ഇന്നലെവരെ മാധ്യമങ്ങളെത്തന്നെ സമർത്ഥമായി വിനിയോഗിച്ച ന്യൂസ് മേക്കറാണ് നിശ്ചലമായിരിക്കുന്നത്.

ദേവന്റെ വിളി മുറിയും മുമ്പേ അഫ്രാസിന് പാകിസ്ഥാനിൽ നിന്ന് ഇതേ സന്ദേശമെത്തി. ഞാൻ ശ്രദ്ധിക്കുമ്പോൾ സൽമാനും ഷർഖിയും വാട്സ്ആപിൽ ലാദൻ ചിത്രങ്ങളും അറബ് വരമൊഴിയും തോണ്ടിയിടുകയാണ്. അറിഞ്ഞതിന്റെ നടുക്കം വെളിപ്പെടുത്താൻ പോലും ഇപ്പോൾ അവർ അശക്തരാണെന്ന് എനിക്ക് മനസ്സിലായി. ഇരുവരുടേയും മുഖത്ത് മൂടിയ ശോകഭാവം കാറിനകത്ത് മൗനമായി പടർന്നിരിക്കുന്നു.

പെട്ടെന്നാണ് സ്ഥലബോധം തെളിഞ്ഞത്. ഞങ്ങൾ ഖസീമിന്റെ പച്ചപ്പിലേക്ക് പ്രവേശിച്ചു കഴിഞ്ഞിരിക്കുന്നു. ബുറൈദയുടെ തെരുവിലേക്ക് കാറടുക്കുമ്പോൾ കേട്ട വാർത്തയുടെ വിശേഷത്തേക്കാൾ അത് കേൾക്കാനായി വിധി ഞങ്ങളെ എത്തിച്ച ദേശത്തിന്റെ യാദൃച്ഛികതയാണ് എന്നെ നടുക്കിയുണർത്തിയത്.

ബുറൈദ ബിൻ ലാദന്റെ ജന്മഭൂമിയാണ്. ആ ചിന്തയുടെ രോഷവും കാലുഷ്യവും ഖസീം ദേശത്തിന്റെ മണ്ണിലും മനസ്സിലും വേരോടിയതിന്റെ ദൃഷ്ടാന്തങ്ങൾ ഭരണകൂടം പലകുറി കണ്ടതാണ്. ശൈഖിനെ രാജ്യഭ്രഷ്ടനാക്കിയപ്പോൾ രാജ്യത്തെ പരമോന്നത പണ്ഡിതസഭയിൽനിന്ന് ഏഴുപേരെ പുറത്താക്കേണ്ടിവന്നു. ലാദന്റെ വിശ്വസ്തരായിരുന്ന ശൈഖ് സൽമാൻ അൽ ഔദ്, ശൈഖ് സഫർ അൽ ഹവാലി എന്നീ പണ്ഡിതമുഖ്യരെ വർഷങ്ങളോളം തടവറയിൽ അടക്കേണ്ടി വന്നു. മതസേവനം നിർവ്വഹിച്ചുകൊണ്ടിരുന്ന ആയിരം പുരോഹിതന്മാരെ രാജ്യവ്യാപകമായി പിരിച്ചുവിടേണ്ടിവന്നു.

ഖസീം ദേശം തടവറയിൽ കിടന്ന് മുഖംപൊത്തി വിതുമ്പുന്നതുപോലെ... എങ്ങും ഒരു മരണവീടിന്റെ മൂകത... പൊലീസ് വാഹനങ്ങൾക്ക് പതിവില്ലാത്ത വേഗതയും പെരുപ്പവും...

ബുറൈദയെ കൂടാതെ ഉനൈസ, അൽറാസ് എന്നീ മരുപ്പച്ചകൾ കൂടി ചേർന്നതാണ് ഖസീം പ്രവിശ്യ. ബാങ്കിന്റെ കാര്യങ്ങൾക്കായി രണ്ടിടത്തും പോകണമെന്ന് അഫ്രാസിനോട് ഷർഖി നേരത്തെ പറഞ്ഞിരുന്നു. പക്ഷേ പോയത് വെറുതെയായി. ഒരു ശാഖയിലും ഇന്ന് ഉത്തരവാദപ്പെട്ട ഉദ്യോഗസ്ഥർ എത്തിയിട്ടില്ല.

'സ്വയംപ്രഖ്യാപിത അവധി'യാണെന്ന് ഷർഖിയുടെ ആത്മഗതം. "ദേശീയ ദുഃഖാചരണവും ആവാം" എന്ന് സൽമാന്റെ കമന്റ്. "രാജാവ്

മരിച്ചാൽ പോലും അവധിയില്ലാത്ത നാടല്ലേ?" എന്ന് ഞാനും പ്രതികരിച്ചു. എന്നിട്ടും ആരും ചിരിച്ചില്ല. സ്റ്റീരിയോയും സുഡാനികളും മൗനാചരണം തന്നെ.

'സൗദി വാർത്താ മാധ്യമങ്ങൾ ബിൻ ലാദൻ ഒരു മുഖ്യതലക്കെട്ടാവാതെ നോക്കാൻ എല്ലാ ബുള്ളറ്റിനുകളിലും പാടുപെട്ടു' എന്ന് സൽമാൻ പറഞ്ഞു. അൽജസീറയും ബിബിസിയും തുറന്നുവെച്ച് സൗദികൾ ദേശീയ മാധ്യമങ്ങളെ റിമോട്ട് കൊണ്ട് തോല്പിക്കുകയാണത്രെ!

"ശൈഖിന്റെ വേരുകൾ യമനിയാണ്. അല്ലേ?" കാറിനകത്തെ ഉറഞ്ഞ മഞ്ഞുരുക്കാനാണ് ഞാൻ ചോദിച്ചത്. ശബ്ദം നന്നേ നിയന്ത്രിച്ചുകൊണ്ട്.

"യെസ്... മുതുമുത്തച്ഛൻ ലാദൻ യമനിലെ Ifdao ഗോത്രത്തിൽപെട്ടയാളാണ്." സൽമാൻ സംസാരിക്കാനുള്ള മൂഡിലായി. "നിങ്ങളുടെ മലബാരി ശൈഖുമാരെപ്പോലെ."

"ഉസാമ ബിൻ മുഹമ്മദ് ബിൻ ഔദ് ബിൻ ലാദൻ..." ഷർഖി ചരിത്രത്തിന്റെ പാരമ്പര്യശൃംഖല പരതുകയാണ്. "അൽഖഹ്താനി ഗോത്രത്തിലാണ് വന്നു ചേർന്നത്. ഗോത്രനാമം അവർ പണ്ടേ ഉപേക്ഷിച്ചു. തലമുറകൾ കൊണ്ട് ശതകോടീശ്വരന്മാരായി. പിതാവ് മുഹമ്മദ് രാജകുടുംബത്തിന്റെ വിശ്വസ്തനായ നിർമ്മാണക്കരാറുകാരനായിരുന്നല്ലോ."

"ഉമ്മ സൂരിയാണല്ലേ?" ഞാൻ വായിച്ച ഓർമ്മകൾ മിനുക്കിയെടുക്കുകയാണ്.

"അതേ. മുഹമ്മദിന്റെ പത്താം ഭാര്യ ഹാമിദ, സിറിയക്കാരിയാണ്." സൽമാൻ പറഞ്ഞു. "ശൈഖിന് മൂന്നു വയസ്സുള്ളപ്പോൾ ഉമ്മ വിവാഹമോചനം നേടി."

ആ പുതിയ അറിവ് എന്നിൽ ജിജ്ഞാസയുണർത്തി. അത് മനസ്സിലാക്കിയ ഷർഖിയുടെ മുഖത്ത് ഒരു നേരിയ ചിരിയുണർന്നു.

"അതിലെന്തോ സ്വകാര്യമുണ്ട്." ഷർഖി പറഞ്ഞു. "പിതാവിന്റെ കൂട്ടുകാരൻ മുഹമ്മദ് അൽ അത്താസ് ഉടൻ തന്നെ ഹാമിദയെ വിവാഹം ചെയ്തു. അവരോടൊപ്പമായിരുന്നു ശൈഖിന്റെ ബാല്യം. ഹാമിദ അൽ അത്താസ് ഇപ്പോഴും ജീവിച്ചിരിപ്പുണ്ട്."

"കിംഗ് സൗദിലാണല്ലോ പഠിച്ചത്." ഞാൻ ഓർത്തെടുത്തു.

"കവിതയും പരിസ്ഥിതിയും ഫുട്ബോളുമായിരുന്നു കൗമാര കമ്പങ്ങൾ." സൽമാൻ ഒരു നിശ്വാസമുതിർത്തു. "ബിരുദം പൂർത്തിയാക്കും മുമ്പേ ജിഹാദ് തലയ്ക്ക് പിടിച്ചു..."

"സലഫിസം മാത്രമല്ല ശൈഖിനെ നയിച്ചത്." ഷർഖി ആലോചനയ്ക്കിടയിൽ പറഞ്ഞു. "ഖുത്തുബിസം കൂടി ആ സിരകളിൽ ജ്വലിച്ചു. സയ്യിദ് ഖുത്തുബിന്റെ ആശയങ്ങൾ..."

"പഠിക്കുന്ന കാലത്തുതന്നെ വിവാഹം കഴിച്ചു അല്ലേ?" ഞാൻ ജീവചരിത്രം ഓർത്തെടുത്തു.

“അതേ.” സൽമാൻ തന്നെ പറഞ്ഞു. “17-ാം വയസ്സിൽ സിറിയക്കാരി നജ്‌വയെ വിവാഹം ചെയ്തു. പിന്നെയും നാലോ അഞ്ചോ വിവാഹങ്ങൾ... വിവാഹ മോചനങ്ങൾ... ഇന്ന് പിടിയിലാകുമ്പോൾ അമൽ എന്ന ഭാര്യ കൂടെയുണ്ട്.”

“ശൈഖിന്റെ ജീവിതം ഇനിയും അറിയാനിരിക്കുന്നതേയുള്ളൂ.” ഷർഖി കൂട്ടിച്ചേർത്തു. “26 മക്കളുണ്ടെന്ന് മീഡിയ പറയുന്നു.”

“ജിഹാദൊരുക്കാൻ ആദ്യം പോയത് പാകിസ്ഥാനിലാണ്. ഒടുവിൽ അവിടത്തന്നെ അന്ത്യവും.” ജീവിതത്തിന്റെ ഒരു യാദൃച്ഛികത ഞാൻ ചൂണ്ടിക്കാട്ടി.

“ശരിയാണ്.” സൽമാൻ തുടർന്നു. “1979 മുതൽ അബ്ദുള്ള അസ്സാമുമായി ചേർന്ന് പാകിസ്ഥാൻ കേന്ദ്രീകരിച്ച് അഫ്ഗാൻ മുജാഹിദുകൾക്ക് ശക്തി പകർന്നു. സൗദിയും അമേരിക്കയും പിന്തുണച്ച ആ ജിഹാദിനെ ‘ഓപ്പറേഷൻ സൈക്ലോൺ’ എന്നാണ് സി.ഐ.എ വിളിച്ചത്.”

“സോവിയറ്റ് യൂണിയന്റെ പതനശേഷം ശൈഖ് സൗദിയിൽ തിരിച്ചു വന്നത് വീരനായകനായിട്ടാണ്.” ഷർഖി കൂട്ടിച്ചേർത്തു. “ഞാൻ ഓർക്കുന്നു... തൊണ്ണൂറിലാണത്.”

“അക്കാലത്താണല്ലോ സദ്ദാമിന്റെ കുവൈത്ത് ആക്രമണം.” ഞാൻ പറഞ്ഞു. “1990 ആഗസ്റ്റ് രണ്ടിന്.”

“അതോടെ രാജകുടുംബവുമായി തെറ്റി.” സൽമാൻ പറഞ്ഞു. “സദ്ദാമിനെ നേരിടാൻ അമേരിക്കൻ പിന്തുണ സ്വീകരിക്കരുത് എന്ന് ശൈഖ് വാശിപിടിച്ചു. പക്ഷേ ദഹ്റാൻ ബേസിൽ വീണ്ടും അമേരിക്കൻ പടയിറങ്ങി.”

“ആദ്യം അനുനയിപ്പിക്കാൻ നോക്കി. നടന്നില്ല.” ഷർഖി കൂട്ടിച്ചേർത്തു. “ഒടുവിൽ 1992 ൽ രാജ്യം ശൈഖിനെ പുറത്താക്കി. 1994-ൽ പൗരത്വവും റദ്ദാക്കി.”

“പിന്നെ സുഡാനിലായിരുന്നു അഭയം.” ഞാൻ തിരിഞ്ഞു നോക്കുമ്പോൾ സുഡാനികൾ ഉറക്കമല്ല. ആ നാലു കണ്ണുകളിൽ ശോകവും കൗതുകവും വായിക്കാനുമായില്ല.

“സുഡാനിൽ നിന്ന് അഫ്ഗാനിലേക്ക്... ഒടുവിൽ പാകിസ്ഥാനിലേക്കും... ഏതായാലും ആ യാത്ര അവസാനിച്ചല്ലോ.” സൽമാന്റെ നെടുവീർപ്പ്.

“താവളം തകർത്ത് വെടിവെച്ചു കൊന്ന് ബോഡി തിരിച്ചറിയാൻ അഫ്ഗാനിലേക്ക് ഹെലികോപ്റ്ററിൽ കൊണ്ടു പോയത്രെ.” ഷർഖി മൊബൈലിൽ കണ്ണുനട്ടു. “ഓപ്പറേഷൻ നെപ്റ്റ്യൂൺ സ്പിയർ. ‘വീ ഗോട്ട് ഹിം’ എന്ന് ഒബാമ അലറുന്നുണ്ട്. പക്ഷേ മൃതദേഹത്തിന്റെ ഒരു ഫോട്ടോ പോലും എന്താണാവോ പുറത്തു വിടാത്തത്?”

“ചോദ്യങ്ങൾ പാടില്ല. ഭീകരതയോടു മാത്രമല്ല, സാമ്രാജ്യത്വ ത്തോടും.” പകുതി തമാശയായി ഞാൻ പറഞ്ഞിട്ടും കാറിൽ പിന്നെയും മൗനം നുഴഞ്ഞു കയറി.

യാത്രയുടെ ആവേശം ഞങ്ങളിൽ പൊടുന്നനെ ആറിത്തണുത്തു. സൽമാനോടൊത്തുള്ള യാത്രകളിൽ ഒരിക്കലും അനുഭവപ്പെടാത്ത ഒരു മ്ലാനത... എല്ലാ മുഖങ്ങളിലും കരിനിഴൽ വീശിയ പോലെ...

മജ്മയിൽ സൽമാന് സ്വന്തം തോട്ടമുണ്ട്. തോട്ടത്തിൽ വിശാലമായ നീന്തൽക്കുളമുണ്ട്. തോട്ടത്തിൽ ചെന്ന് വിശ്രമിച്ചു മടങ്ങാനുള്ള പദ്ധതിയും ഇന്ന് റദ്ദാക്കി. എങ്ങും തങ്ങാതെ അതിവേഗം റിയാദിലേക്ക് തിരിക്കാമെന്ന് ഞാൻ നിർദ്ദേശിച്ചത് എല്ലാവർക്കും സ്വീകാര്യമായി.

“മലാസ് ജയിലിൽ ഒരു തടവുകാരനെ കാണാൻ വൈകുന്നേരം എത്തണമല്ലോ” എന്ന് സൽമാൻ ആത്മഗതം പറഞ്ഞു. “സുൽഫിയിൽ ജുമുഅ കൂടാം” എന്ന ഷർഖിയുടെ നിർദ്ദേശവും സ്വീകരിക്കപ്പെട്ടു.

സുൽഫിയിലേക്കുള്ള ഹൈവേയിൽ കാർ കയറിയിട്ടും അഫ്രാസിന് പതിവുള്ള വേഗത കിട്ടുന്നില്ല. പുറത്തെ വിജനതയ്ക്കും അകത്തെ നിശ്ശബ്ദതയ്ക്കുമിടയിൽ പതിഞ്ഞ മൂളലോടെ മോങ്ങിക്കൊണ്ടാണ് കാറോടിയത്.

സൽമാന്റെ ഫോണിൽ വന്നുകൊണ്ടേയിരുന്ന വിളികളിൽ ഒന്ന് സിയാദിന്റേതായിരുന്നു. ഫാൽക്കൺ ടീം അവരുടെ അന്വേഷണ റിപ്പോർട്ടു മായി ഇന്ന് രാത്രി റിയാദിലെത്തുന്നു എന്ന വിശേഷമാണ് അവൻ കൈ മാറിയത്. മറ്റുള്ളവർക്ക് മനസ്സിലാവാത്തവിധം അവൻ ഉച്ചരിച്ച വാക്കു കളിൽ നിന്ന് ഞാൻ വായിച്ചെടുത്തതാണ് ആ വിശേഷം.

പള്ളിയിൽ ജുമുഅക്കായി വന്ന പുരുഷാരത്തിനുമുണ്ട് അസാധാ രണമായ ഒരു മൗനം. മുഖം നിറഞ്ഞ നിസ്സംഗതയിലും അവരുടെ കണ്ണുകളിൽ ആളുന്ന നാളങ്ങൾ അമർഷത്തിന്റേതാണെന്ന് കാണാൻ പ്രയാസമില്ല. ഖത്തീബിന്റെ പ്രസംഗം പക്ഷേ അവിവേകത്തിന്റെ അന ന്തരഫലങ്ങളെക്കുറിച്ചാണ്. ആലോചനയില്ലാതെ അതിക്രമം കാട്ടുന്ന വർക്ക് ദൈവം കാത്തുവച്ച അന്ത്യവിധിയെക്കുറിച്ചാണ്. അപ്പോഴും കേൾവിക്കാരുടെ മനോഗതമറിഞ്ഞ് ഭാഷയിൽ മിതത്വവും ശബ്ദത്തിൽ ഒതുക്കവും സൂക്ഷിക്കാൻ ഉസ്താദ് ശ്രദ്ധിച്ചു. അറിയാതെ പോലും ‘ഉസാമ’യെന്നോ ‘ലാദൻ’എന്നോ ഉച്ചരിച്ചു പോവാതിരിക്കാൻ രാജ ഭക്തനായ ആ സർക്കാരുദ്യോഗസ്ഥൻ പാടുപെടുന്നുണ്ടായിരുന്നു.

ജുമുഅ കഴിഞ്ഞ് സുൽഫിയിൽ നിന്ന് കയറുമ്പോൾ അഫ്രാസ് ഓരോ സാന്റ്വിച്ചുകൾ വാങ്ങിവെച്ചിരുന്നു. ഫലാഫിൽ ഒട്ടും ഇഷ്ട മല്ലാത്ത ഖാലിദോ സാമിയോ ഇന്ന് പക്ഷേ ഭക്ഷണത്തെക്കുറിച്ച് പരാതി പറഞ്ഞില്ല. ‘ശുക്രൻ’ എന്നല്ലാതെ സൽമാനും പ്രതികരിച്ചില്ല.

ഷർഖി ജിദ്ദയിലേക്ക് മടങ്ങുന്നത് വിമാനത്തിലാണ്. ഷർഖിയെ എയർ പോർട്ടിൽ വിട്ട് റിയാദ് ഗെയ്റ്റ്‌വേ കടന്ന് തലസ്ഥാന നഗരിയിലേക്ക്

ഞങ്ങൾ തിരിച്ചെത്തുകയാണ്. ഒലയ്യയിലെ കിംഗ്ഡം ടവറും ഫൈസലിയാ ടവറും ദൂരെ തലയുയർത്തി നിൽക്കുന്നു. മഹാരാജാക്കന്മാരുടെ പേരുള്ള രാജവീഥികളിൽ വാഹനക്കുരുക്ക് തുടങ്ങിക്കഴിഞ്ഞു. കാറിന്റെ വേഗത കുറയുമ്പോൾ, നഗരത്തിന്റെ സൗന്ദര്യവൽക്കരണത്തിനായി നടക്കുന്ന നിർമ്മാണപ്രവൃത്തികൾ ഇരുവശത്തും ശ്രദ്ധിച്ചു. നഗരവീഥികളെ പച്ചപുതപ്പിക്കാനായി കോടികളാണ് ഭരണകൂടം ചിലവിടുന്നത്. കിംഗ്ഫഹദ് ഹൈവേയുടെ ചുവട്ടിൽമാത്രം ആയിരം കുഴൽക്കിണറുകൾ വെള്ളം ചീറ്റുന്നു. മലിനജലം ശുദ്ധീകരിച്ച് ജലസേചനം നടത്തുന്ന പദ്ധതികളും ഏറെ ശ്രദ്ധേയമാണ്.

സുഡാനികളെ ഗുറാബിയിൽ ഇറക്കിയാണ് ഞങ്ങൾ മലാസിലേക്ക് പോയത്. ജയിലിന്റെ കവാടത്തിൽ മൻസൂർ കാത്തുനിൽക്കുന്നുണ്ടായിരുന്നു. കഥയെല്ലാം നേരത്തെ കേട്ടിരുന്നതുകൊണ്ട് സൽമാൻ പരിചയപ്പെടുത്തേണ്ടിവന്നില്ല.

മൻസൂർ അൽ കവാഹിർ ഒരു ബസ്സുടമയാണ്. ബത്തയിൽ നിന്ന് ദെല്ല വരെ ഓടുന്ന കൊച്ചുബസ്സിന്റെ ഡ്രൈവറും കണ്ടക്ടറും ക്ലീനറുമെല്ലാം അയാൾ തന്നെ. രണ്ടു റിയാൽ വീതം പെറുക്കിക്കൂട്ടുന്ന ബസ്സിന്റെ വരുമാനമാണ് മൂന്ന് ഭാര്യമാരും പതിനൊന്ന് മക്കളുമുള്ള അയാളെ ജീവിപ്പിക്കുന്നത്. ഭർത്താവ് ഉപേക്ഷിച്ച സഹോദരി സൽമയും നാലുമക്കളും കൂടി ആ കുടുംബത്തിന്റെ വറുതി പങ്കിടുന്നു.

സൽമയുടെ മൂത്ത മകനാണ് അലി. ഇരുപത്തി നാല് വയസ്സുള്ള അവനാണ് തടവിൽ കിടക്കുന്നത്. എഴുന്നേറ്റുവന്ന് കമ്പിയഴികൾ പിടിച്ച് അമ്മാവനും കൂട്ടുകാർക്കും മുഖം തരുമ്പോൾ വിശ്വസിക്കാനായില്ല. ശരീരം ചടച്ച് കവിളൊട്ടി കണ്ണുതള്ളിയ ആ മുഖം തോബിൽ പൊതിഞ്ഞ ഒരു അറുപതുകാരനെ ഓർമ്മിപ്പിച്ചു. പാറിപ്പറന്ന തലമുടി നിറയെ നര കയറിയിരിക്കുന്നു. നിറഞ്ഞ കണ്ണുകളിലേക്ക് ഏറെനേരം നോക്കിനിൽക്കാനായില്ല. മടങ്ങുമ്പോൾ മൻസൂറിന് നിയമനടപടികളുടെ നിർദ്ദേശങ്ങൾ നൽകുകയാണ് സൽമാൻ.

അലി അൽ കവാഹിർ എന്ന വിദ്യാർത്ഥിക്ക് പതിനാലാം വയസ്സിൽ പറ്റിയ കയ്യബദ്ധമാണ് കഴിഞ്ഞ പത്ത് വർഷമായി അവനെ തീ തീറ്റുന്നത്. ഒരു സൗദി സ്കൂളിൽ എട്ടാം ക്ലാസിൽ പഠിക്കുമ്പോൾ കൂട്ടുകാരനുമായുണ്ടായ ശണ്ഠ ഏറ്റുമുട്ടലിൽ കലാശിച്ചു. മർമ്മത്ത് എവിടെയോ തൊഴിയേറ്റ കൂട്ടുകാരൻ അരയ്ക്കുതാഴെ തളർന്ന് കിടപ്പിലായി. കോടതിയിലെത്തിയ കേസിൽ പത്ത് ലക്ഷം റിയാൽ നഷ്ടപരിഹാരം നൽകാൻ വിധിയായി. അത്രയും തുക ആലോചിക്കാൻ പോലും പറ്റാത്ത അലിയുടെ കുടുംബം നിസ്സഹായരായി. ജയിലറയുടെ ഇരുട്ടിൽ അനിശ്ചിതമായ ഭാവി അലിയുടെ കൗമാരം കവർന്നു. അപ്പീലും മാപ്പപേക്ഷയുമായി മൻസൂർ മുട്ടാത്ത വാതിലുകളില്ല. എന്നിട്ടും ഇക്കഴിഞ്ഞയാഴ്ച പരമോന്നത കോടതിയുടെ നടുക്കുന്ന വിധി വന്നിരിക്കുന്നു:

ഒരു ശസ്ത്രക്രിയയിലൂടെ അലിയുടെ ശരീരം മരവിപ്പിക്കുക!

മഹാരാജാവിന് ദയാഹർജി നൽകാനുള്ള നിർദ്ദേശങ്ങൾ നൽകി മൻസൂറിനോട് യാത്രപറയുമ്പോൾ സൽമാന്റെ ആത്മഗതം ഒരു തേങ്ങലായി ഞാൻ കേട്ടു: "വെട്ടിനു വെട്ട്; കണ്ണിനു കണ്ണ്... ദൈവമേ ഇതെന്തൊരു നീതിയാണ്?"

ജയിലിനു പുറത്തെ കഫേയിൽ കയറി തുർക്കി കാപ്പിക്ക് ഓർഡർ കൊടുക്കുമ്പോൾ, രാഷ്ട്രശില്പിയായ അബ്ദുൽ അസീസ് രാജാവിന്റെ ജീവചരിത്രത്തിലെ ഒരു സംഭവം സൽമാനെ ഓർമ്മിപ്പിച്ചു:

ഭർത്താവ് മരണപ്പെട്ട ഒരു സ്ത്രീ രാജാവിനു മുമ്പിൽ പരാതിയുമായി വന്നു. അവരുടെ ഭർത്താവ് ഒരു തോട്ടത്തിലൂടെ നടക്കുമ്പോൾ തോട്ടപ്പണിക്കാരൻ ഈന്തപ്പനയിൽനിന്ന് അയാളുടെ മേൽ വീണാണ് മരിച്ചത്. ഭർത്താവിന്റെ മരണത്തിന് ഉത്തരവാദിയായ തോട്ടപ്പണിക്കാരന് വധശിക്ഷ നൽകണമെന്നാണ് സ്ത്രീയുടെ ആവശ്യം. രാജാവ് അവരെ വസ്തുതകൾ ബോധ്യപ്പെടുത്താൻ ശ്രമിച്ചു: സംഭവം അപകടമാണ്; കൊലപാതകമല്ല; മറ്റൊരു കൊല പരിഹാരവുമല്ല, നഷ്ടപരിഹാരം വാങ്ങി തീർപ്പാക്കാം, എന്നൊക്കെ രാജാവ് പറഞ്ഞിട്ടും സ്ത്രീ സമ്മതിച്ചില്ല. ഒടുവിൽ കേസിലെ വിധിയായി ആ സ്ത്രീയോട് രാജാവ് കല്പിച്ചത് ഇങ്ങനെ: "നിങ്ങൾ ഈന്തപ്പനയിൽ കയറൂ, ആ പണിക്കാരൻ ചുവട്ടിൽ നിൽക്കട്ടെ, അയാളുടെ മേൽ ചാടി പരിക്കേൽപ്പിച്ചോളൂ." കാപ്പിക്കപ്പിന്റെ കറുപ്പിനപ്പുറം സൽമാന്റെ കണ്ണുകളിൽ ചിരിയാളി. അതിവേഗം ചിന്തയിലേക്ക് പതിക്കുകയും ചെയ്തു.

പുറത്തിറങ്ങുമ്പോഴാണ് ജിദ്ദയിൽനിന്ന് ഷർഖി സൽമാനെ വിളിച്ചത്. എത്തിയ വിവരവും യാത്രയുടെ സന്തോഷവും കൈമാറിയശേഷം ബിൻ ലാദന്റെ മരണത്തിലേക്കുതന്നെ വിഷയം മാറി. ശൈഖിന്റെ മയ്യത്ത് അജ്ഞാതമായ ഏതോ നടുക്കടലിൽ സംസ്കരിക്കുമെന്നാണ് ഏറ്റവും പുതിയ വാർത്ത. ഇസ്ലാമികാചാരപ്രകാരമാണ് സംസ്കാരമെന്നും അമേരിക്ക അറിയിച്ചിട്ടുണ്ടത്രെ. അങ്ങനെ ചെയ്തുകൊള്ളാൻ സൗദി ഭരണകൂടം അനുമതിയും നൽകിയിട്ടുണ്ട്. കാറിൽ കയറുമ്പോൾ സൽമാൻ കിതയ്ക്കുകയും വിയർക്കുകയും ചെയ്യുന്നുണ്ട്.

"ഏത് മതവിധി പ്രകാരമാണ് കടലിൽ ഖബറടക്കുന്നത്?"

എന്റെ മനസ്സിലും ചോദ്യമുണ്ട്. ഉത്തരമില്ല.

"രണ്ട് ന്യായങ്ങളാണത്രെ അമേരിക്ക പറയുന്നത്. ഒന്ന്, ബിൻലാദന്റെ മൃതദേഹം ഏറ്റെടുക്കാൻ ഒരു രാജ്യവും തയ്യാറല്ല. രണ്ട്, കരയിൽ മറവു ചെയ്താൽ അവിടെ ഉയരാനിടയുള്ള ശവകുടീരം ഭീകരതയുടെ താവളമായി മാറും."

"രണ്ടും അസംബന്ധമല്ലേ?" ഞാൻ ചോദിച്ചു. "മയ്യത്ത് വേണ്ടെന്ന് ഏത് രാജ്യം പറഞ്ഞു? മാത്രമല്ല, ബിൻലാദന് ദർഗ്ഗയുണ്ടാക്കാൻ വഹാബിസം അനുവദിക്കുമോ?"

"ആരോട് ചോദിക്കാൻ എന്റെ എബീ...?" സൽമാൻ വല്ലാതെ തളർന്നിരിക്കുന്നു. "ശത്രുവിന്റേതായാലും മയ്യത്തിനെ ആദരിക്കണമെന്ന് പഠിപ്പിച്ച പ്രവാചകന്റെ നാടാണ് ഇവിടെ കൊല്ലപ്പെടുന്നത്. ഇന്നാ ലില്ലാ..."

സൽമാൻ വിയർത്തൊലിക്കുന്നു. കുടിച്ചു തീർത്ത വെള്ളക്കുപ്പികളും വലിച്ചു കെടുത്തിയ സിഗരറ്റ് കുറ്റികളും ആ മനസ്സിന്റെ പ്രക്ഷുബ്ധത വിളംബരം ചെയ്യുന്നു.

എന്റെ മനസ്സിലും അപ്പോൾ ഒരു കടൽ ഇരമ്പിയാർത്തു. ഭൂപടത്തിലെ നീലവർണ്ണത്തിൽ കോറിയിട്ട കടൽപ്പേരുകൾ ഓരോന്നും ഓർക്കാൻ ശ്രമിച്ചു. കടലാഴങ്ങളിൽ കർമ്മഫലത്തിന്റെ മഹാഭാരവും പേറി ഇഴഞ്ഞലയുന്ന വെളുത്ത തുണിക്കെട്ടിനുള്ളിൽനിന്ന് മുഴങ്ങുന്ന കൊലവിളികൾ ഭൂഗോളത്തെത്തന്നെ പ്രകമ്പനം കൊള്ളിക്കുന്നതുപോലെ...

ഹാരയിലെ ഹോട്ടൽ റിയാദ് പാലസിൽ എട്ടുമണിക്ക് എത്തണമെന്ന് അഫ്രാസിന് അറിയാമായിരുന്നു. അരമണിക്കൂർ മുമ്പേ മലാസിൽനിന്ന് പുറപ്പെട്ടു. കുവൈത്ത് സർക്കിളിൽ എത്തുമ്പോഴേക്കും സൽമാന് സിയാദിന്റെ വിളിവന്നു. ഫാൽക്കണ് കൊടുക്കേണ്ട ബാക്കി പണം കരുതി വരാൻ. 'മാസ്റ്റർ കാർഡ്'ഉം 'വിസാ കാർഡ്'ഉം കയ്യിലുണ്ടെന്ന് സൽമാന്റെ മറുപടി. "ക്രെഡിറ്റ് കാർഡുകളാണ് ഞങ്ങളെ ജീവിപ്പിക്കുന്നത്" എന്നൊരു കമന്റും. "മുടിപ്പിക്കുന്നതും" എന്ന് ഉടനെ കൂട്ടിച്ചേർക്കുകയും ചെയ്തു.

റിയാദ് പാലസിന്റെ ലോഞ്ചിൽ അരണ്ട വെളിച്ചത്തിൽ ഞങ്ങളെ സ്വാഗതം ചെയ്തയാൾ സിയാദ് ആണെന്ന് ഉറപ്പിക്കാൻ എനിക്ക് അല്പ നേരം വേണ്ടിവന്നു. ഗൗരവം കലർന്ന പ്രസന്നതയും ചടുലമായ ചലനങ്ങളുമായി എപ്പോഴും ആകർഷിച്ചിട്ടുള്ള സിയാദ് ഇയാളല്ലല്ലോ എന്ന് വീണ്ടും വീണ്ടും ശങ്കിച്ചു. സൽമാനെ മുത്തമിടുമ്പോഴും എനിക്ക് ഹസ്തദാനം നൽകുമ്പോഴും പഴയ സിയാദിന്റെ ഒരു വിദൂരമാതൃക മാത്രമാണ് അനുഭവിച്ചത്.

പോക്കറ്റിൽ നിന്ന് ഒരു കാർഡ് എടുത്ത് സൽമാന് കൊടുത്ത് സിയാദ് പറഞ്ഞു: "റൂം നമ്പർ 414." സൽമാൻ ശങ്കിച്ചു നിൽക്കുമ്പോൾ സിയാദ് ലിഫ്റ്റിലേക്ക് ചൂണ്ടി. "യള്ളാ..."

"എബീ... ലെറ്റസ് സിറ്റ് ഹിയർ... സൽമാൻ വിൽ ഗോ ആന്റ് മീറ്റ് ദെം."*

"ഓക്കേ..." എന്ന് പ്രതിവചിച്ചുവെങ്കിലും സിയാദിന്റെ ചലനങ്ങളിലെല്ലാം മുമ്പില്ലാത്ത ഒരു യാന്ത്രികത ഞാൻ അറിയുന്നുണ്ട്. ആ മുഖത്തടിഞ്ഞ മ്ലാനതയും കണ്ണിലൊളിഞ്ഞ ശോകച്ഛവിയും മറച്ചു വെയ്ക്കാൻ അവനു കഴിയുന്നില്ല.

---

* നമുക്ക് ഇവിടെയിരിക്കാം. സൽമാൻ പോയി അവരെ കണ്ടോളും

സൽമാൻ കയറിയ ലിഫ്റ്റിന്റെ വാതിലുകൾ നീങ്ങിയടയുമ്പോൾ സിയാദ് എന്നെ ചേർത്തുപിടിച്ച് ഒരറ്റത്തെ സോഫയിലേക്ക് നടന്നു. ടീപ്പോയിൽനിന്ന് വാട്ടർ ബോട്ടിലെടുത്ത് രണ്ടിറക്ക് കുടിച്ച് സിയാദ് ഇരുന്നു.

"എബീ... ഹീസ് ഗോയിങ് റ്റു ഹിയർ ദ വേഴ്സ്റ്റ്. ഐ കാണ്ട് വിറ്റ്നസ് ഇറ്റ്..."[1] ഇരിക്കുമ്പോൾ ആശങ്കയുടെ ആണികളും ചോദ്യങ്ങളുടെ അസ്ത്രങ്ങളും എന്റെ ഉള്ളിലെവിടെയോ തറഞ്ഞുകൊണ്ടിരുന്നു.

"കഴിഞ്ഞ നവംബറിലെ പേമാരിയിൽ ജിദ്ദയിലെ ഒരു ഭൂഗർഭ ജയിലാകെ പ്രളയജലത്തിൽ മുങ്ങിയിരുന്നു. ആ ജയിലോ അവിടെ ചങ്ങലയ്ക്കിട്ട തടവുകാരോ ഇന്ന് ഓർമ്മപോലുമല്ല. രേഖയിലോ ചരിത്രത്തിലോ ആ തടവുകാർ ജനിച്ചിട്ടുപോലുമില്ല. അഥവാ ജനിക്കുംമുമ്പേ മരിച്ചുപോയ പോരാളികളിൽ നമ്മുടെ സുൽത്താനും..."

ഞാൻ അറിയാതെ സോഫയിൽ ചാഞ്ഞു. ലോഞ്ചിന്റെ മേൽക്കൂരയിലെ വർണ്ണവിളക്കുകൾ തലയ്ക്കു മീതെ വട്ടം ചുറ്റി...

ഒരിറ്റ് പ്രാണവായുവിനായി അലറിക്കേഴുന്ന ഒരായിരം നിലവിളികൾ... പ്രളയപ്രവാഹത്തിന്റെ ഹുങ്കാരത്തിൽ നിശ്ശബ്ദമാക്കപ്പെടുന്ന യൗവന തീക്ഷ്ണതയുടെ വിശുദ്ധവികാരങ്ങൾ... അപ്പോഴും ചോരക്കൊതിയോടെ ആർത്തുചിരിക്കുന്ന കാവൽപ്പടയ്ക്ക് ഭരണാധികാരത്തിന്റെ ചെങ്കോൽ... മതാധികാരത്തിന്റെ പെരുമ്പറ...

കണ്ണു തുറക്കുമ്പോൾ, ലിഫ്റ്റിറങ്ങി കയ്യിലൊരു ബ്രീഫ്കെയ്സുമായി നിർവ്വികാരനായി നടന്നുവരുന്ന സൽമാൻ... സിയാദിനെ ദീർഘനേരം ആഞ്ഞു പുണർന്ന് അവൻ ആവർത്തിച്ചുരുവിട്ട വാക്കുകൾ എന്നെ കുലുക്കിയുണർത്തി:

"ശുക്രൻ യാ ഹബീബീ...[2] ആ തേട്ടം അവസാനിച്ചുവല്ലോ."

■

1. ഏറ്റവും മോശപ്പെട്ടതാണ് അവൻ കേൾക്കാൻ പോകുന്നത്. എനിക്ക് സാക്ഷിയാവാൻ വയ്യ
2. നന്ദി, പ്രിയപ്പെട്ടവനേ

www.ingramcontent.com/pod-product-compliance
Lightning Source LLC
LaVergne TN
LVHW060626051026
849519LV00002B/770